നീർന്നായ

neernnaya
stories
•
susmesh chandroth
•
first edition
january 2013
•
second edition
november 2014
•
typesetting
minerva graphotechs, attukal
•
published
chintha publishers, thiruvananthapuram
•
printed
akshara offset, thiruvananthapuram
•
cover
bloofish
•
price
rupees one hundred fifty only

വിതരണം
ദേശാഭിമാനി ബുക്ക് ഹൗസ്
H O തിരുവനന്തപുരം–695 035
phone: 0471-2303026, 6063026
www.chinthapublishers.com
chinthapublishers@gmail.com

ബ്രാഞ്ചുകൾ
ഹെഡ്ഡാഫീസ് ബ്രാഞ്ച് കുന്നുകുഴി • സ്റ്റാച്യു തിരുവനന്തപുരം • കെ എസ് ആർ ടി സി ബസ് സ്റ്റേഷൻ ആലപ്പുഴ • കെ എസ് ആർ ടി സി ബസ് സ്റ്റേഷൻ എറണാകുളം • ചിറ്റൂർ റോഡ് എറണാകുളം • മച്ചിങ്ങൽ ലെയ്ൻ തൃശൂർ • ഐ ജി റോഡ് കോഴിക്കോട് • മാവൂർ റോഡ് കോഴിക്കോട് • എൻ ജി ഒ യൂണിയൻ ബിൽഡിങ് കണ്ണൂർ • സെൻട്രൽ ബസ് ടെർമിനൽ കോംപ്ലക്സ് താവക്കര കണ്ണൂർ

CR - 1421 / 3585

നീർനായ
കഥകൾ

സുസ്മേഷ് ചന്ത്രോത്ത്

ചിന്ത പബ്ലിഷേഴ്സ്
തിരുവനന്തപുരം-695 035
വില: ₹ 150

സുസ്മേഷ് ചന്ത്രോത്ത്

1977 ഏപ്രിൽ ഒന്നിന് ഇടുക്കിജില്ലയിലെ വെള്ളത്തൂവലിൽ ജനനം. ആനുകാലികങ്ങളിൽ കഥയും നോവലും ലേഖനങ്ങളും എഴുതുന്നു. ടെലിവിഷനുവേണ്ടിയും സിനിമകൾക്കുവേണ്ടിയും തിരക്കഥകളെഴുതാറുണ്ട്.

പുരസ്കാരങ്ങൾ: കേന്ദ്ര സാഹിത്യ അക്കാദമിയുടെ പ്രഥമ യുവപുരസ്കാർ, കേരള സാഹിത്യ അക്കാദമിയുടെ ഗീതാ ഹിരണ്യൻ എൻഡോവ്മെന്റ്, ഡി സി ബുക്സ് നോവൽ കാർണിവൽ അവാർഡ് (2004 ൽ *ഡി* എന്ന ആദ്യനോവലിന്), ചെറുകാട് അവാർഡ്, ഇടശ്ശേരി അവാർഡ്, അങ്കണം അവാർഡ്, കെ എ കൊടുങ്ങല്ലൂർ കഥാപുരസ്കാരം, തോപ്പിൽ രവി അവാർഡ്, ഈ പി സുഷമ എൻഡോവ്മെന്റ്, ജേസി ഫൗണ്ടേഷൻ കഥാപുരസ്കാരം, സാഹിത്യശ്രീ പുരസ്കാരം, പ്രൊഫ. വി രമേഷ്ചന്ദ്രൻ കഥാപുരസ്കാരം എന്നിവ സാഹിത്യത്തിനും, 2009 ൽ സംസ്ഥാന സർക്കാർ ടെലിവിഷൻ അവാർഡ് *ആതിര 10 സി* (നിർമാണം: അമൃത ടെലിവിഷൻ)എന്ന ഹ്രസ്വചിത്രത്തിന്റെ തിരക്കഥയ്ക്കും ലഭിച്ചിട്ടുണ്ട്. 2006 ൽ *പകലിനും* 2012 ൽ പ്രിയനന്ദനൻ സംവിധാനം ചെയ്ത *മരിച്ചവരുടെ കടൽ* എന്നീ സിനിമകൾക്കും തിരക്കഥയെഴുതി. സൈൻസ് അന്താരാഷ്ട്ര ഷോർട്ട് ഫിലിം–ഡോക്യുമെന്ററി മത്സരത്തിൽ *ആതിര 10 സി* 2009 ലെ മികച്ച ഹ്രസ്വചിത്രമായി തെരഞ്ഞെടുക്കപ്പെട്ടു. കഥകൾ പാഠപുസ്തകങ്ങളിൽ ഉൾപ്പെടുത്തപ്പെട്ടിട്ടുണ്ട്. ഇംഗ്ലീഷ്, ഹിന്ദി, ഒഡിയ ഭാഷകളിൽ കഥകൾക്ക് വിവർത്തനം വന്നിട്ടുണ്ട്.

കൃതികൾ: *ഡി, 9, പേപ്പർലോഡ്ജ്* (നോവലുകൾ), *മറൈൻ കാന്റീൻ, നായകനും നായികയും* (നോവെല്ല), *വെയിൽ ചായുമ്പോൾ നദിയോരം, ആശുപത്രികൾ ആവശ്യപ്പെടുന്ന ലോകം, ഗാന്ധിമാർഗം, കോക്ടെയ്ൽ സിറ്റി, മാമ്പഴമഞ്ഞ, സ്വർണമഹൽ, മരണവിദ്യാലയം, സങ്കടമോചനം, ബാർ കോഡ്* (കഥകൾ) *അസാധാരണ ഓർമകൾ സാധാരണ അനുഭവങ്ങൾ* (ലേഖനങ്ങൾ).

ഫോൺ : 9747873075
email : susmeshchandroth.d@gmail.com
www : susmeshchandroth.blogspot.com

ഉള്ളടക്കം

സ്വർണ്ണപ്പണ്ടംകൊണ്ടു മൂടി
വീട്ടിലിന്നലെ വന്ന നീ
കഴുത്തിലൊന്നുമില്ലാത്ത

കാലം, കൊന്നേ, മറന്നുവോ?

പി കുഞ്ഞിരാമൻ നായർ
(പൂമൊട്ടിന്റെ കണി)

നീർന്നായയ്ക്ക് ഒരാമുഖം

പ്രിയപ്പെട്ട വായനക്കാരേ,

നീ*ർന്നായ* എന്നു പൊതുവായി പേരിട്ടിരിക്കുന്ന ഈ കഥാപുസ്തകം ആദ്യകാല കഥാസമാഹാരങ്ങളിൽനിന്നു തെരഞ്ഞെടുത്ത കഥകളുടെ സമാഹരണവും പുനഃപ്രസിദ്ധീകരണവുമാണ്. ആദ്യ പുസ്തകം 2005 ജനുവരിയിൽ പ്രസിദ്ധീകരിച്ച പതിനൊന്ന് കഥകളടങ്ങിയ *വെയിൽ ചായുമ്പോൾ നദിയോരമാ*ണ്. എറണാകുളത്തെ പ്രണത ബുക്സായിരുന്നു പ്രസാധകർ. 2006 ഏപ്രിലിലാണ് പതിനൊന്ന് കഥകളടങ്ങിയ *ആശുപത്രികൾ ആവശ്യപ്പെടുന്ന ലോകം* പുറത്തുവരുന്നത്. പിന്നീട് 2009 മാർച്ചിൽ *കോക്ടെയ്ൽ സിറ്റി* പുറത്തിറങ്ങി.

ആദ്യത്തെ രണ്ട് കഥാപുസ്തകങ്ങളിലെയും എല്ലാ കഥകളുടെയും പുനഃപ്രസിദ്ധീകരണം ആവശ്യമില്ലെന്ന തോന്നലിൽനിന്ന് 2009 ഡിസംബറിൽ ഇരു പുസ്തകങ്ങളിൽനിന്നും തെരഞ്ഞെടുത്ത പത്ത് കഥകൾ മാത്രം ഉൾപ്പെടുത്തി *മാമ്പഴമഞ്ഞ* എന്ന പുസ്തകം പ്രസിദ്ധീകരിച്ചു. അതിലെ മുഖമൊഴിയിൽ ഞാനെഴുതി,

മാമ്പഴമഞ്ഞ എന്നത് ഈ കഥാസമാഹാരത്തിനു പൊതുവിൽ സ്വീകരിച്ചിരിക്കുന്ന പേരാണ്. ഇവയിലെ പല കഥകളുമാണ് എന്നെ മുഖ്യധാരാ പ്രസിദ്ധീകരണങ്ങളിൽ തുടർന്നെഴുതാൻ പ്രാപ്തനാക്കിയതെന്നു പറയാം. വളരെയധികം എഴുതിക്കൂട്ടുന്നവയിൽനിന്ന് കാലമേറെച്ചെല്ലും മുമ്പുതന്നെ കുറെയധികം സ്വയം റദ്ദായിപ്പോവുകയോ എഴുത്തുകാരനാൽത്തന്നെ വിസ്മരിക്കപ്പെടുകയോ ചെയ്യുന്നത് സ്വാഭാവികമാണ്. അവയൊക്കെ ചീഞ്ഞുകിട്ടുന്നതാവണം നിലനിൽക്കുന്ന കഥകൾക്ക് ലഭിക്കുന്ന അടിസ്ഥാനവളം. അത്ഭുതകരമായ ഒരാഹ്ലാദം അവശേഷിപ്പിച്ചു

കൊണ്ടാണ് ആദ്യകാലകഥകൾ ഞാനക്കാലത്ത് എഴുതിത്തീർത്തിട്ടുള്ള ത്. അതുകൊണ്ടുതന്നെ എനിക്കേറെ പ്രിയപ്പെട്ടതാണ് ഈ കഥകൾ.

*മാമ്പഴമഞ്ഞ*യിൽ ഉൾപ്പെടുത്തിയ പത്ത് കഥകളോടൊപ്പം *കോക്ടെയ്ൽ സിറ്റി*യിലെ അഞ്ച് കഥകൾകൂടി ചേർത്താണ് *നീർന്നായ* എന്ന പുതിയ പേരിൽ ഈ കഥാസമാഹാരം പുറത്തിറങ്ങുന്നത്. നല്ല തെന്നു തോന്നുന്ന കഥകൾക്ക് മാത്രം പുനഃപ്രസിദ്ധീകരണം ഉണ്ടായാൽ മതി എന്ന ചിന്തയിൽനിന്നാണിത്. അതുകൊണ്ടുതന്നെ തുടർന്നങ്ങോട്ട് *നീർന്നായ* മാത്രമായിരിക്കും പുനഃപ്രസിദ്ധീകരിക്കപ്പെടുക.

ഇത് എന്റെ തെരഞ്ഞെടുത്ത കഥകളുടെ സമാഹാരമല്ല. എഴുതിയ തിൽനിന്നു വായനക്കാരും നിരൂപകരും വിമർശകരും കണ്ടെത്തുന്ന മികച്ച കഥകളെ മാത്രമേ തെരഞ്ഞെടുത്ത കഥകളായി പ്രസിദ്ധീകരിക്കാവൂ എന്ന പക്ഷക്കാരനാണ് ഞാൻ. കഥയെന്ന മഹത്തായ സാഹിത്യ രൂപത്തെ മനസിലാക്കാനും വരുതിയിലാക്കാനും പരിശ്രമിച്ചുകൊണ്ടേ യിരിക്കുന്ന ഒരെഴുത്തുകാരൻ മാത്രമാണ് ഞാനിപ്പോഴും. പക്ഷംപി ടിക്കാത്ത വായനക്കാരുടെ പിന്തുണയാണ് എന്റെ ഊർജം.

അടുത്തിടെ ആനുകാലികങ്ങളിൽ വന്ന എന്റെ കഥകളെല്ലാം ചേർന്ന് *ബാർകോഡ്* എന്ന സമാഹാരം തൃപ്തികരമായവിധത്തിൽ പ്രസിദ്ധീക രിച്ചത് ചിന്ത പബ്ലിഷേഴ്സാണ്. ഇപ്പോൾ *നീർന്നായ*യും ചിന്ത തന്നെ പ്രസിദ്ധീകരിക്കുമ്പോൾ വളരെയധികം ആഹ്ലാദം തോന്നുന്നു.

സ്നേഹത്തോടെ
സുസ്മേഷ് ചന്ത്രോത്ത്

നീർന്നായ

കടലിലേക്കു ചൂണ്ടിനിൽക്കുന്ന പഴയ പീരങ്കി. കടലിൽ ദിശയറിയിച്ചു നിൽക്കുന്ന നാവികരുടെ വഴിയടയാളങ്ങൾ. തീരത്ത് കാഴ്ചയ്ക്ക് വളരെവളരെ വിരസമായിക്കഴിഞ്ഞ ചീനവലകൾ. കടൽത്തൊഴിലാളികൾക്ക് അതേ പണികൾ ആവർത്തിക്കേണ്ടിവരുന്ന സന്ധ്യ.

ഞാനാ കുട്ടിക്കു സിൻഡെറല്ല എന്നു പേരിട്ടു. പത്തു വയസിലധികം അവൾക്കു കാണില്ല. അവൾ പുറപ്പെട്ടുവന്ന രാജ്യമേതെന്നും എനിക്കറിയില്ല. ഞങ്ങൾ പരസ്പരം സംസാരിച്ചിട്ടുമില്ല. ചീനവലയുടെ ഭാഗമായ ദ്രവിച്ച തെങ്ങിൻകുറ്റിമേൽ കാലുകൾ തൂക്കിയിട്ടിരിക്കുകയാണ് ഞാൻ. എന്റെ കാലടികൾക്കു താഴെ തങ്കപ്പൊടി കലർന്ന തിരകൾ. സ്വർണമുടിയിളക്കി എനിക്കു മുന്നിലായി അവൾ കളിച്ചുകൊണ്ടിരുന്നു. എന്നോടല്ലാത്ത, എന്നാൽ എന്നോടെന്നവണ്ണമുള്ള ഒരു പുഞ്ചിരിയോടെ കൈയിലിരുന്ന തെങ്ങിൻമടൽകൊണ്ട് അവൾ തിരകളിൽ തല്ലി. ജലം നുരകളായി അവളുടെ കാലടികളെ തഴുകിയൊഴുകി.

സിൻഡെറല്ല ആരാവാം? എന്റെ ആരൊക്കെയായിത്തീരാം? ഞാൻ വെറുതെ സങ്കൽപ്പിച്ചു. അവളെ 'കാവൂട്ടി' എന്നു വിളിക്കാൻ തോന്നി. അതു മനസിലാക്കിയിട്ടെന്നപോലെ വീണ്ടും അവളെന്നെ പാളിനോക്കി. പിന്നെ കൈയിലിരുന്ന മടൽ മണലിലേക്കിട്ട് ഒരു ഞണ്ടിനുപിറകെ കുറെ ദൂരമോടി തിരിച്ചുവന്നു. ഇപ്പോഴവൾ തിരകളിലൂടെ കടലിലേക്ക് പതുക്കെ നീങ്ങുകയാണ്. അൽപ്പംകൂടി കഴിഞ്ഞാൽ ഭയന്ന് ഞാനവളെ തിരികെ വിളിക്കുമെന്നതു തീർച്ച. അതു മനസിലാക്കിയതുപോലെ അവൾ തിരിഞ്ഞുനിന്നു മന്ദഹസിച്ചു. പിന്നെ തിരിച്ചുവന്ന് വീണ്ടും മടൽ കൈയിലെടുത്തു. അവൾ തനിയെ വിനോദിക്കാൻ തുടങ്ങി.

ഞാൻ വാച്ചിൽനോക്കി. അതു നിലച്ചുകിടക്കുകയായിരുന്നു. എന്റെ വാച്ച് ഈ ദിവസം ഇതു നാലാം തവണയാണ് ചത്തുപോകുന്നത്. ഏതാ

ണ്ടു നാൽപ്പത്തിയഞ്ചു മിനിറ്റുമുമ്പ് സൂചിയോട്ടം അവസാനിപ്പിച്ച് അതു നിശ്ചലമായിട്ടുണ്ട്. ഞാൻ വാച്ച് അഴിച്ചെടുത്തു. എന്നാണത് എന്റെ കൈത്തണ്ടയിലെത്തിയതെന്ന് ഓർത്തുനോക്കി. ഒരു വർഷം മുമ്പായിരിക്കണം. പെന്റാ മേനകയ്ക്കു മുന്നിലെ ഉന്തുവണ്ടിക്കാരന്റെ കച്ചവടത്തട്ടിൽനിന്ന് അതെനിക്കു വാങ്ങിത്തന്നത് പോളാണ്. പോളിനെപ്പറ്റിയോർത്തപ്പോൾ പുതിയ ഭാവത്തോടെയെങ്കിലും ചെറിയൊരു നടുക്കത്തിൽ ഞാൻ വീണ്ടും സിൻഡെറല്ലയെ നോക്കി. അപ്പോൾമാത്രമാണ് എന്തുകൊണ്ടാണ് ഞാനവളെ 'കാവൂട്ടി' എന്നു വിളിച്ചതെന്ന് എനിക്കു ബോധ്യമായത്.

പോളിന്റെയും ഭാര്യ രാധികയുടെയും മകളായിരുന്നു കാവൂട്ടി. രാധിക മരിച്ചുകിടക്കുന്നത് അവളുടെ ദേഹത്തിന്റെ ചൂടാറുംമുമ്പ് ഞാൻ നോക്കി നിന്നിട്ടുണ്ട്. കാവൂട്ടി ജനിച്ച് പതിനാലാം ദിവസമായിരുന്നു അത്. പ്രസവിക്കാൻ കഴിയാതെ രാധിക ക്ലേശിച്ചപ്പോൾ വയർ തുറന്ന് കുഞ്ഞിനെ എടുക്കുകയായിരുന്നു. കുഞ്ഞിന്റെ തൂക്കവും വളർച്ചയും കൃത്യം. പക്ഷേ, എന്തുകൊണ്ടോ രാധികയ്ക്ക് സാധാരണപോലെ പ്രസവിക്കാനായില്ല. ആ സമയമത്രയും പ്രസവമുറിക്കു മുന്നിൽ അക്ഷമരായി നിന്നവർക്കിടയിൽ പോളിനോടൊപ്പം ഞാനുമുണ്ടായിരുന്നു.

വിവാഹം കഴിക്കണമെന്ന ഉദ്ദേശ്യത്തോടെ ഒരു പെണ്ണുകാണൽപോലെ രാധികയെ ആദ്യമായി പോൾ കാണുമ്പോഴും ഞാൻ കൂടെയുണ്ടായിരുന്നു. രാധികയുടെ മരണത്തിനും രണ്ടരവർഷം മുമ്പാണത്.

ഒരു ദിവസം മധ്യാഹ്നത്തിൽ നഗരത്തിലെ ഭക്ഷണശാലയിലിരിക്കുകയായിരുന്നു ഞങ്ങൾ. അവിടെവച്ചാണ് ഒരു വിവാഹം കഴിക്കേണ്ടതിന്റെ ആവശ്യകതയെപ്പറ്റി പോൾ എന്നോടു പറയുന്നത്.

"ജയശീലാ, എനിക്ക് വയസ്സ് മുപ്പത്തിയാറായി. ഒറ്റയ്ക്ക് കഴിഞ്ഞ് മടുത്തെടോ."

അത്രയും സൂചിപ്പിച്ച് പോൾ നിശ്ശബ്ദനായി. സംസാരം തുടരാൻ പ്രോത്സാഹിപ്പിക്കുന്ന ഒരു ഭാവത്തിൽ ഞാൻ ഇരുന്നതേയുള്ളൂ.

"ഇനിയൊരു കല്യാണം കഴിച്ച് എവിടെയെങ്കിലും കൂടിയാലോന്നാ ആലോചന. ഏറെക്കുറെ സ്വാതന്ത്ര്യമനുഭവിച്ചു തീർത്തു. ഇപ്പോൾ സ്വാതന്ത്ര്യം തന്നെ ഒരുതരം ബോറടിയായിത്തുടങ്ങി. നീ എന്തു പറയുന്നു....?

വിവാഹമോചനവും നേടി രണ്ടു വർഷത്തെ ഏകാന്തജീവിതവും പിന്നിട്ടിരിക്കുന്ന ഒരാളായിരുന്നു ഞാൻ. എന്റെ വൈവാഹിക ജീവിതത്തിന്റെ നേരനുഭവങ്ങൾ പോളിനെപ്പോലെ മറ്റാർക്കാണ് നന്നായറിയാവുന്നത്. അഞ്ചുവർഷങ്ങൾക്കു പിറകിൽവെച്ച് ഞാനും സോഫിയയും വിവാഹം കഴിക്കുമ്പോൾ പോളായിരുന്നു എന്റെ ഭാഗത്തുനിന്നുള്ള സാക്ഷി. മൂന്നു വർഷത്തെ ദാമ്പത്യജീവിതത്തിനുശേഷം ഞങ്ങൾ സ്വയമേവ വേർപിരിയാൻ തീരുമാനിക്കുകയായിരുന്നു. അത്തരത്തിലൊരു വഴിപിരിയൽ ഉണ്ടായേക്കുമെന്ന് വിവാഹത്തിന്റെ ആദ്യഘട്ടം മുതലേ തോന്നി

യിരുന്നതിനാൽ ഞാനും സോഫിയയും കുട്ടികളെപ്പറ്റിയും ചിന്തിച്ചിട്ടുണ്ടായിരുന്നില്ല.

ഭക്ഷണം വരാനുള്ള ഇടവേളയാണ്. പോൾ എന്നെത്തന്നെ നോക്കിയിരിക്കുന്നു. എന്റെ നോട്ടത്തിന്റെ സൂക്ഷ്മതയേറ്റിട്ടാവണം പോൾ മുഖം താഴ്ത്തി പതുക്കെ പറഞ്ഞു.

"നിന്റെ കാര്യം എനിക്കറിയാം. അന്നത്തെ അനുഭവങ്ങൾവെച്ച് നീയെന്നെ ഉപദേശിക്കുകയില്ലെന്നും ഞാൻ വിചാരിക്കുന്നു. നമ്മൾതമ്മിൽ പത്തിരുപത് വർഷമായിട്ട് പരിചയക്കാരാണല്ലോ."

ഞാൻ നോട്ടം മാറ്റി. ഇനിയും പോളിനെ നോക്കിയിരുന്നാൽ അവനീ സംഭാഷണംതന്നെ അവസാനിപ്പിച്ചേക്കും. തന്റെ ഭാഗം ന്യായീകരിക്കാനെന്നപോലെ പോൾ സംസാരിച്ചു:

"സോഫീടെ ക്യാരക്ടർ അതായിരുന്നല്ലോ. നിന്നെപ്പോലുള്ള ഊമത്താൻമാരെ അവൾക്കു സഹിക്കില്ല. അല്ല; മിക്ക സ്ത്രീകൾക്കും നിറയെ സംസാരിക്കുന്നവരെയാണ് ഏറെയിഷ്ടം. പക്ഷേ, ഞാൻ പറയട്ടെ, സോഫി കുറേയേറെ അഡ്ജസ്റ്റ് ചെയ്തിട്ടുണ്ട്. നീ മൗനവ്രതമൊക്കെ ശീലമാക്കിയപ്പോഴാണ് അവൾക്ക് അസഹ്യമായി തുടങ്ങിയത്."

പോൾ ഒന്നു നിർത്തി.

നമ്മൾ തമ്മിൽ ഇത്രേം വർഷത്തെ പരിചയമുള്ളതുകൊണ്ട് എനിക്കു നിന്നെ മനസിലാവും. ഇക്കാരണത്താലൊക്കെ നിന്റെ വീട്ടുകാർ തന്നെ പണ്ടേ നിന്നെ ഒഴിവാക്കിയതാണല്ലോ. അങ്ങനെയൊന്നുമല്ല. ദാമ്പത്യജീവിതത്തിന്റെ ഒരു കെമിസ്ട്രി.... സോഫിയെ നീ എന്തുകൊണ്ടോ പിന്നീട് വല്ലാതെ അവോയിഡ് ചെയ്തിരുന്നു. അതുകൊണ്ടൊക്കെയാണ് ഒരു ദിവസം എല്ലാ കാര്യങ്ങളും അവളെന്നോട് തുറന്നു പറഞ്ഞത്. അതിന്റെയൊടുവിലാണ്...."

പോൾ ബാക്കി പറയാതെ വെറുതെ മൊബൈൽ ഫോൺ കൈയിലിട്ടു തിരിച്ചുകൊണ്ടിരുന്നു. പോൾ അത്രയും പറഞ്ഞുവന്നതുതന്നെ എനിക്കിഷ്ടമായിരുന്നില്ല. അവൻ പറയുന്നതും പറയാൻ പോകുന്നതുമെല്ലാം എനിക്കറിയാവുന്ന കാര്യങ്ങളാണ്.

ഏങ്ങിക്കരഞ്ഞുകൊണ്ട് സോഫിയ പതുക്കെ പോളിനെ അണച്ചുപിടിക്കുകയായിരുന്നു. സ്തബ്ധനായിപ്പോയ പോൾ ആദ്യമൊക്കെ ഒഴിഞ്ഞുമാറാൻ ശ്രമിച്ചിട്ടുണ്ടാകണം. പിന്നെ സോഫിയയെ സമാധാനിപ്പിക്കാനായി അലിവോടെ ചേർത്തുപിടിച്ച് പുറത്ത് തഴുകിയിട്ടുണ്ടാവണം. അവളുടെ കനത്ത മുടിക്കെട്ടഴിഞ്ഞ് അവന്റെ കൈത്തണ്ടയിലൂടെ വലിഞ്ഞിട്ടുണ്ടാവണം. ആദ്യമായി അനുഭവപ്പെടുന്ന ഒരുതരം മമതയോടെ പോൾ അവളെ സ്വീകരിക്കുകയായിരുന്നു.

അന്നു വൈകുന്നേരം വലിയൊരു കുറ്റബോധം മനസിലൊളിപ്പിച്ച് എന്റെ ഓഫീസിലെത്തി പോൾ എന്നെ മദ്യപിക്കാൻ വിളിച്ചു. യഥാർഥത്തിൽ എന്റെ ജീവിതത്തിൽ എനിക്കു സുഹൃത്തായി പോൾ മാത്രമേ

യുണ്ടായിരുന്നുള്ളൂ. അന്ന് തിടുക്കത്തിൽ രണ്ടെണ്ണം കഴിച്ച് വിയർത്ത മുഖത്തോടെ പോൾ എന്നോടു കയർത്തു:

"ജയശീലാ, നിന്റെയീ ബോറൻ കാരക്ടർ നീ സോഫീടെ മുന്നിലെങ്കിലും മാറ്റിവെക്കണം. വിഷമിച്ചു വിഷമിച്ചു അവളുടെ ചങ്കുപൊട്ടാറായി. കല്യാണം കഴിഞ്ഞിട്ടിപ്പോ രണ്ടു വർഷമായില്ലേ. ഇനിയെങ്കിലും നീയവളെ സ്നേഹിച്ചു തുടങ്ങണം. നിന്നെ വിശ്വസിച്ച് എല്ലാമുപേക്ഷിച്ച് എറങ്ങിവന്നതാണെന്ന കാര്യം നീ മറക്കരുത്..."

അന്നു പകൽ അവർക്കിടയിൽ സംഭവിച്ചതെന്താണെന്ന് അപ്പോഴും പോൾ എന്നോടു തുറന്നു പറഞ്ഞില്ല. പിന്നീടും പറഞ്ഞിട്ടില്ല. പോൾ സാധാരണപോലെ പിന്നീടും എന്റെ വീട്ടിൽ വരുകയും സോഫിയയോടു സംസാരിക്കുകയും വീട്ടിൽനിന്ന് ഊണുകഴിക്കുകയും ചെയ്തു. പക്ഷേ, സോഫിയ പ്രസന്നതയുള്ള ഒരു മൗനിയുടെ ഭാവം സ്വീകരിച്ചുകഴിഞ്ഞിരുന്നു.

ഒരു ദിവസം ഫ്ളാറ്റിൽവെച്ച് യാദൃച്ഛികമായി ഞാനവരുടെ ഗാഢമായ ബന്ധം നേരിൽ കണ്ടു. ഞാൻ ചെറുതായൊന്ന് അമ്പരന്നു എന്നത് ശരിയാണ്. അന്നേ ദിവസം മൗനവ്രതത്തിലായിരുന്ന ഞാൻ അതു ലംഘിച്ചുപോവുമോ എന്നുവരെ ഭയന്നു. ഒരുപക്ഷേ, പോളും സോഫിയയും അങ്ങനെ സംഭവിക്കുകയാണെങ്കിൽ വേണ്ട മുൻകരുതലുകളും എടുത്തിട്ടുണ്ടായിരിക്കണം. ഒരു തുണ്ടു കടലാസിൽ ഞാൻ പോളിനെ എഴുതിക്കാട്ടി. "എമറാൾഡിലിരിക്കാം, അങ്ങോട്ടുവരൂ. തിടുക്കം വേണ്ട."

എന്റെയും പോളിന്റെയും സ്ഥിരം സങ്കേതമായ എമറാൾഡ് ബാറിലേക്കാണ് ഞാൻ പോയത്. തലങ്ങും വിലങ്ങും ഞാൻ ചിന്തിച്ചുനോക്കി. പോളിന്റെ ചെയ്തിയെ കുറ്റപ്പെടുത്താനോ സോഫിയയുടെ നിലപാടിനെ നിഷേധിക്കാനോ എനിക്കാവുമായിരുന്നില്ല. ഒന്നും വളരെപ്പെട്ടെന്ന് സംഭവിച്ചതല്ലെന്നും അതിൽ എനിക്കുള്ള പങ്ക് നിസ്സാരമല്ലെന്നും മനസിലാക്കാൻ എനിക്കു കഴിയുന്നുണ്ടായിരുന്നു.

ഞാൻ പോളിനെ പ്രതീക്ഷിച്ച് അൽപ്പം വൈകുംവരെ അവിടെത്തന്നെയിരുന്നു. പോൾ വന്നില്ല. അതുകൊണ്ട് മദ്യപിച്ചശേഷം ഞാൻ വീട്ടിലേക്കുതന്നെ ചെന്നു. പോൾ അപ്പോഴും അവിടെ ഇരിപ്പുമുറിയിൽ എന്നെയാവണം, കാത്തിരിക്കുന്നുണ്ടായിരുന്നു. സോഫിയ കുറച്ചുമാറി സോഫയിൽ പിറകിലേക്ക് മലർന്ന് ഇരിക്കുകയാണ്. ഞാൻ കയറിച്ചെന്നപ്പോൾ രണ്ടുപേരും എണീറ്റു. രണ്ടുപേരെയും നോക്കി ഞാൻ പുഞ്ചിരിച്ചെങ്കിലും അവരാരും എന്നെനോക്കി ചിരിച്ചില്ല.

കുറച്ചുകഴിഞ്ഞ് പോൾ പറഞ്ഞു:

"സോഫിക്ക് ഒന്നു പള്ളിയിൽ പോണംന്ന് പറയുന്നു. ഞാൻ കൂടെ പോയിട്ടുവരാം."

ഷർട്ടഴിച്ചുകൊണ്ട് ശരി എന്ന അർഥത്തിൽ ഞാൻ തലയാട്ടി. അൽപ്പസമയത്തിനകം അവർ പള്ളിയിലേക്ക് പോയി. നിരത്തിലൂടെ മുന്നിൽപ്പി

റകിലായി അവർ നടന്നുനീങ്ങുന്നത് ജനലിലൂടെ എനിക്കു കാണാമായിരുന്നു. അരമണിക്കൂറിനകം സോഫിയ മാത്രം മടങ്ങി വരികയും ചെയ്തു.

അന്നുതന്നെ ഇനിയും എന്നെ നേരിടാൻ മടിതോന്നുന്നതുകൊണ്ട് പോൾ അവന്റെ താമസസ്ഥലത്തേക്കോ മറ്റോ പോയിക്കാണണം. പള്ളിയിൽനിന്നു വന്നശേഷം ഞാൻ സോഫിയയോട് എന്തെങ്കിലും ചോദിക്കുകയോ അവളെന്തെങ്കിലും പറയുകയോ ചെയ്തില്ല.

പിന്നീട് എനിക്ക് രാത്രി ജോലിയുള്ളപ്പോഴൊക്കെ എന്റെ അറിവോടെ പോളവിടെ താമസിച്ചു. ഒരിക്കലും സോഫിയയെ കാണാനായി മാത്രം പോളവിടെ വന്നിരുന്നില്ലെന്ന് എനിക്കുറപ്പാണ്.

ഏതാണ്ട് ഒരു വർഷംകൂടി കഴിഞ്ഞ് എന്നെയും പോളിനെയും വിട്ടുപോകുന്നതിനുള്ള തീരുമാനം സോഫിയ ഞങ്ങളോട് രണ്ടുപേരോടുമായിട്ടാണ് പറഞ്ഞത്. ഒരിക്കലും അതിജീവിക്കാൻ കഴിയില്ലെന്നുറപ്പുള്ള ഒരു ജീവിത പ്രശ്നത്തിനുമുന്നിൽ ചെന്നകപ്പെട്ടതുപോലെ പോൾ വല്ലാതായി. ഞാനന്നും മൗനവ്രതത്തിലായിരുന്നു. പതിവായി ആശയവിനിമയത്തിനുപയോഗിച്ചുവന്നിരുന്ന എന്റെ ചെറിയ നോട്ടുബുക്ക് എഴുതിയെഴുതി നിറഞ്ഞുപോയതിനാൽ മറ്റൊരു കടലാസ് തിരയാൻ ഞാൻ മിനക്കെട്ടില്ല.

പുതിയൊരു കുറിപ്പു പുസ്തകം ഉടനെ വാങ്ങിവെക്കണമല്ലോ എന്നു മാത്രമോർത്തു. അപ്പോൾത്തന്നെ സോഫിയ പോയിക്കഴിഞ്ഞാൽ വീട്ടിൽ പിന്നീടൊരു ആശയവിനിമയത്തിനായി പേനയുടെയും പേപ്പറിന്റെയും ആവശ്യം വരുന്നില്ലെന്നും ഞാൻ തിരിച്ചറിഞ്ഞു. വർത്തമാനത്തെ സംബന്ധിച്ച് കുറച്ചുനേരം തനിച്ചിരുന്നാലോചിക്കാൻ പ്രേരിപ്പിക്കുന്ന ഒരു വസ്തുതയായിരുന്നു അത്.

സോഫിയയും പോളും അന്നും തൊട്ടടുത്തുള്ള പള്ളിയിലേക്ക് ഒന്നിച്ചുപോയി. വളരെ വൈകിയാണ് അവർ തിരിച്ചുവന്നത്. അതിനകം പോൾ കുറച്ച് കരഞ്ഞിട്ടുണ്ടെന്ന് എനിക്കു മനസിലായി. കണ്ണുകൾ കലങ്ങി സോഫിയയുടെ മുഖവും വാടിയിരുന്നു. ഞാനുണ്ടാക്കിവെച്ചിരുന്ന ചായ ഞങ്ങൾ മൂന്നുപേരും ചേർന്ന് കഴിച്ചു.

അന്ന് ഞങ്ങളുടെ പാർപ്പിടത്തിൽനിന്നിറങ്ങിപ്പോയ പോൾ ഒരു ഉത്തരേന്ത്യൻ യാത്ര കഴിഞ്ഞ് പത്തുമാസം കഴിഞ്ഞാണ് തിരികെയെത്തിയത്. അപ്പോഴേക്കും ഞാനും സോഫിയയും തമ്മിൽ നിയമപരമായി വേർപിരിഞ്ഞുകഴിഞ്ഞിരുന്നു. സോഫിയ പിന്നീട് എവിടേക്കുപോയി എന്നു ഞാനന്വേഷിച്ചില്ല. മടങ്ങിയെത്തി മറ്റൊരു കമ്പനിയിൽ ജോലിക്കു കയറിയ പോളും അന്വേഷിച്ചിട്ടുണ്ടാവില്ല. അവളെപ്പറ്റി ആകസ്മികമായിട്ടെങ്കിലും എന്തെങ്കിലും വിവരം കിട്ടിയിരുന്നെങ്കിൽ പോൾ എന്നോടു പറയുമായിരുന്നു എന്നത് തീർച്ചയാണ്. ഞങ്ങൾ രണ്ടാളും വീണ്ടും സൗഹൃദത്തിന്റെയും ഒറ്റപ്പെടലിന്റെയും വഴിയിലൂടെ നടന്നുനീങ്ങി. എന്നിട്ടും എമറാൾഡിൽ വെച്ചോ ചില സായാഹ്നയാത്രകളിൽ വെച്ചോ ചിലപ്പോഴെക്കെ ഞങ്ങൾ സോഫിയയെപ്പറ്റി അൽപ്പം ചിലതു സംസാരിച്ചു.

“ഒരിക്കൽ മാത്രം പോൾ കുറ്റസമ്മതം നടത്തി: ഞങ്ങൾക്കിടയിൽ പെട്ടെന്നു കയറി വളർന്നതെന്താണെന്ന് എനിക്കറിയില്ല ജയശീലാ. ഞങ്ങൾക്കിടയിൽനിന്ന് നിന്നെ ഒഴിവാക്കാനായി ഞങ്ങളൊന്നും ചെയ്തിട്ടില്ല. ഞാൻ തനിച്ച് സോഫിയയെ ആഗ്രഹിച്ചിട്ടുമില്ല. എപ്പോഴും സോഫി നിന്നെ സ്നേഹിച്ചിരുന്നു. അതെനിക്കറിയാം.”

പോൾ അങ്ങനെ പറഞ്ഞ ദിവസം ഞാൻ മൗനവ്രതത്തിലായിരുന്നില്ല. എന്നിട്ടും അതിനൊരു മറുപടിയോ വിശദീകരണമോ നൽകിയതുമില്ല. പോൾ അത് പ്രതീക്ഷിച്ചിട്ടുമുണ്ടാവില്ല. അങ്ങനെ സംസാരിച്ചതിനുശേഷം വർഷങ്ങൾ കടന്നുപോയി. ഇതിനിടയിൽ ഞങ്ങൾ രണ്ടാളും മദ്യപാനശീലം ഉപേക്ഷിച്ചുകഴിഞ്ഞിരുന്നു.

ഭക്ഷണശാലയുടെ നിശ്ശബ്ദത മുറിച്ച് പോൾ ആവശ്യപ്പെട്ടു. “നീ എന്തെങ്കിലുമൊന്ന് പറ. ഞാനിനി കല്യാണം കഴിക്കട്ടെ...”

ഭക്ഷണം എത്തിയിരുന്നു. ഞങ്ങൾ പ്ലേറ്റുകൾ അടുപ്പിച്ചുവെച്ചു. ഗ്ലാസിൽ വെള്ളം നിറഞ്ഞു. പരിചാരകൻ വട്ടത്തളിക മാറോടമർത്തി നടന്നുപോയി. ഞാൻ തിരക്കി:

“ആളെ കണ്ടെത്തിയത് നീയോ അതോ നിന്റെ വീട്ടുകാരോ....?”

“ഇല്ല, ആരെയും കണ്ടെത്തിയിട്ടില്ല. നിന്നോട് ഡിസ്കസ് ചെയ്യാതെ ആളെ അന്വേഷിക്കേണ്ടെന്ന തീരുമാനത്തിലാ ഞാൻ.”

അപ്പോഴാണ് രാധികയുടെ കാര്യം ആദ്യമായി ഞാൻ പറഞ്ഞത്. ഇന്റേൺഷിപ്പ് പൂർത്തിയാക്കി ഞങ്ങളുടെ പത്രത്തിൽ ജോലിക്കു കയറിയ കുട്ടിയായിരുന്നു രാധിക. വളരെ നിഷ്കളങ്കമായ ഒരു മുഖവും ഇത്തിരി തടിച്ച ശരീരവുമായിരുന്നു രാധികയ്ക്ക്. മിശ്രവിവാഹത്തിൽ താൽപ്പര്യമുണ്ടെന്ന് ആരോ പറഞ്ഞ് ഞാൻ കേട്ടിരുന്നു.

“ഓഫീസിൽ ഒരു കുട്ടിയുണ്ട്. രാധിക നീയൊന്നു കണ്ടു സംസാരിച്ചു നോക്ക്.”

അതിനെ നിഷേധിച്ചുകൊണ്ട് സ്വസമുദായത്തിൽ നിന്നേ പോൾ വിവാഹം കഴിക്കൂ എന്നാണ് ഞാൻ ധരിച്ചത്. ഞാൻ പറഞ്ഞതുകൊണ്ടാണോ എന്നറിയില്ല. ഒരു ദിവസം രാധികയുടെ ഫ്ളാറ്റിൽപ്പോയി പോൾ അവളെ കണ്ടു. അവളുടെ വീട് വടക്കെവിടെയോ ആയിരുന്നു. പത്രത്തിലെ ഒന്നു രണ്ടു പെൺജോലിക്കാരോടൊപ്പം ഒന്നിച്ചുതാമസിക്കുകയായിരുന്നു അവൾ. പിന്നീട് അവർ തമ്മിൽ ഇടയ്ക്കിടെ ഫോണിൽ വിളിക്കുകയും നേരിൽ കാണുകയുമൊക്കെ ചെയ്തിട്ടുണ്ട്.

ഒരു ദിനം എന്റെ കൂടി പങ്കാളിത്തത്തോടെ വിവാഹിതരായി പോളും രാധികയും പുതിയൊരു ഫ്ളാറ്റിലേക്ക് താമസം മാറി. ഒരു മാസം നീണ്ടുനിന്ന മൗനവ്രതത്തിന് ഒരു ദിവസത്തേക്ക് മുടക്കം നൽകിയാണ് ഞാനവരുടെ വിവാഹത്തിൽ പങ്കുകൊണ്ടത്. സന്തുഷ്ടി നിറഞ്ഞ വൈവാഹിക ജീവിതമായിരുന്നു അവരുടേത്. വൈകാതെ ഞാനും പോളും തമ്മിലുള്ള കൂടിക്കാഴ്ചകളുടെ എണ്ണം കുറഞ്ഞു. എനിക്കതിൽ പരാതിയോ അതൃപ്തിയോ തോന്നിയതേയില്ല.

രാധികയുടെ പ്രസവം കഴിഞ്ഞ് നാലുദിവസം പിന്നിട്ടു. ആശുപത്രിയിൽ ഞാൻ ഇടയ്ക്കിടെ പോകാറുണ്ടായിരുന്നു. സിസേറിയൻ ആയിരുന്നതിനാലും രാധികയുടെ ശാരീരികനില മോശമായിരുന്നതിനാലും ഡോക്ടർമാരുടെ നിരന്തര പരിചരണത്തിലായിരുന്നു അത്രയും ദിവസം അവൾ.

ഡിസ്ചാർജ് ചെയ്യേണ്ടതിന്റെ തലേദിവസം അവളെ ശുശ്രൂഷിച്ചിരുന്ന ഡോക്ടർമാർ ഭയന്നിരുന്നതുപോലെ, രാധികക്ക് ഒരു ഹൃദയാഘാതമുണ്ടായി. കാഠിന്യമേറിയതും തരണം ചെയ്യാൻ വളരെ പ്രയാസമുള്ളതുമായിപ്പോയി അവളുടെ ഹൃദയനില. രാധികയുടെ ജീവിതം കോമയിലേക്കു പ്രവേശിച്ചു. മയക്കം വിട്ടുണരുമ്പോൾ അവൾ പോളിനെ മാത്രം തിരിച്ചറിഞ്ഞു. മകളെ പ്രസവിച്ച കാര്യം രാധിക ഏറെക്കുറെ മറന്നുപോയിരുന്നു. ആ അവസ്ഥയറിഞ്ഞ് ഞാൻ നടുങ്ങിപ്പോയി. എനിക്ക് പോളിനെ ആശ്വസിപ്പിക്കാനായില്ല. എനിക്കെന്നല്ല ആർക്കുംതന്നെ.

രാധികയുടെ ആരോഗ്യനിലയെപ്പറ്റി ഡോക്ടർമാർ നിസ്സഹായരായി പോളിനോടു തുറന്നുപറഞ്ഞ ദിവസം ഞങ്ങൾ വർഷങ്ങൾക്കുശേഷം എമറാൾഡിലേക്കു പോയി. തികച്ചും നിശ്ശബ്ദനായിരുന്നു പോൾ അപ്പോഴെല്ലാം. എന്റെ രീതി വിട്ട് അവനോട് ആശ്വസിപ്പിക്കുംവിധം കുറേയേറെ സംസാരിക്കേണ്ടിവന്നു. അന്ന് മദ്യം വരുത്തിയിരുന്നുവെങ്കിലും പോൾ അതു തൊടുകയുണ്ടായില്ല. പതിവില്ലാതെ രണ്ടെണ്ണത്തിൽനിന്ന് ഞാൻ മൂന്നണ്ണത്തിലേക്ക് കടന്നു. അന്നേരം പോൾ പതിയെ പറഞ്ഞു.

"നീ അറിഞ്ഞിട്ടുണ്ടോ എന്ന് എനിക്കിപ്പോഴുമറിയില്ല ജയശീലാ..."

മദ്യത്തിനുമുകളിലൂടെ ഞാൻ പോളിനെ നോക്കി.

"സോഫിയിൽ എനിക്കൊരു കുഞ്ഞു വളർന്നിരുന്നു."

മുഖത്തെ മാംസപേശികൾ അനക്കാതെ താഴ്ന്നസ്വരത്തിൽ പോൾ പറഞ്ഞു. അതുവരെ അറിയാതിരുന്ന വർത്തമാനം പെട്ടെന്നു കേട്ടതുകൊണ്ടാവണം ഞാനൊന്നു ചകിതനായിപ്പോയി. എന്റെ നെഞ്ച് സാവധാനം മിടിപ്പുയർത്താൻ തുടങ്ങി.

"നിനക്കു അപമാനമാവേണ്ട എന്നു കരുതി ഞാനും സോഫിയും അതു വേണ്ടെന്നുവച്ചു. അതിനെ ഞങ്ങൾ കൊന്നു കളഞ്ഞു.

പോൾ ഒന്നു വിതുമ്പി.

"ഞങ്ങൾ അതിനെ ഒരുപാട് ആഗ്രഹിച്ചുപോയിരുന്നെടാ. എന്നിട്ടും നിന്നെയോർത്ത്..."

അവൻ കൈലേസെടുത്ത് പെട്ടെന്ന് കഴുത്തും പിന്നീട് മുഖവും തുടച്ചു. അത് കൃത്രിമമായിട്ടല്ലെന്ന് എനിക്കു മനസിലായി. മുന്നിലിരുന്ന് സങ്കടപ്പെടുന്നയാളെ ഇപ്പോൾ ഏതു നിലയ്ക്കായാലും സമാധാനിപ്പിക്കേണ്ടയാൾ ഞാനാണ്. പോൾ തുടർന്നു:

"എനിക്കിപ്പോ രാധികയെ ഫേസ് ചെയ്യാൻ വയ്യ. ഞാൻ .... ഞാനവളെ വിവാഹം കഴിക്കാൻ പാടില്ലായിരുന്നു. എന്നെപ്പോലെയൊന്നും ജീവി

ച്ചിട്ടില്ലാത്ത ഒരു പാവം പെൺകുട്ടിയോട് മാപ്പുചോദിക്കാനാവാത്ത തെറ്റുകൾ ചെയ്തത്....”

ഞാൻ പോളിനെ തടുത്തു. മുന്നിൽ നിലനിൽക്കുന്ന സാഹചര്യങ്ങൾ മാത്രമാണിപ്പോൾ പരിഗണിക്കേണ്ടതെന്ന് എനിക്കു തോന്നി.

“മാര്യേജിനുശേഷമുള്ള നിന്റെ ലൈഫും രാധികയോടുള്ള ഡെഡിക്കേഷനും മാത്രം ഇപ്പോ നോക്കിയാപ്പോരെ... വെറുതെ, കഴിഞ്ഞതാലോചിച്ച് മനസ്സ് ചീത്തയാക്കേണ്ട....”

ആ വിധമുള്ള വാക്കുകൾ പറഞ്ഞ് പോളിനെ ആശ്വസിപ്പിക്കാൻ എനിക്കെങ്ങനെയാണ് കഴിയുന്നതെന്നോർത്ത് ഞാൻ അതിനിടയിലും അത്ഭുതപ്പെടാതിരുന്നില്ല. സോഫിയ എന്ന സ്ത്രീ അപ്പോഴേക്കും എനിക്ക് തീർത്തും അപരിചിതയായിക്കഴിഞ്ഞിരുന്നതാവാം അതിന്റെ കാരണമെന്നും ഞാൻ സമാധാനിച്ചു.

എന്റെ മനസിൽ ‘കാവൂട്ടി’ എന്നു വിളിച്ചു തുടങ്ങിയ പോളിന്റെ മകളുടെ രൂപം നിറഞ്ഞു കിടക്കുകയായിരുന്നു. ഒടുക്കം ഞങ്ങളിറങ്ങി നടന്ന് വീണ്ടും ആശുപത്രിയിലെത്തി.

പിറ്റേന്നു പുലർച്ചെ രാധിക മരിച്ചു.

ഈർപ്പം പിടിച്ചപോലെ നിർമിച്ചിട്ടുള്ള ഐ സി യുവിന്റെ ചില്ലുവാതിലിൽ രാധികയുടെ ചിരിക്കുന്ന മുഖം തെളിയുന്നതായി എനിക്കുതോന്നി. പോൾ കുഞ്ഞിനെയും മാറോടടക്കി അവിടെനിന്ന് പൊട്ടിക്കരയുകയായിരുന്നു. അവനെ ആശ്വസിപ്പിക്കാൻ ശ്രമിക്കുന്ന ഡോക്ടർമാരും അവന്റെ ചില സുഹൃത്തുക്കളും. രണ്ടു തവണ പോളിന്റെ കൈയിൽനിന്ന് കുഞ്ഞിനെ വാങ്ങാൻ ഞാൻ ശ്രമിച്ചെങ്കിലും അവൻ അതിനെയെനിക്ക് വിട്ടുതന്നില്ല. അവന്റെ പിടിമുറുക്കത്തിൽ അസഹ്യയായി കുഞ്ഞ് പതുക്കെപ്പതുക്കെ കരഞ്ഞുതുടങ്ങിയപ്പോഴാണ് ഒരു നഴ്സ് വന്ന് ശാസനയോടെ പോളിൽനിന്ന് കുഞ്ഞിനെ വാങ്ങിയത്.

വെളുത്ത തുണി ആപാദം പുതച്ച് ഉറങ്ങിക്കിടക്കുന്നതുപോലെ കിടക്കുന്ന രാധികയെ പിന്നീട് ഞാൻ ചെന്നു കണ്ടു. ആ സമയത്തും രാധികയുടെ മാതാപിതാക്കളാരും എത്തിയിരുന്നില്ല, പോളിന്റെ ബന്ധുക്കളും.

പിന്നീട് കുറെ നാളുകൾകൂടി പോളും അവന്റെ കുഞ്ഞും ഈ നഗരത്തിൽ കഴിഞ്ഞു. ഇടയ്ക്കിടെ അവൻ കുഞ്ഞിനെയുമെടുത്ത് എന്നെ കാണാൻ വരുമായിരുന്നു.

കാവൂട്ടി വരുമ്പോൾ അതിനെ കൊഞ്ചിക്കാൻവേണ്ടി പിന്നീടുള്ള വർഷങ്ങളിൽ ഞാൻ മൗനവ്രതമെടുത്തില്ല. അതേസമയം പഴയപോലുള്ള ഒരടുപ്പം പോളിനോട് എനിക്കുണ്ടായിരുന്നുമില്ല. ഒരു വസന്തകാലംപോലെ ഞങ്ങൾക്കിടയിലെ സൗഹൃദം അവസാനിച്ചു കഴിഞ്ഞിരുന്നു. കാവൂട്ടി കൂടിയുണ്ടായിരുന്നില്ലെങ്കിൽ എന്നെന്നേക്കുമായി ഞങ്ങളുടെ കൂടിക്കാഴ്ചകൾ നിന്നുപോകുമായിരുന്നു.

നിതാന്തമായ കരിമേഘങ്ങളും ഇടിമുഴക്കങ്ങളും പേമാരികളും നഗരത്തെത്തന്നെ പിളർത്തി. പലപ്പോഴും കുഞ്ഞിനെ മഴ നനയിച്ച് കൊണ്ടു

വരുന്നതിന്റെ പേരിൽ ഞാൻ പോളിനോട് വഴക്കിട്ടു. അല്ലെങ്കിൽ മറ്റെന്തെങ്കിലും നിസ്സാരകാരണങ്ങൾക്ക്. പിന്നെപ്പിന്നെ പോൾ എന്നെ കാണാൻ വരാതായി. ഒടുക്കം വന്നപ്പോഴാണ് അവനെനിക്ക് പെന്റാ മേനകയ്ക്കു മുന്നിലെ ഉന്തുവണ്ടിക്കാരനിൽനിന്ന് വാച്ച് വാങ്ങിത്തന്നത്.

പിന്നീട് പോളും മകളും നഗരംവിട്ടുപോയി. സോഫിയയെപ്പോലെ, രാധികയെപ്പോലെ അവരും എവിടെയോ മറഞ്ഞു.

കൈയിലിരിക്കുന്ന ചത്ത വാച്ചിനെ ഞാൻ തിരിച്ചും മറിച്ചും നോക്കി. നടപ്പാതയിലൂടെ ആഹ്ലാദഭരിതരായി നടക്കുന്ന വിദേശികൾ. സിൻഡെറല്ല എന്നു ഞാൻ പേരിട്ട കുട്ടി മണലിൽ കുന്തിച്ചിരുന്ന് തിരകളെ തല്ലുകയാണ്. അവളുടെ വെളുത്ത ഉടുപ്പ് ഏറെക്കുറെ നനഞ്ഞുകഴിഞ്ഞിരിക്കുന്നു.

സിൻഡെറല്ലയെ അന്വേഷിച്ച് ആരും വരാത്തതെന്തെന്ന് ഞാൻ ആലോചിച്ചു. ചിലപ്പോൾ, ദൂരെ മത്സ്യത്തട്ടുകൾക്കരികിൽ കൗതുകപൂർവം നിൽക്കുന്ന അനേകം വിദേശികൾക്കിടയിൽ അവളുടെ മാതാപിതാക്കളും നിൽക്കുന്നുണ്ടാകാം. അവർ ഇടയ്ക്കിടെ മകളെ ശ്രദ്ധിക്കുന്നുണ്ടായിരിക്കാം.

പെട്ടെന്ന് സിൻഡെറല്ല കളി നിറുത്തി എന്നെ സൂക്ഷിച്ചു നോക്കി. എന്നിട്ട് അതുവരെ കാണിക്കാതിരുന്ന സാമർഥ്യത്തോടെ എന്നെ നോക്കി മനോഹരമായി പുഞ്ചിരിച്ചു. അത്രനേരം അവളുടെ ചെയ്തികൾ എന്നെ കാണിച്ചുതന്ന് രസിപ്പിച്ചിട്ടും ഞാൻ ചങ്ങാത്തംകൂടാതിരുന്നതിന്റെ മധുരമായ മറുപടിപോലെ ആ ചിരി തെല്ലുനേരം മായാതെ നിന്നു. സിൻഡെറല്ല ആൾക്കൂട്ടത്തിലേക്ക് ഓടിക്കയറി.

ദൂരെ വിരസമായിക്കഴിഞ്ഞ ചാരക്കടൽ. ഇളകിയിളകിക്കിടക്കുന്ന നാവികർക്കുള്ള വഴിയടയാളങ്ങൾ. ഒരേ മട്ടിൽ പണിയെടുത്തുകൊണ്ടിരിക്കുന്ന തുഴവള്ളക്കാർ. അവർക്കൊക്കെയിടയിലൂടെ അങ്ങുമിങ്ങും നടന്നുപൊയ്ക്കൊണ്ടിരിക്കുന്ന സഞ്ചാരികൾ. ഞാൻ ചത്ത വാച്ചിനെ എന്റെ കൈത്തണ്ടയിൽത്തന്നെ പഴയതുപോലെ കെട്ടിയുറപ്പിച്ചു. എന്നിട്ട് ദ്രവിച്ച മരക്കുറ്റിയിൽ നിന്നിറങ്ങി ആൾക്കൂട്ടത്തിനെതിർവശത്തേക്കു നടന്നു.

ശിശുവായി മരണം മാത്രം

സമയം രാത്രി പത്തുമണി. പനിക്കാലത്തെ ഒരു കരിമ്പടത്തിന കംപോലെ നഗരത്തിലെ ചൂടുവായു തിങ്ങിക്കിടക്കുന്ന ഉഷ്ണമാസം. ഗ്ലാസ് ഫാക്ടറി റോഡിലെ വാടകവീടിന്റെ മുകൾനിലയിൽ ഞാനും ഭാര്യയും രാത്രിഭക്ഷണം കഴിക്കാൻ തീരുമാനിച്ച സമയംകൂടിയായിരുന്നു അത്.

എന്റെ വരപ്പുമുറിയിലിരുന്ന് ദിനപത്രത്തിന്റെ മുഖപ്രസംഗ പേജിൽ വന്ന ലേഖനങ്ങൾ ഒന്നുകൂടി വായിക്കുകയായിരുന്നു ഞാൻ. രാഷ്ട്രീയ കാർട്ടൂണുകൾ വരയ്ക്കുന്നത് ജോലിയായിരുന്നതിനാൽ അവ ശ്രദ്ധാ പൂർവം വായിക്കേണ്ടത് അത്യാവശ്യമായിരുന്നു.

പത്രങ്ങൾ മേശമേൽ മടക്കിവെച്ച് ഞാനെണീറ്റ് ചാരിയിട്ടിരുന്ന കതക് തുറന്ന് കിടപ്പുമുറിയിലേക്ക് നടന്നു. അപ്പോഴെനിക്ക് നേരിയൊരു ശ്വാസ തടസം അനുഭവപ്പെട്ടു. അകത്ത് മേശവിളക്കിന്റെ ഇളംനീല വെളിച്ച ത്തിൽ കമ്പ്യൂട്ടർ സ്റ്റാന്റിനരികിൽ വെച്ച പുസ്തകത്തിൽ പെൻസിൽ കൊണ്ട് എന്തോ എഴുതിയെടുക്കുകയായിരുന്നു മീര. ശബ്ദമറിഞ്ഞ് അവ ളെന്നെ മുഖംതിരിച്ചുനോക്കി വീണ്ടും എഴുത്ത് തുടർന്നു. പിന്നീട് ഇടം കൈകൊണ്ട് മൗസ് ചലിപ്പിച്ച് സ്ക്രീനിൽ നോക്കി എന്തോ വിവരങ്ങൾ കൂടി ശ്രദ്ധയോടെ കുറിച്ചെടുത്തു. ഞാനപ്പോഴും അകാരണമായൊന്നു ചുമച്ചു. ശ്വാസകോശത്തിലേക്ക് ചെന്നു തറയ്ക്കുന്ന ഒരുതരം കുത്തിച്ചു മയായിരുന്നു അത്. വീണ്ടും ഒന്നുരണ്ട് തവണകൂടി ഞാൻ ചുമച്ചു. ജല ദോഷക്കോളോ കഫക്കെട്ടോ മറ്റെന്തെങ്കിലും അസ്വസ്ഥതയോ എനി ക്കുണ്ടായിരുന്നില്ല. മീര ശിരസുയർത്തി നോക്കി. പ്രത്യേകിച്ചൊന്നുമില്ല എന്നർഥമാക്കുന്ന തരത്തിൽ ഞാൻ ശിരസിളക്കിക്കൊണ്ട് അവളോട് ചോദിച്ചു:

“ഊണു കഴിച്ചാലോ.....?”

ഒന്നു മൂളിയശേഷം അൽപ്പംകൂടി കഴിഞ്ഞ് സിസ്റ്റം പ്രവർത്തനരഹിതമാക്കി കുറിപ്പുപുസ്തകവും പെൻസിലുമായി അവളെഴുന്നേറ്റു. ആ സമയം അകത്തെ മുറിയിൽ നിന്നുകൊണ്ട് പരിശീലനം ലഭിച്ച ഒരു നായയെപ്പോലെ ഞാൻ പരിസരത്തെ പലവിധത്തിൽ ശ്വസിച്ചെടുക്കുകയായിരുന്നു. അസാധാരണമായ എന്തോ മാറ്റം അന്തരീക്ഷത്തിനുണ്ടായതായി ഞാൻ അതിനകം മനസിലാക്കിക്കഴിഞ്ഞിരുന്നു. പക്ഷേ, അതെന്താണെന്ന് തിരിച്ചറിയാൻ എനിക്ക് കഴിയുമായിരുന്നില്ല. മീര കടന്നുവന്നപ്പോൾ സംശയിച്ചുകൊണ്ട് ഞാൻ പറഞ്ഞു:

"താഴെ റോഡിലിട്ട് ആരോ വേസ്റ്റ് കത്തിക്കുന്നുണ്ട്. ശ്വാസം മുട്ടീട്ട് വയ്യ..."

അക്കാര്യം പരിശോധിച്ചറിയുന്നതുപോലെ മീരയും പ്രത്യേക തരത്തിൽ ശ്വാസം വലിച്ചെടുക്കാൻ തുടങ്ങി. അതോടെ അവളുടെ മുഖഭാവം മാറുകയും ചെയ്തു. രണ്ടുതവണ അവളും ചുമച്ചു. എനിക്കും ശ്വാസം സുഗമമായി കിട്ടാതായിക്കഴിഞ്ഞിരുന്നു. ചുമയ്ക്കുന്നതിനിടയിൽ പരിഭ്രമത്തോടെ മീര എന്നെ നോക്കി. ഞാൻ വളരെ തിടുക്കത്തിൽ ബാൽക്കണിയിലേക്ക് കടന്ന് പുറത്തേക്ക് നോക്കി. എന്റെ ഊഹം ഏറെക്കുറെ ശരിയായിരിക്കുന്നതായി എനിക്കനുഭവപ്പെട്ടത് അപ്പോഴാണ്.

പടിഞ്ഞാറുവശത്തുള്ള മൈതാനത്തിന് മുകളിൽ ഇഴയടുപ്പമുള്ള വലകെട്ടിയിട്ടതുപോലെ കനത്ത പുകപടലം ഇറങ്ങിക്കിടക്കുന്നുണ്ടായിരുന്നു. അതിനപ്പുറമുള്ള വീടുകളുടെയും മരങ്ങളുടെയും നിര കാണാൻ വയ്യ. ഞങ്ങളുടെ വീടിരിക്കുന്ന ഭാഗവും പഴയ ഗ്ലാസ് ഫാക്ടറി നിലനിന്നിരുന്ന പ്രദേശവുമെല്ലാം സംസ്ഥാനത്തിന്റെ വ്യവസായമേഖലയിലുൾപ്പെടുന്നതാണ്. അതിനപ്പുറം കേന്ദ്രസർക്കാരിന്റെ അധീനതയിലുള്ള വ്യവസായസ്ഥാപനങ്ങൾ. കാലങ്ങളായി പലവിധത്തിലുള്ള രോഗങ്ങളെ നിത്യജീവിതത്തിൽ നേരിട്ടുകൊണ്ടിരിക്കുന്നവരായിരുന്നു ഇവിടുള്ളവരിൽ ഏറെപ്പേരും. പക്ഷേ ഇപ്പോഴെന്താണ് സംഭവിച്ചിരിക്കുന്നത് എന്നു മനസിലാകുന്നില്ല.

ഞാൻ വേഗം അകത്തേക്ക് പിന്തിരിഞ്ഞ് ബാൽക്കണിയിലേക്ക് തുറന്നിട്ടിരുന്ന കതകും ജനലും അടച്ചുകുറ്റിയിട്ടു. ദുഷ്കരമായ ഹിമപടലം പോലെ എന്നിലേക്ക് ഭയം നിറയാൻ തുടങ്ങി. എന്റെ മസ്തിഷ്കത്തിലെ മുന്നറിയിപ്പുകേന്ദ്രങ്ങൾ ഉണർന്നുകഴിഞ്ഞിരുന്നു. അപ്പോഴും കസേരയിലിരുന്നുകൊണ്ട് നെഞ്ചമർത്തി ചുമയ്ക്കുകയായിരുന്നു മീര.

"പൊറത്തേ, പൊകപോലെ എന്തോ ഉണ്ട്. എന്താ പറ്റിയേന്നറിയില്ല..."

തിടുക്കത്തിൽ മുറികളുടെ തുറന്നുകിടക്കുന്ന ജനലുകൾ ഞാൻ അടയ്ക്കാനാരംഭിച്ചു. മുകൾനിലയിലുള്ള വീടായതിനാൽ നാലുദിക്കിൽ നിന്നും കാറ്റ് കയറിവരാനുള്ള സാധ്യത വളരെക്കൂടുതലാണ്.

"എന്റെ കണ്ണു നീറുന്നു! എനിക്ക് കണ്ണു തൊറക്കാനേ കഴിയുന്നില്ല....."

മീരയുടെ പരിഭ്രമം നിറഞ്ഞ സ്വരം കേട്ട്, മുഖം മൂടിക്കെട്ടാനുള്ള തൂവാലകൾ തിരയുകയായിരുന്ന ഞാൻ അതെല്ലാമുപേക്ഷിച്ച് ഓടി

ച്ചെന്നു. ആ നിമിഷം തുറന്ന കണ്ണുകളുമായി അവളെ സമീപിക്കാൻ കഴിയാത്തവിധം എന്റെ കണ്ണുകളും നീറിപ്പിടിക്കാൻ തുടങ്ങി. ഞാൻ ഫാനുകൾ പ്രവർത്തിപ്പിക്കുകയും ബെഡ്റൂമിലെ ശീതീകരണി തണുപ്പുകൂട്ടി തുറന്നുവെക്കുകയും ചെയ്തു. അങ്ങുമിങ്ങും സംസാരിക്കാൻ കഴിയാത്തവിധം ഞങ്ങൾ അവശരായിപ്പോയത് വളരെ പെട്ടെന്നാണ്. അതിനിടയിലും പ്രജ്ഞയുടെ ഒരു താക്കീതോടെ ടി വി ഓൺ ചെയ്ത് ഞാൻ വാർത്താചാനലുകൾ വെച്ചുനോക്കി. നഗരഭാഗത്ത് ഏതെങ്കിലും തരത്തിലുള്ള അപായം ഉണ്ടായിട്ടുള്ളതായി അതിൽ അറിയിപ്പ് വന്നിട്ടുണ്ടോ എന്നായിരുന്നു എന്റെ നോട്ടം. അങ്ങനെയൊന്നും വാർത്താചാനലുകളിൽ ഉണ്ടായിരുന്നില്ല.

എന്റെ ഇരുണ്ടുതുടങ്ങിയ മനസിലേക്ക് വെളുത്തുമഞ്ഞച്ച മണമില്ലാത്ത പുകപടലം മാത്രം നിറയാൻ തുടങ്ങി. അപ്പോൾ മീര കൈയെത്തിച്ച് സെൽഫോൺ എടുക്കുന്നതും അതിൽ ആരെയോ വിളിക്കുന്നതും ഞാനറിഞ്ഞു.

“ങാ.... ഹലോ.... തമ്പി സാറല്ലേ? ഇതു ഞാനാ, മീര. രാജീവന്റെ ഭാര്യ. ഇവിടെ എന്തെങ്കിലും പ്രശ്നമുള്ളതായിട്ടറിയാമോ.....?”

മീര ചുമച്ചുകൊണ്ട് ഞങ്ങളുടെ ന്യൂസ് എഡിറ്റർ കെ എൻ തമ്പിയോട് അന്വേഷിക്കുന്നത് ഞാൻ കേട്ടു. അടുത്തനിമിഷം ഞാൻ ഫോൺ പിടിച്ചുവാങ്ങി. ദൂരെയേതോ ഖനിയുടെ ഉള്ളിൽനിന്നെന്നപോലെ തമ്പിയുടെ പരിഭ്രാന്തമായ ശബ്ദം.

“അയ്യോ! നിങ്ങളിപ്പോഴും അവിടെത്തന്നെയാണോ....? സൾഫർ ഡയോക്സൈഡ് ചോർന്നതൊന്നും അറിഞ്ഞില്ലേ....?”

അതോടെ ആ ടെലിഫോൺ ബന്ധം തന്നെ തകർന്നു. മീരയുടെ കണ്ണുകളിലേക്ക് നോക്കി എല്ലാ പ്രതീക്ഷയും അറ്റ ഒരുവനെപ്പോലെ ഞാൻ സാവധാനം പറഞ്ഞു:

“ഫാക്ടറീലെ പ്ലാന്റിന് ചോർച്ചയുണ്ടായിട്ടുണ്ട്.”

വിശ്വസിക്കാനാവാതെ അവളെന്നെ നോക്കുന്നത് ഞാൻ കണ്ടു. അധികം ദൂരെയല്ലാതെ സ്ഥിതിചെയ്യുന്ന ഫാക്ടറിയുടെ മതിലുകൾ ഇപ്പോൾ പൊളിഞ്ഞുകഴിഞ്ഞിട്ടുണ്ടാകുമെന്ന് ഞാനന്നേരം കണക്കുകൂട്ടി. അന്തരീക്ഷത്തിലേക്ക് ഇരച്ചെത്തുന്ന വിഷവാതകം ഓക്സിജനെ അപായപ്പെടുത്തുമെന്നും ഭീകരമായ ആധിപത്യ പ്രവണതയോടെ മനുഷ്യരുടെ ശ്വാസകോശങ്ങളെ ഇനി കവർന്നെടുക്കുമെന്നും ഞാൻ ഭയപ്പെട്ടു. അങ്ങനെയെങ്കിൽ അധികം വൈകാതെതന്നെ അത്യന്തം വികൃതമായ നിലയിൽ ഞങ്ങളവിടെ കിടന്ന് മരിച്ചുപോകും.

എന്റെ ഭാര്യ ആർക്കിടെക്റ്റ് മീരയും ലേശം കറുത്തുമെലിഞ്ഞ കണ്ണടവെച്ച കാർട്ടൂണിസ്റ്റ് രാജീവനെന്ന ഞാനും നാളെ മാധ്യമപ്രതിനിധികൾക്ക് മുന്നിൽ അന്യോന്യം മാന്തിപ്പൊളിച്ച നിലയിൽ കണ്ണുതുറിച്ച് മൃതശരീരങ്ങളായി കിടക്കും. ഞങ്ങളുടെ രോമകൂപങ്ങളിൽനിന്ന് രക്തവും എന്റെ ലൈംഗികാവയവത്തിൽനിന്ന് രേതസും അവളുടെ മുലക്കണ്ണുകളിൽനിന്ന് സ്രവങ്ങളും പുറത്തുചാടിയിട്ടുണ്ടാകും. ആംബുലൻസിലെ അനേകം ശവശരീരങ്ങൾക്കൊപ്പം ഞങ്ങളുടെ വിറങ്ങലിച്ച ശരീരങ്ങളും

മോർച്ചറിയിലേക്ക് യാത്രയാകും. മോർച്ചറിയിൽ വിഷം തിങ്ങിയ ശ്വാസ കോശങ്ങൾ പൊട്ടിപ്പിളർന്നതിന്റെ രൂക്ഷഗന്ധം തങ്ങിനിൽക്കുന്നുണ്ടാവും. വിയർപ്പിന്റെയും മലമൂത്രത്തിന്റെയും പാട പറ്റിപ്പിടിച്ച മൃതശരീരങ്ങളിൽ നിന്ന് കീറിപ്പറിഞ്ഞ വസ്ത്രങ്ങൾ നീക്കി ഭിഷഗ്വരന്മാർ അന്തിമപരിശോ ധനകൾക്ക് തയാറെടുക്കും.

"മീരേ...?"

മറ്റൊരാശ്രയവുമില്ലാതെ ഞാനവളെ ഇറുകെ കെട്ടിപ്പിടിച്ചു. ഉയർന്നു താഴുന്ന എന്റെ നെഞ്ച് തടവി വിയർത്ത മുഖത്ത് പതുക്കെ ചുണ്ടു ചേർത്തുകൊണ്ട് വിറയാർന്ന സ്വരത്തിൽ മീര പറഞ്ഞു:

"എനിക്കു വയ്യ..."

ഞാൻ ആശ്വസിപ്പിച്ചു.

"നമുക്കു രക്ഷപ്പെടാം."

പക്ഷേ എവിടേക്ക് എന്നെനിക്ക് അറിയില്ലായിരുന്നു. അവളുടെ ചാണകപ്പച്ച നിറമുള്ള ബ്ലൗസിന്റെ ചുമലുകളിൽ പൂപ്പൽപോലെ വിയർപ്പ് പടരുന്നതും ഞാൻ കണ്ടു. ആ നിമിഷം ലോകത്തെ കണ്ടുമതിയായിട്ടി ല്ലെന്ന് എനിക്കു തോന്നി. എനിക്ക് ഇനിയും ജീവിക്കണമെന്ന ഉൾപ്രേര ണയുണ്ടായി. അതിജീവിക്കണം. ഒരു വാശിയോടെ ഞാൻ പറഞ്ഞു:

"നീയാ ഡോക്ടർ രാജലക്ഷ്മിയെ വിളിക്ക്. എന്താ ചെയ്യേണ്ടതെന്ന് ചോദിക്ക്. ഞാൻ താഴത്തെ ബഷീറിനെ കണ്ടിട്ടുവരാം."

തൊട്ടുതാഴത്തെ നിലയിൽ താമസിക്കുന്ന മറ്റൊരു കുടുംബമായി രുന്നു ബഷീറിന്റേത്. ഫോണിൽ മീര നമ്പറുകൾ തിരയുന്നതുകണ്ടു കൊണ്ട് ഞാൻ പുറത്തേക്ക് നീങ്ങി മുൻവശത്തെ കതക് തുറന്നു. ഞാൻ പകച്ചുപോയി. മുന്നിൽ ഒരു വെളുത്ത തിരശ്ശീല മാത്രമായിരുന്നു ഉണ്ടാ യിരുന്നത്. എന്റെ കണ്ണുകൾ അസഹ്യമായ വിധത്തിൽ ചുട്ടുനീറാൻ തുട ങ്ങി. ഒപ്പം അടിവയറ്റിൽനിന്ന് ഓക്കാനത്തിന്റെ കൂറ്റൻ തിരമാലകൾ തൊണ്ടക്കുഴിയെ ചാടിത്തൊടാനും ആരംഭിച്ചു.

കയറ്റിറക്കത്തിന്റെ നിരന്തര സമ്പർക്കംകൊണ്ടുള്ള പരിചയത്തിൽ താഴേക്കുള്ള പടികൾ ഞാൻ ചവിട്ടിയിറങ്ങി. താഴെയെത്തിയതോടെ ബഷീറിന്റെ കതകിന് തട്ടി തുറക്കാൻ, മര്യാദ മറന്ന് ഉച്ചത്തിൽ ആവ ശ്യപ്പെട്ടു. അകത്ത് വെളിച്ചമോ പതിവുള്ള മനുഷ്യശബ്ദങ്ങളോ ഉണ്ടാ യിരുന്നില്ല. വാതകത്തിന്റെ ഗർവിൽ കണ്ണുതുറക്കാൻ കഴിയാതായ ഞാൻ നിലത്ത് കുത്തിയിരുന്ന് ഒരു അന്ധനെപ്പോലെ അവരുടെ നാലുജോഡി പാദരക്ഷകൾ പരതിനോക്കി. അവയൊന്നുംതന്നെ അവിടെയുണ്ടായിരു ന്നില്ല. കൈവരിയിൽ ചാഞ്ഞുനിന്ന് താഴത്തെ നിലയിലെ രവിയെയും ഞാൻ വിളിച്ചു. അവിടെനിന്നും ആരും വിളികേട്ടില്ല. മൂന്നുനിലയുള്ള ആ കെട്ടിടത്തിൽ അപ്പോൾ ഞങ്ങൾ മാത്രമേ അവശേഷിക്കുന്നുള്ളൂ എന്നെനിക്ക് വൈകാതെ മനസിലായി.

മൂന്നാഴ്ചമുമ്പ് നഗരത്തിന്റെ പടിഞ്ഞാറൻഭാഗത്ത് ഫാക്ടറി യിൽനിന്ന് അമോണിയം വാതകം ചോർന്നതിനെത്തുടർന്ന് ഏറെപ്പേർ ആശുപത്രിയിൽ പ്രവേശിപ്പിക്കപ്പെട്ടിരുന്നു. അന്ന് പത്രത്തിനുവേണ്ടി അതേപ്പറ്റി ഞാൻ രണ്ടുകാർട്ടൂണും വരച്ചിരുന്നു. എന്നാൽ, തദ്ദേശവാ

സികളുടെ പ്രതിഷേധത്തെത്തുടർന്ന് അധികൃതർ അമോണിയം പ്ലാന്റ് അടച്ചിടുകമാത്രമാണ് അന്നു ചെയ്തത്. കുറച്ചുദിവസങ്ങൾ കഴിഞ്ഞപ്പോൾ അവരത് തുറന്നു പ്രവർത്തിപ്പിക്കുകയും ചെയ്തു. പക്ഷേ, ഇപ്പോൾ നേരിട്ടുകൊണ്ടിരിക്കുന്ന സ്ഥിതിയെപ്പറ്റി നാളെ പ്രതിഷേധസ്വരത്തിൽ കാർട്ടൂൺ വരയ്ക്കാൻ ഞാൻ ബാക്കിവരികയില്ലെന്നു ഏറെക്കുറെ എനിക്ക് തീർച്ചയായിക്കഴിഞ്ഞിരുന്നു.

മുകളിൽ തനിച്ചായിക്കഴിഞ്ഞ മീരയെപ്പറ്റി ആ നിമിഷത്തിൽ ഞാനോർത്തു. പുകമറയിലൂടെ തിരിച്ച് പടികൾ ചവിട്ടിക്കയറി. കയറിയിട്ടും കയറിയിട്ടും പടികൾ തീരുന്നുണ്ടായിരുന്നില്ല. ദൂരെനിന്ന മനുഷ്യരുടെ കൂട്ടനിലവിളികളും അഗ്നിശമനസേനാ വാഹനത്തിന്റെ ശബ്ദങ്ങളും എനിക്ക് കേൾക്കാനായി. ചാരിയിട്ടിരുന്ന കതക് തള്ളിത്തുറന്ന് ഞാനകത്തുകയറി.

മീര നിലത്ത് കുഴഞ്ഞുകിടക്കുന്നുണ്ടായിരുന്നു. ഒരു ദീനസ്വരത്തോടെ ഓടിച്ചെന്ന് ഞാനടുത്തിരുന്നപ്പോൾ പ്രാകൃതയായ അന്ധയെപ്പോലെ എന്റെ കൈകൾ സ്പർശിച്ചുകൊണ്ട് അവൾ പുലമ്പി.

"രാജു... എനിക്ക് വൊമിറ്റ് ചെയ്യാൻ തോന്നുന്നു. തല ചുറ്റുന്നപോലെ... നമുക്കെവിടെയെങ്കിലും പോകാം."

പെട്ടെന്ന് എവിടെനിന്നോ ഒരു കപ്പലിന്റെ സൈറൺ മുഴങ്ങി. ഒരായിരം തുറമുഖങ്ങൾ എന്റെ തലയിൽ വെളിച്ചമിട്ട് കാത്തുനിന്നു. പതിനായിരം നൗകകൾ പായകൾ വിടർത്തി ജലത്തിനുമീതെ വിശ്രമിച്ചു. പക്ഷേ അവിടേക്കൊക്കെ എത്താനുള്ള പാലങ്ങൾ തകർന്നുകിടക്കുകയായിരുന്നു.

മീരയുടെ മുഖത്ത് തൂവാല കെട്ടിക്കൊടുത്തിട്ട് ഞാൻ തിടുക്കത്തിൽ വീട് പൂട്ടി. വിയർത്തുപരന്ന അവളുടെ കൈത്തണ്ടയിൽ ബലമായി പിടിച്ച് വാതകമറയ്ക്കുള്ളിലൂടെ ഞാൻ വീണ്ടും താഴേക്കിറങ്ങാൻ തുടങ്ങി. ഒരിക്കലും കൈവിട്ടുപോകരുതെന്ന ഒരു മട്ടിൽ ഞാനവളെ എന്നോടു ചേർത്തു പിടിച്ചിട്ടുണ്ടായിരുന്നു.

എന്റെ തലയിലേക്ക് ആവിച്ച മനുഷ്യദേഹങ്ങളുടെ ചൂര് പടർന്നു. തിരൂരിൽ വന്നുനിന്ന ഒരു തീവണ്ടിയിലെ വാഗണിൽനിന്ന് ശ്വാസം കിട്ടാതെ തിങ്ങിമരിച്ച മനുഷ്യരുടെ പകുതിയിൽ നിലച്ചുപോയ ഞരക്കങ്ങൾ വീണ്ടും കേൾക്കുന്നതായി തോന്നി. ഭാരപ്പെട്ട നിമിഷങ്ങളെ ചവിട്ടിക്കടക്കുന്നതിനിടയിൽ ഒരൽപ്പം ദൂരെയായി ഗ്യാസ് ചേംബറും പോളിമറൈസേഷൻ ബ്യൂറോകളും കാത്തുനിൽക്കുന്നതായി അനുഭവപ്പെട്ടു. ഞാൻ വഴി തടഞ്ഞുനിന്നു. ചോദ്യഭാവത്തിൽ മീര എന്നെ നോക്കി. രസതന്ത്ര പരീക്ഷ കടന്നുകിട്ടാനായി തൊപ്പിയുമൂരി കൈയിൽപ്പിടിച്ച് ഓഷ്വിറ്റ്സിലെ നാസി കോൺസൻട്രേഷൻ ക്യാമ്പിൽ വരിനിന്ന സാധുമനുഷ്യരെ എനിക്ക് ഓർമവന്നു. വസന്തമെത്തുംവരെ ഈ നഗരത്തിലെ ഏതൊക്കെ മനുഷ്യരായിരിക്കും ജീവിച്ചിരിക്കുക? താഴെനിന്ന് അരിച്ചെത്തുന്ന വെളിച്ചത്തിൽ മീരയുടെ കരിവാളിച്ച മുഖം അപ്പോഴും എനിക്ക് കാണാമായിരുന്നു.

ഒരു മനുഷ്യനിൽനിന്നുയരുന്ന ജീവിക്കാനുള്ള ത്വരയുടെ ശക്തിയും തുടർപ്രവർത്തനങ്ങൾക്ക് അത് നൽകുന്ന പിന്തുണയും എത്ര ശക്തമാണെന്ന് അപ്പോൾ മുതൽ എനിക്ക് മനസിലായി.

ആളുകളൊഴിഞ്ഞുപോയ മൂന്നുനിലക്കെട്ടിടത്തിന് ചുവടെ ഞങ്ങൾ പകച്ചുനിന്നു. മിനുസപ്പെടുത്തിയ മുറ്റത്ത് ആരുടെയൊക്കെയോ ഛർദിലിന്റെ പാടുകളുണ്ടായിരുന്നു. ഓടുന്നതിനിടയിൽ ഛർദിച്ചതുകൊണ്ടായിരിക്കണം അവ നീളത്തിൽ തൂവിക്കിടക്കുന്നത്. പുറത്തെ റോഡും വിജനമായിരുന്നു. വാഹനങ്ങളൊന്നും നിരത്തിലുണ്ടായിരുന്നില്ല. ഒരുപക്ഷേ, രവിയുടെ കാറിലായിരിക്കാം ബഷീറും കുടുംബവും രക്ഷാസ്ഥാനംതേടി ഓടിയിട്ടുണ്ടാവുക. കാറിൽ ഇടമില്ലാതായതുകൊണ്ടാവണം അവർ തന്റെയും മീരയുടെയും കാര്യം മറന്നത്. മോങ്ങിക്കരഞ്ഞുകൊണ്ട് വികലാംഗനായ ഒരു നായ പാതയുടെ അറ്റത്തുനിന്ന് ഓടി വരുന്നത് ഞങ്ങൾ കണ്ടു.

“മീര, വരുന്നതു വരട്ടെ. നമുക്ക് വീട്ടിലേക്കുതന്നെ പോകാം.”

അതു പറയുമ്പോൾ സത്യം പറയുക എന്നതിനപ്പുറം മറ്റൊന്നും ഞാൻ പരിഗണിച്ചിരുന്നില്ല. ഞങ്ങളെ ഭയപ്പെടാതെയും ഭയപ്പെടുത്താതെയും നായ ഓടിപ്പോയതോടെ ഞങ്ങൾ വീട്ടിലേക്ക് തിരിച്ചുനടക്കാൻ തുടങ്ങി.

“ആറു വർഷമായില്ലേ ഇങ്ങനെയായിട്ട്? ഇവിടെനിന്ന് താമസം മാറാമെന്ന് ഞാനെത്ര നാളായി പറയുന്നു. നമുക്കൊരു കുഞ്ഞുപോലും ഉണ്ടായിട്ടില്ലല്ലോ. എങ്ങനെ ഉണ്ടാവാനാ ഈ വിഷഭൂപടത്തിലെ താമസത്തിനിടയിൽ....” സങ്കടമൊതുക്കി കിതച്ചുകൊണ്ട് മീര പറഞ്ഞു.

“മാറാം. നാളെ നമുക്ക് ജീവിച്ചിരിക്കാൻ കഴിഞ്ഞാൽ തീർച്ചയായും ഈ വ്യവസായമേഖല വിടാം.”

ഓക്കാനിച്ച് ഓക്കാനിച്ച് വേദന പടർന്ന കീഴ്വയർ തിരുമ്മി ഞങ്ങൾ കിടപ്പുമുറിയിൽ കടന്നു. മുഖം മൂടിയിരുന്ന തൂവാലകൾ അഴിച്ചുമാറ്റി. അവശനായിക്കഴിഞ്ഞ ഞാൻ മീരയെ ദേഹത്തോടുചേർത്തുപിടിച്ച് കിടക്കയിലേക്ക് മറിഞ്ഞു. പത്രപ്രതിനിധികളുടെ ഫ്ളാഷുകൾക്കുമുന്നിൽ ജീവിതത്തെ ഇറുകെപ്പുണർന്ന് മരിച്ചുകിടക്കുന്നതായിരുന്നു എനിക്കിഷ്ടം. മീരയും അതാണ് ആഗ്രഹിക്കുന്നതെന്ന് തോന്നി. അവളെന്നെ അമർത്തിപ്പിടിക്കുകയും വിതുമ്പുകയും ചെയ്യുന്നുണ്ടായിരുന്നു.

ഞാൻ അത്യധികമായ ജീവിതരതിയോടെ മീരയുടെ കഴുത്തിലെ ചെറുതാലിയിൽ തലോടി. എനിക്കിഷ്ടപ്പെട്ട ഒരേയൊരു സ്വർണാഭരണമായിരുന്നു അത്. ഞാൻ മീരയുടെ കവിളരികുകളിലൂടെ വിരൽ നീക്കി. ഒരൽപ്പം തടിച്ച അവളുടെ കവിളെല്ലിൽ എന്റെ വിരൽ മുട്ടി. ഞാൻ ഉറപ്പിച്ചു പറഞ്ഞു.

“നമ്മൾ മരിച്ചുപോകില്ല. നീ പേടിക്കാതെ...”

അങ്ങനെ പറയുമ്പോഴും ഒരു പ്രദേശം മുഴുവൻ നിരന്നുകിടക്കുന്ന വികൃതമായ മൃതദേഹങ്ങൾ മാത്രമായിരുന്നു എന്റെ കണ്ണിൽ. കഴിഞ്ഞ മാസം ഇതേ ഫാക്ടറിയിലെ ഏതോ പ്ലാന്റിന്റെ അറകൾ കഴുകി വൃത്തിയാക്കിയശേഷം ആസിഡ് കലർന്ന വെള്ളം പുഴയിലൊഴുക്കിവിട്ടിരുന്നു.

അന്ന് മത്സ്യങ്ങൾ ചത്തുപൊങ്ങി ഒഴുകിനടക്കുകയായിരുന്നു. നാളെ അതേപോലെ ഇവിടത്തെ പുഴയിൽ മനുഷ്യരും ഒഴുകിനടക്കും. തൊലിയടർന്ന മനുഷ്യദേഹങ്ങൾ.

മനുഷ്യന്റെ കൈയിലിരിക്കുന്ന പേനയും ബ്രഷും മൗസും എല്ലാം നിരായുധീകരിക്കപ്പെടുന്ന സാഹചര്യമാണ് നിലനിൽക്കുന്നതെന്ന് എനിക്ക് മനസിലായി. ശ്വാസകോശഭിത്തികളിൽ ദ്വാരം വീഴ്ത്തുന്ന വെടിയുണ്ടകളാണ് വിഷവാതകത്തിന്റെ തന്മാത്രകൾ. ആ നശിച്ച സ്വേച്ഛാധിപതി എത്രയോ മുന്നേ അത് മനസിലാക്കിയിരിക്കുന്നു. അയാൾ അയാളുടെ ചരിത്രത്തിന്റെ കുഞ്ഞുങ്ങളെ നരകത്തിലിരുന്ന് ഇപ്പോഴും ഉൽപ്പാദിപ്പിച്ചുവിടുകയാണ്.

ഞാൻ വീണ്ടും മീരയെ കെട്ടിപ്പിടിച്ചു. ഒരു കുഞ്ഞിനെപ്പോലെ ഞാൻ തളരുകയും ഭയപ്പെടുകയും ചെയ്തുകഴിഞ്ഞിരുന്നു. മീര വീണ്ടും ചുമയ്ക്കാൻ തുടങ്ങി. അവൾ ചോദിച്ചു:

"നമ്മളിനി ജീവിച്ചിരിക്കോ...?"

ഒരു പ്രതീക്ഷയുമില്ലാതിരുന്നിട്ടും മരണത്തെ കാത്ത് കണ്ണടച്ചുകിടക്കുകയായിരുന്നിട്ടും ഞാൻ ഉറച്ച വാക്കിനാൽ മറുപടി കൊടുത്തു.

"ഉവ്വ്, നമ്മൾ യുഗങ്ങളോളം ജീവിച്ചിരിക്കും."

"എനിക്ക് ജീവിച്ച് മതിയായിട്ടില്ല."

വല്ലാത്തൊരു കൊതിയോടെ അവൾ പറഞ്ഞു.

വീടിന്റെ സുഷിരങ്ങളിലൂടെ അദൃശ്യമായ വാതകം അപ്പോഴും ആസുരമായി കടന്നുവരുന്നുണ്ടായിരുന്നു. പുറത്ത് സൈബീരിയയിലെ തണുപ്പായിരുന്നു.

"ആത്മഹത്യയെക്കാളും കൊലപാതകത്തെക്കാളും സാഹസികമാണ് ജീവിച്ചിരിക്കുക എന്നത്. നമ്മൾ വളരെ സാഹസികരല്ലേ മീരേ...?"

അവൾ സമ്മതിക്കുംമട്ടിൽ മൃദുവായി ശിരസനക്കിയിട്ട് എന്റെ നെഞ്ചിൽ കിടന്നു. നീലിച്ച വിഷവാതകത്തെ അവൾ ഉച്ഛ്വസിക്കുന്നുണ്ടായിരുന്നു. അതായിരുന്നു ഞാൻ ആർത്തിയോടെ ശ്വസിച്ചുകൊണ്ടിരുന്നത്. അങ്ങനെ മലർന്നുകിടക്കേ, വിഷക്കാറ്റിൽ വീടിന്റെ മേൽക്കൂരകൾ പറന്നുപോകുന്നതും ആകാശം കീറിമാറുന്നതും പലതരം അഴുക്കുകളും ദ്രാവകങ്ങളും താഴേക്ക് പതിക്കുന്നതും ഞാൻ കണ്ടു. മോണോവിറ്റ്സ് ബ്യൂണയിലെയും ബിർക്കിനദവിലെയും ചുമരുകൾ ഞാൻ വെളിയിൽ കണ്ടു. ഞരക്കങ്ങളും ആംബുലൻസിന്റെ ശബ്ദവും ഞാൻ കേട്ടു. അന്നേരം കീറിപ്പോയ ആകാശത്തിന്റെ പഴുതിലൂടെ ഞാനും മീരയും കൈകോർത്ത് എവിടേക്കോ പറയന്നുയരാൻ തുടങ്ങി.

അപ്പോൾ, കമ്പ്യൂട്ടർ സ്റ്റാന്റിനരികിൽ നിന്ന് ഞങ്ങളിലൊരാളുടെ സെൽഫോൺ ആഹ്ലാദിപ്പിക്കുന്ന ഒരു വിറയലോടെ മുഴങ്ങുന്നത് ഞങ്ങൾ ഒന്നിച്ചുകേട്ടു.

കോക്ടെയ്ൽ സിറ്റി

നഗരസഭയുടെ കൂറ്റൻ കുപ്പലോറിക്കു പിറകിലെ ശൂന്യമായ പ്ലാറ്റ്ഫോമിന്റെ കൈവരിയിൽ പിടിച്ചുനിന്നുകൊണ്ട് നഗരത്തെ അയാൾ നോക്കിക്കണ്ടു. പടിഞ്ഞാറ് കടലിനെ തലോടി എത്തുന്ന തണുത്തകാറ്റും കിഴക്കൻ മലകളിൽ നിന്നു മരക്കൂട്ടങ്ങളെ തലോടിയെത്തുന്ന കുളിരുള്ള പുലരിക്കാറ്റും അയാളെ സ്പർശിച്ചു. രണ്ടുമക്കളുംകൂടി ഇടവും വലവും നിന്ന് തന്റെ ശിരസിനെയും ചെവിയെയും ചുമലുകളെയും തലോടിയുണർത്തുന്നതുപോലെ അയാൾക്കു തോന്നി. ഇളംകാറ്റിനെ നോക്കി എന്തെന്നില്ലാതെ അയാളൊന്നു പുഞ്ചിരിച്ചു. അതു മക്കളോടു ചിരിക്കുന്നതുപോലെ തന്നെയായിരുന്നു. നഗരത്തിന്റെ പ്രഭാതവെളിച്ചത്തിൽ ഒരു തിരശ്ശീലയിലെന്നപോലെ അയാൾ തന്റെ മക്കളെ കണ്ടു. അവരിപ്പോൾ ഉറക്കത്തിന്റെ കെട്ടുവിടുവിച്ച് സ്കൂളിൽപ്പോകാനുള്ള തിരക്കുകളിലായിത്തുടങ്ങിയിട്ടുണ്ടാകും. ഓരോന്നും സമയം തെറ്റാതെ ചെയ്യാൻവേണ്ടി അവരുടെ അമ്മ അവരെ ഇപ്പോൾ നിർബന്ധിക്കുന്നുണ്ടാവും.

നഗരവീഥികൾക്ക് പുതിയ ഒരു സൗന്ദര്യം കൈവന്നതായി അയാൾ വിശ്വസിച്ചു. ചരിവുകളും വളവുകളുമില്ലാതെ നീണ്ടുകിടക്കുന്ന കറുത്ത നെടുമ്പാത മനോഹരം തന്നെ.

കൈവരിയിൽ നിന്നും പിടിവിടാതെ തന്നെ ലോറിയുടെ പ്ലാറ്റ്ഫോമിലേക്ക് അയാൾ നോക്കി. ഷീലയും സീനത്തും തങ്കയും കൊച്ചൗസേപ്പും തോമസും ഗോപിയും അയാളെപ്പോലെ തന്നെ നഗരം നോക്കി നിൽക്കുകയാണ്. അയാൾ വിചാരിക്കുന്നതുപോലെയൊന്നുമാവില്ല അവർ വിചാരിക്കുന്നുണ്ടാവുക. അവരുടെയൊക്കെ കണ്ണുകളുടെ പ്രതികരണത്തിൽ ഒരുതരം ശൂന്യതയുണ്ടായിരുന്നു. അനേകവർഷങ്ങൾ ഒരേ മട്ടിൽ ജീവിച്ചതിന്റെ കയ്പ്പടിഞ്ഞ വിരസതയും.

ലോറിയുടെ വേഗത്തിനും ചാട്ടത്തിനുമനുസരിച്ച് എല്ലാവരുടെയും കാലുകൾക്കു താഴെ തൂമ്പകളും കൂട്ടിമുട്ടി കിലുങ്ങി. ഒരു കുപ്പകോരിയുടെ സാധാരണമായ വിചാരശീലങ്ങളിലൂടെ അയാൾ അഭ്യാസിയെപ്പോലെ നീന്താൻ തുടങ്ങി. അയാൾ മനസിലോർത്തു. അവർ നഗരംവാരികളാണ്. പത്തുനാൽപ്പതു വർഷം മുമ്പാണെങ്കിൽ, അവരെ, ദിവസക്കൂലിക്കു നഗരസഭ വിളിച്ച തൊഴിലാളികൾ എന്നല്ല, തോട്ടികൾ എന്നാവും പരിഗണിക്കുക. ഒരേ സമയം പൈശാചികമായ നഖമുനകളുള്ള അവഗണന കൂടിയാണത്.

ഒരിക്കൽ, അനേകം ജില്ലകൾക്കകലെ നടന്ന ഏതോ കൊലപാതകത്തിന്റെ മുഖ്യതെളിവായ ശിരസ്സ് ഒളിപ്പിക്കപ്പെട്ടിരുന്നത് കുപ്പത്തൊട്ടിയിലാണ്. അന്നത്തെ കരാർത്തൊഴിലാളികളിൽ ആരുടെയോ ചികയുന്ന വിരലുകൾക്കിടയിൽ അന്യരുടെ കഫവും മൂത്രവും മുടിയിഴകളും പിളർന്ന വായും കൺപോളകളുമായി ഈച്ചയാർത്ത് ഒട്ടൊരു ദൈന്യതയോടെ ആ കബന്ധം വെളിപ്പെട്ടിട്ടുണ്ടാകാം. സാനിട്ടറി പാഡുപോലെ വേർപെട്ട ശിരസിനെയും നഗരത്തിലെ വൃത്തികേടുകൾക്കിടയിലേക്ക് ആർക്കും വലിച്ചെറിയാം. മാലിന്യ സംസ്കരണ പ്ലാന്റിലെത്തുമ്പോൾ നിസ്സാരമായി അതും ദഹിപ്പിക്കപ്പെടില്ലെന്ന് ആരു കണ്ടു.

ചെറിയൊരു വിറയലോടെ ലോറിനിന്നു. തൂമ്പയും ചട്ടികളും ഒരൽപ്പം നിരങ്ങി. തകരത്തിന്റെ വാർധക്യം നിറഞ്ഞ കരകര ശബ്ദമുണ്ടാക്കി. സമയം കൃത്യം ഏഴുമണി. ഫ്ളാറ്റുകൾക്കപ്പുറത്ത് വെയിലിന്റെ തിളക്കം ഏറ്റുപിടിക്കുന്ന അറബിക്കടൽ. തങ്കയും സീനത്തും സാരിത്തലപ്പ് എളിയിൽ തിരുകി. മുകളിൽ കൈനീളമുള്ള ഒരു ഷർട്ട് ധരിച്ചു. തോമസ് ചാടിയിറങ്ങി പിന്നാലെ കൊളുത്തെടുത്ത് പ്ലാറ്റ്ഫോമിന്റെ മറ താഴ്ത്തിയതോടെ അവരെല്ലാവരും റോഡിലേക്കിറങ്ങി.

നിരത്തിനോരംപറ്റി നടന്നുപോയിക്കൊണ്ടിരുന്ന, ഉയർന്ന ശമ്പളവും ആനുകൂല്യവും പറ്റുന്ന ഉദ്യോഗസ്ഥർ അവരെ ശ്രദ്ധിച്ചതേയില്ല. നഗരസഭയുടെ വാഹനത്തെയും അതിലിരുന്നുപോകുന്ന കരാർത്തൊഴിലാളികളെയും അല്ലെങ്കിൽത്തന്നെ നഗരം ശ്രദ്ധിക്കാറില്ല. നഗരത്തിന്റെ ഭ്രാന്തൻ വേഗതയിൽ രണ്ടു സ്ഥലങ്ങൾ മാത്രമേ അടയാളപ്പെടുത്തപ്പെട്ടിട്ടുള്ളൂ. ഒന്ന്-ഉച്ചിഷ്ടങ്ങൾ വലിച്ചെറിയാൻ പറ്റിയ മൂലകൾ. രണ്ട്-അവരവർക്ക് എത്തിച്ചേരാനുള്ള ലക്ഷ്യങ്ങൾ.

നിലതെറ്റിയ ഈ രണ്ടു വേഗങ്ങൾക്കിടയിൽ ആംബുലൻസ് പായുന്നതും ട്രാഫിക് പൊലീസുകാരൻ പൊടിയിലും കരിയിലും മുങ്ങിനിന്ന് കൈകാൽ വീശുന്നതും സ്കൂൾക്കുട്ടികൾ മുതുകത്തേറ്റിയ ഭയങ്കരമായ ഭാരത്തോടെ വെള്ളവരകൾ മുറിച്ചുകടക്കുന്നതും ടൗൺബസിലെ സാരഥികൾ ലഹരിപ്പൊടി ചവച്ച് ബസ് പറപ്പിക്കുന്നതും ചെരുപ്പുകുത്തിയെയോ ലോട്ടറി വിൽപ്പനക്കാരനെയോ ഇടനിലനിർത്തി പൊലീസുകാർ കൈക്കൂലി വാങ്ങുന്നതും അപകടത്തിൽപ്പെട്ട് ആളുകൾ തല തകർന്ന് കിടക്കുന്നതും കാണാറില്ല.

ആരെയും മുന്നിലോടാൻ അനുവദിക്കില്ല. നഗരത്തിന്റെ വേഗതയ്ക്ക് ഈ ഒരു ന്യായമേയുള്ളൂ. ആ ന്യായം തന്നെയാണ് നഗരത്തിന്റെ സ്വയം പ്രഖ്യാപിതനിയമവും. അതിനിടയിൽ ഭദ്രമായിക്കെട്ടിയ പോളിത്തീൻ കവറുകളിൽ പറക്കുന്നത് ജീവിതാവശിഷ്ങ്ങൾ മാത്രം.

നൂറ്റിനാൽപ്പതു രൂപ ദിവസക്കൂലി വാങ്ങുന്ന ഇരുന്നൂറു കരാർത്തൊഴിലാളികളിലെ ഏഴുപേരുടെ ആ സംഘം ചീഞ്ഞളിഞ്ഞ് ഈച്ചക്കുന്നുകളിലേക്ക് ഒന്നിച്ചുകുനിഞ്ഞു. മുട്ടത്തോടുകൾ, തക്കാളികൾ, കാലൊടിഞ്ഞ ഗൃഹോപകരണങ്ങൾ, വീഞ്ഞപ്പെട്ടികൾ, ചത്തുപോയ ബീജാണുക്കൾ പറ്റിപ്പിടിച്ച ഗർഭനിരോധന ഉറകൾ, ചെവിത്തോണ്ടികൾ, പല്ലുകുത്തികൾ, ഉടലെടുത്ത പൈനാപ്പിൾ തലകൾ, ബിയർകുപ്പികൾ, സിഗരറ്റു കവറുകൾ, കടലാസുകൾ...... സൂര്യൻ കടലിൽ മറഞ്ഞാലും കോരിത്തീർക്കാനാവാത്ത കുന്നുകൾ. അയാൾ വിചാരിച്ചു.

മനുഷ്യരുടെ ആമാശയവും പാർപ്പിടവുംപോലെ നരകം പിടിച്ച സ്ഥലങ്ങൾ ഭൂമിയിൽ വേറെയുണ്ടാവില്ല.

ലോറികൾ കുപ്പനിറച്ച് അവരെല്ലാരും ഉറക്കെ സംസാരിച്ചുകൊണ്ട് അടുത്ത കൂനയ്ക്കരികിലേക്ക് പോയി. ഷൂസിട്ട കാലുകൾകൊണ്ട് അയാളൊരു കൂന ഒന്നു തൊഴിച്ചുമറിച്ചു. പെട്ടെന്ന് ദിഗന്തങ്ങളെ തൊടുംമട്ടിൽ അസഹനീയമായ ഒരു ഗന്ധം ഉയർന്നുപൊങ്ങി. കഴുത്തിൽനിന്ന് ആകാശത്തേക്ക് തല തെറിച്ചുപോകുമെന്ന് അവർക്ക് തോന്നി. ചിലർ വീഴാൻ പോയി. ലക്ഷോപലക്ഷം പുഴുക്കൾ തറ നിറഞ്ഞുപരന്നു. പെരുവയറൻ നഗരത്തിന്റെ ദഹനശേഷി അപാരം തന്നെ. ഓർത്തപ്പോൾ അയാളിലൊരുനിസ്സംഗത പരന്നതല്ലാതെ നടുക്കമുണ്ടായില്ല. കൈയും തൂമ്പയുമുപയോഗിച്ച് അവർ കൂന ചികയാൻ തുടങ്ങി.

അപ്പോൾ നേരിയൊരു മുഴക്കത്തോടെ അങ്ങിങ്ങു തുരുമ്പു കറ വീണിട്ടുള്ള ഒരു പൊലീസ് ജീപ്പ് അവർക്കു മുന്നിൽ വന്നുനിന്നു. ഇരുന്നുകൊണ്ടുള്ള അയാളുടെ നോട്ടത്തിൽ ചില സിനിമകളിൽ കാണുന്ന പൊലീസ് ജീപ്പുകളുടെ വരവിനെ ആ കാഴ്ച ഓർമിപ്പിച്ചു. അവർ ഇരുന്നിടത്തുനിന്ന് ഇളകാതെ നോക്കി. നഗരം വേഗതയെടുക്കുന്നതിനും ഉടുത്തൊരുങ്ങി പ്രദർശിപ്പിക്കുന്നതിനുമിടയിൽ അവിടെ സംഭവിച്ച ആകസ്മികതയിലേക്കും അവരൊന്നു ശ്രദ്ധിച്ചു. അത്രമാത്രം.

ജീപ്പിൽനിന്നിറങ്ങിയ നോർത്ത് സ്റ്റേഷനിലെ സബ് ഇൻസ്പെക്ടറും നാലു പൊലീസുകാരും അവരുടെ നേരെയാണ് നടന്നത്. അതോടെ സംശയം ചൂളിപ്പിച്ച വരയൻ മുഖങ്ങളുമായി അവരൊന്നടങ്കം എഴുന്നേറ്റുനിന്നു. പരിസരമാകെ ഒന്നു നോക്കിയശേഷം ഇൻസ്പെക്ടർ സൗമ്യമായി ചോദിച്ചു.

"വേസ്റ്റിന്റെടേന്ന് ഒരു കത്തിയെങ്ങാനും നിങ്ങൾക്കു കിട്ടിയാരുന്നോ...... കത്തീന്നുപറഞ്ഞാ ഒരാളെ കൊല്ലാൻ പോന്ന കത്തി തന്നെ......"

ഭയപ്പാടിന്റെ നൂലുകൾ കോർത്തുപാകിയ ഒരു വലയ്ക്കുള്ളിലായി അവർ. അയാൾ എല്ലാവർക്കും വേണ്ടി പറഞ്ഞു.

"ഇല്ല സാർ."

ഇൻസ്പെക്ടർമാർ ഒന്നുകൂടി സൂക്ഷിച്ചുനോക്കി.

"ഒറപ്പാണോ?"

അതു സമ്മതിക്കുന്നതുപോലെ ഏഴുപേരും മുഖമനക്കി. അവരുടെയൊക്കെ മുഖം ഇൻസ്പെക്ടറെ സഹായിക്കുന്നതുപോലത്തെ ഒരു ഭാവം കൈക്കൊണ്ടു.

"അന്നത്തെ തലപ്രശ്നം കഴിഞ്ഞേപ്പിന്നെ ഞങ്ങളു വളരെ ശ്രദ്ധിക്കാറുണ്ട് സാറേ."

തോമസ് പറഞ്ഞു. ചുറ്റിനുമായി ആളുകൾ അകന്നുമാറിനിൽപ്പുണ്ടായിരുന്നു, വെളുത്തു തടിച്ച സുന്ദരനായ ഒരു യുവാവാണ് ഇൻസ്പെക്ടർ. സഹപ്രവർത്തകരോട് സംസാരിക്കുംപോലെ സ്വരമൽപ്പം താഴ്ത്തി അവരോട് അയാൾ പറഞ്ഞു:

"ശരിക്കൊന്നു തപ്പിക്കോണം. കത്തി വലിച്ചെറിഞ്ഞിട്ടുണ്ടെന്ന് പ്രതി സമ്മതിച്ചിട്ടുണ്ട്. ഏതു ഭാഗത്തെ വേസ്റ്റിലാണെന്ന് അവനറിയില്ല. ഇന്നാട്ടുകാരനല്ല."

തങ്ക ചോദിച്ചു:

"അപ്പോ കേസിന്റെ തുമ്പാണ്. അല്ലേ സാറേ......?"

കൂടെയുള്ള പൊലീസുകാരുടെ ചുണ്ടുകളിലും ഒരു ചിരിപൊട്ടി. അവരും ചെറുപ്പക്കാരായിരുന്നു.

എസ് ഐ ജീപ്പിനടുത്തേക്കു തിരിഞ്ഞു.

"സംശയാസ്പദമായി എന്തു കിട്ടിയാലും വേഗം പൊലീസിലറിയിക്കണം. കേട്ടല്ലോ."

പ്രതി നടത്തിയ കുറ്റകൃത്യം എന്താണെന്ന് അയാൾക്ക് അറിയണമെന്നുണ്ടായിരുന്നു. ഇൻസ്പെക്ടറുടെയും പൊലീസുകാരുടെയും ചെറുപ്പവും ചുറുചുറുക്കും അതു ചോദിക്കാൻ പ്രേരിപ്പിക്കുന്നതുമായിരുന്നു. പക്ഷേ, അവർ തിരക്കിലാണെന്നു തോന്നിയപ്പോൾ അയാൾ തന്റെയുള്ളിലേക്കു തന്നെ ചോദ്യത്തെ വിഴുങ്ങി. ജീപ്പിനടുത്തെത്തിയ എസ് ഐ ഒന്നു തിരിഞ്ഞുനിന്നിട്ട് അവരുടെ അടുത്തേക്ക് തന്നെ തിരിച്ചുവന്നു. അവരുടെ നേരെ തൊടുത്തുനിർത്തിയ ഒരു നോട്ടത്തോടെ അയാൾ ചോദിച്ചു.

"കത്തീടെ കൂടെ ഒരു പാവേം കൂടി അവൻ വലിച്ചെറിഞ്ഞിട്ടുണ്ട്. ഒരു പാവ കിട്ടിയതായിട്ട് ഓർക്കുന്നുണ്ടോ?"

ഉടനെ കൊച്ചൗസേപ്പ് പറഞ്ഞു.

"അതൊക്കെ അപ്പത്തന്നെ പെറുക്കികള് പൊക്കും സാറേ...."

സീനത്തും ഷീലയും കുട്ട ചുമന്നു തുടങ്ങിയിരുന്നു. ഗോപി അവ വാങ്ങി ലോറിയിലേക്ക് ചൊരിയുന്നു. ഒരാലോചനയോടെ എസ് ഐ നടന്നുപോയി ജീപ്പിൽ കയറി.

ഉരംപൊക്കി നെറ്റിയിലെ വിയർപ്പുതുടച്ച് അയാൾ ചിന്തിച്ചു.

കത്തിയും കളിപ്പാവയും. എന്തു ബന്ധമാണ് അവയ്ക്കുള്ളത്.

കൃത്യം കൊലപാതകം തന്നെയാവാനാണിട. കത്തി അതിന്റെ തെളിവാണ്. മോഷണമാണെങ്കിൽ കമ്പിയോ പാരയോ മറ്റോ ആകാനേ തരമുള്ളൂ. ഇരുളിന്റെ ആഴത്തിലേക്ക് വലിച്ചെറിയേണ്ട കത്തി ജീവനെടുത്ത കത്തിതന്നെയാണ്. എങ്കിൽ അത് ആരുടെ ജീവനാവാം? സാധാരണയായി പാവകൾ ഉപയോഗിക്കുന്നത് കുട്ടികളാണ്. പന്ത്രണ്ടുവയസിനു താഴെ പ്രായമുള്ള കുട്ടികൾ, അതും പെൺകുട്ടികൾ.

അയാളുടെ നട്ടെല്ലിലൂടെ ഒരു ഈച്ച മൂളിപ്പറന്നു. വേദനപോലെ ശരീരത്തിനകത്ത് ഒരു പിടുത്തം അയാൾക്ക് അനുഭവപ്പെട്ടു. ഏതെങ്കിലും പെൺകുഞ്ഞിനെ തട്ടിയെടുത്ത് കൊന്നുകളഞ്ഞ പ്രതിയായിരിക്കുമോ അവൻ? അങ്ങനെ വിചാരിച്ചതോടെ താൻ നോക്കുന്നതെല്ലാം ഒരു കത്തിയോ പാവയോ ആയി അയാൾക്കു തോന്നാൻ തിടങ്ങി.

അതൊരു കഷ്ടംപിടിച്ച ദിവസത്തിന്റെ നശിക്കാൻപോന്ന ആരംഭമായിരുന്നു.

സൂര്യൻ വീഥികളെ തിളക്കമുള്ളതാക്കുകയും ചൂടുപിടിപ്പിക്കുകയും ചെയ്തു. നായ്ക്കളും പൂച്ചകളും പന്നിയെലികളും കാക്കകളും കുരുവികളും നഗരവഴികളിൽ തീറ്റതേടിയിറങ്ങി. കൂമ്പാരങ്ങളെ അവ കൊത്തിയിളക്കി. ഭംഗിയുള്ള ശലഭങ്ങളും ആ നാറ്റത്തിനുമേൽ പറന്നിറങ്ങി. അന്ന് ഉച്ചവരെ തിരഞ്ഞ പതിനൊന്നു കൂനകളിലും ഒളിപ്പിക്കപ്പെട്ട നിലയിൽ ഒരു കഠാര കണ്ടെത്താൻ അവർക്കാർക്കുമായില്ല. അതിൽ അവരെല്ലാവരും ആശ്വസിക്കുകയും ചെയ്തു. പൂർണമായും ഒരാശ്വാസത്തിലെത്തിച്ചേരാൻ കഴിയാതിരുന്നത് അയാൾക്കു മാത്രമാണ്.

"വിട് വർഗീസേ, നീ കരുതണപോലെ അതേതെങ്കിലും ക്ടാങ്ങളെ കൊന്ന കത്തിയൊന്നുമായിരിക്കില്ലെന്ന്."

"പറയാമ്പറ്റില്ല ഗോപീ. നേരും നേറീമില്ലാത്ത പൊലയാടിമോൻമാര് കൊച്ചുപിള്ളേരെയല്ലേ കൊണ്ടുപോയി അരുംകൊല നടത്തുന്നത്. പാവേം കത്തീം ഒന്നിച്ചുവരണ വഴി വേറേതോ........ ആ വർഗീസിനാണെങ്കീ മൂത്തത് പെണ്ണും. അയാൾക്ക് ആധി കാണാതിരിക്കോ.....?"

കൊച്ചൗസേപ്പ് സമാധാനിപ്പിക്കാനായി പറഞ്ഞു.

അയാളെ അലട്ടിക്കൊണ്ടിരുന്നത് ആ കത്തിയായിരുന്നില്ല; പാവയായിരുന്നു. പിന്നീടു മുഴുവൻ അയാൾക്ക് അയാളുടെ മക്കളെത്തന്നെയാണ് ഓർമ വന്നത്. ആറാംക്ലാസിൽ പഠിക്കുന്ന തെരേസയായിരുന്നു മൂത്തത്. ഇളയവൻ മൂന്നാം ക്ലാസിൽ പഠിക്കുന്ന ചാക്കുണ്ണിയും.

ഭാര്യയെയും മക്കളെയും കൂട്ടി ഒരിക്കലൊരു ഞായറാഴ്ച വൈകുന്നേരം അയാൾ സിനിമ കാണാനിറങ്ങി.

ബസിൽനിന്നിറങ്ങി മുന്നോട്ടു രണ്ടടി വച്ചതേ തെരേസ അയാളുടെ ഇടംകൈയിൽ അമർത്തിപ്പിടിച്ചു.

"പപ്പാ... ദേ.... നോക്ക്...."

തെരേസ പിടിച്ചുവലിച്ചിടത്തേക്ക് അയാൾ നോക്കി. അയാൾ മാത്രമല്ല. അയാളുടെ ഭാര്യയും ഇളയമകനും നോക്കി. റോഡാണെന്നും

നിറയെ തിരക്കുണ്ടെന്നും ഓർമിക്കാതെ തെരേസയും അയാളുടെ ഭാര്യയും വലിയവായിൽ ഒരൊച്ചയുണ്ടാക്കുകയും ചെയ്തു.

കരിമ്പച്ച ചതുരക്കള്ളികളുള്ള പരന്ന തൊപ്പിവച്ച ഒരു ചെറുപ്പക്കാരൻ ഭംഗിയായി ഉടുപ്പണിയിച്ച രണ്ടു പൈതങ്ങളെ ഇരുകൈകളിലുമെടുത്ത് വിലപേശി നിൽക്കുകയായിരുന്നു അവിടെ. കുഞ്ഞുങ്ങളുടെ ഇളം തലകളിലും കരിമ്പച്ച ചതുരങ്ങളുള്ള ചെറിയ പരന്ന തൊപ്പിയുണ്ടായിരുന്നു. പാലിൽ കുങ്കുമപ്പൂ ചേർത്തു കഴിച്ചുണ്ടായ കുഞ്ഞുങ്ങളെപ്പോലെ തൊട്ടെടുക്കാവുന്ന റോസ് നിറത്തിൽ അവരുടെ ചർമം കാണപ്പെട്ടു. ജീവനുള്ള ശിശുക്കളെ പരസ്യമായി വിൽപ്പന നടത്തുന്ന ആ ചെറുപ്പക്കാരനെ അവിശ്വസനീയതയോടെ അയാൾ നോക്കി.

അയാളുടെ ഉടുപ്പിൽ പിടിച്ചുവലിച്ചുകൊണ്ട് തെരേസ കൊഞ്ചിപ്പറഞ്ഞു.

"നമുക്കൊരെണ്ണത്തിനെ വാങ്ങിക്കാം പപ്പാ....."

നടുങ്ങിപ്പോയ അയാൾ ഭാര്യയെ അറിയാതെ നോക്കിപ്പോയി. അതൊരു അങ്കലാപ്പു കയറിയ തുറിച്ചുനോട്ടം തന്നെയായിരുന്നു. അവരുടെ ആധികളെ വായിച്ചെടുത്ത തെരേസ പെട്ടെന്നു സമാധാനിച്ചു.

"അതു പാവയാണ് പപ്പാ!"

മനുഷ്യശിശുവിന്റെ അതേ രൂപമാതൃകയായിരുന്നു അതിന്. അയാളുടെ ഉള്ളിൽനിന്ന് ഓമനത്തം നിറഞ്ഞ ഒരു ചിരി തള്ളിവന്നു. അയാളുടെ ഭാര്യയും 'പാവയോ?' എന്നു ചോദിച്ചുപോയി.

അപ്പോഴേക്കും തെരേസയും ചാക്കുണ്ണിയും വാരിയെടുത്ത് ഉമ്മ വെയ്ക്കാൻ തോന്നിക്കുന്ന ആ പാവകൾക്ക് അടുത്തെത്തിക്കഴിഞ്ഞിരുന്നു.

ചുരന്ന് മാറുനനയുന്ന ഒരമ്മമനസോടെ ഭാര്യ അയാളെ ഒന്നു നോക്കി. അകലങ്ങൾക്കപ്പുറത്തുനിന്ന് ആ നോട്ടം അയാളെ പരിചയം കാണിച്ച് ചിരിച്ചു. അവരുടെ ഇളയമകൻ ഏതാണ്ട് രണ്ടു വയസുവരെ അതുപോലെ തന്നെയായിരുന്നു.

പാവകളുടെ അടുത്തേക്ക് നടന്നു ചെല്ലാതിരിക്കാൻ അയാൾക്കായില്ല. അയാളുടെ കുട്ടികൾ കൊതിയടക്കാനാവാതെ തുള്ളിച്ചാടുകയായിരുന്നു. വിലകൂടിയ കാറുകളിൽ വന്നിറങ്ങിയ ധനികരായ മനുഷ്യരും കൗതുകത്തോടെ പാവകളെ ശ്രദ്ധിക്കുന്നുണ്ടായിരുന്നു. അവരിൽ ചിലരെല്ലാം പാവകളെ വാങ്ങി കാറിൽ കൊണ്ടുപോയി വച്ചു.

തെരേസയും ചാക്കുണ്ണിയും ഒരുപോലെ നിർബന്ധിക്കുകയും അയാളുടെ ഭാര്യ ചുമൽകൊണ്ട് അയാളെ മുട്ടി അനുകൂലിക്കുകയും ചെയ്തപ്പോൾ അയാൾ ചെറുപ്പക്കാരനോട് പാവക്കുട്ടിയുടെ വില ചോദിക്കാൻ നിർബന്ധിതനായി.

"ഇതിനെന്താ വെല."

വിൽപ്പനക്കാരൻ അയാളെയൊന്നു നോക്കിയിട്ട് തീരെ താൽപ്പര്യമില്ലാതെ പറഞ്ഞു.

"നാനൂറ്...."

അവർ നാലുപേരുടെയും മുഖം മങ്ങി. ഒരേസമയം വാത്സല്യം ജനിപ്പിക്കുകയും അതേപോലെ തന്നെ സാദൃശ്യത്താൽ നേർത്ത ഭയം ജനിപ്പിക്കുകയും ചെയ്യുന്ന ആ പാവക്കുഞ്ഞുങ്ങളെ വിലപേശലില്ലാതെ ആളുകൾ വാങ്ങിപ്പോകുന്നതുകണ്ടുകൊണ്ട് അയാൾ പിന്തിരിഞ്ഞു.

"വാ.... മക്കളേ..... സിനിമ തൊടങ്ങാറായിക്കാണും."

ഭാര്യയും മക്കളും ഒന്നും പറയാതെ അയാളുടെ പിന്നാലെ നടന്നു. പിന്നീട് അതിനെപ്പറ്റി ആരുമൊന്നും സംസാരിച്ചില്ല.

ലോറിയിൽ ചാരിനിന്നുകൊണ്ട് അയാളതെല്ലാം ഓർത്തുപോയി. ലോറി നിറഞ്ഞുകഴിഞ്ഞിരുന്നു. അവരുടെ റബ്ബർ കാലുറകളിൽ വൃത്തികെട്ട നാറ്റവുമായി മാലിന്യഭാഗങ്ങൾ ഉണങ്ങിപ്പിടിക്കാൻ തുടങ്ങി.

രാവിലെ ആറേകാലിന് കട്ടൻകാപ്പികുടിച്ച് താനിറങ്ങുമ്പോഴും തെരേസയും ചാക്കുണ്ണിയും ഉണർന്നിട്ടില്ല. അവർ പരസ്പരം കെട്ടിപ്പിടിച്ച് ഉറങ്ങുകയായിരുന്നു.

മനോനിലയെ ഒന്നൊതുക്കി അയാൾ ലോറിയിലേക്ക് കയറി. മാലിന്യസംസ്കരണം നടക്കുന്നിടത്തേക്കുള്ള യാത്രയിൽ പലതരം കാഴ്ചകൾ അയാൾ കണ്ടു.

നടന്നുനീങ്ങുന്ന സ്കൂൾ കുട്ടികൾ, അമ്മമാർ, ഉദ്യോഗസ്ഥൻ, പുരോഹിതന്മാർ, തീവണ്ടികൾ, ആംബുലൻസുകൾ, നാവികസേനാ ഹെലികോപ്റ്ററുകൾ, പൊലീസ് ജീപ്പുകൾ, സഞ്ചരിക്കുന്ന കോടതികൾ, തെരുവുയാചകൻ, അനാഥപ്പിള്ളേർ, മനുഷ്യവർഗത്തിലെ ഇണകൾ, ഓടക്കുഴൽ വിൽപ്പനക്കാരൻ.....

അവർക്കിടയിൽ അയാൾ എന്തോ ഒന്ന് വൃഥാ തിരഞ്ഞുകൊണ്ടിരുന്നു.

കോഫി @ കഫേയിൽ ഒരു പകൽ

"**ഒ**റ്റയ്ക്കു കഴിയുന്ന പെണ്ണുങ്ങളെപ്പറ്റി നിങ്ങളും ധരിച്ചുവച്ചിരിക്കുന്നത് ആൺവർഗത്തിന്റെ അളിഞ്ഞ മനോഭാവത്തിൽത്തന്നെയാണ്."

ഇരുന്നിടത്തുനിന്നിളകാതെ മുഖത്തു യാതൊരു ക്ഷോഭവും വരുത്താതെ എന്നാൽ അരങ്ങിൽ നിറഞ്ഞുനിൽക്കുന്ന ഒരഭിനേത്രിയുടെ അതേ ചങ്കുറപ്പോടെ അയാളുടെ മുന്നിലിരുന്നുകൊണ്ട് വിധുമറിയം എന്ന മുപ്പത്തിരണ്ടുകാരി സംസാരിച്ചു. അതുകേട്ടപ്പോൾ അയാളൊന്നു പകച്ചുപോയി എന്നതു വാസ്തവമാണ്. വിദഗ്ധനായ മറ്റൊരു നടനെപ്പോലെ അയാളുമത് പുറമെ കാണിച്ചില്ല. കോഫി@ കഫേയുടെ സംഗീതസാന്ദ്രമായ അന്തരീക്ഷത്തിനും ആ മിതമായ പ്രകടനം അത്യാവശ്യമായിരുന്നു.

"വിധുവിനോട് ദുരുദ്ദേശ്യത്തിലൊന്നും ഞാൻ പറഞ്ഞിട്ടില്ല."

തന്റെതന്നെ നിവർത്തിപ്പിടിച്ച കൈപ്പത്തിയിലെ ചുവന്ന രേഖകൾ കൂട്ടി മുട്ടുന്നതും വേർപിരിയുന്നതുമായ സംഗമബിന്ദുക്കളിൽ നോക്കിയിരിക്കുകയായിരുന്ന വിധു തലയുയർത്തി.

"മോശപ്പെട്ട അർഥത്തിൽ എന്നോടിതുവരെയും ഗ്ലെൻ സംസാരിച്ചിട്ടില്ല. ഇപ്പോൾപ്പോലും ഞാനൊരു കുമാരിയായിരുന്നെങ്കിൽ എന്നു കരുതിക്കൊണ്ടാണ് സംസാരിക്കുന്നതെന്ന് എനിക്കറിയാം. നിർമലിന്റെ മരണശേഷമുള്ള മുപ്പത്തിയെട്ടുമാസത്തിനും പതിനെട്ടുദിവസത്തിനുമിടയിൽ എനിക്കുണ്ടായ ഭൂരിപക്ഷാനുഭവങ്ങൾവച്ച് പറഞ്ഞുപോയതാണ്."

അയാൾ വിധുവിന്റെ മുഖത്തേക്കു നോക്കി. ശീതീകരിച്ചിട്ടുള്ള മുറിയുടെ കുളിർമയിൽ ഡിയോഡറന്റിന്റെ ഹൃദയഗന്ധം പരത്തി മുന്നിലിരിക്കുന്നത് കഴിഞ്ഞ ആറുമാസംകൊണ്ട് ടെലിഫോണിൽ കേട്ടുപഴകിയ ശബ്ദത്തിന്റെ ഉടമതന്നെയാണെന്ന് അയാൾ സ്വയം പറഞ്ഞു. അതേ സമയംതന്നെ അരണി എന്ന തന്റെ കാമുകിയെയും അയാളോർത്തു.

നഗരത്തിലെ എഫ് എം റേഡിയോസ്റ്റേഷനിലെ റേഡിയോ ജോക്കിയും നിയമവിദ്യാലയത്തിലെ സായാഹനവിദ്യാർഥിനിയുമായ അരണി.

"ഗ്ലെന്നിന് ഓർമയുണ്ടോ? അന്നൊരു സന്ധ്യാനേരത്ത്. നിങ്ങളുടെ ഫോണിൽനിന്ന് ഏതോ നമ്പർ മാറി എനിക്കു കോൾ വന്നതും ഞാന തെടുത്ത് നിങ്ങളോട് സംസാരിച്ചുതുടങ്ങിയതും? എന്റെ കഷ്ടകാല ത്തിനോ നല്ലകാലത്തിനോ നിങ്ങളന്വേഷിച്ച പെൺകുട്ടിയുടെ പേരും വിധു എന്നുതന്നെയായിരുന്നു. അതെന്തായാലും നിങ്ങളുദ്ദേശിച്ച ആൾ ഞാനായിരുന്നില്ല. അങ്ങനെ മൂന്നുവട്ടം നിങ്ങളെന്നെ തെറ്റിവിളിച്ചു. ഓരോ വട്ടവും സോറിയും പറഞ്ഞു.

ഒടുവിൽ നിങ്ങളുടെ നീക്കം മനപ്പൂർവമാണോ എന്നുതന്നെ ഞാൻ സംശയിക്കാൻ തുടങ്ങി. അപ്പോൾ നിങ്ങൾ നിങ്ങളുടെ അശ്രദ്ധയെ ചൂണ്ടി ക്കാട്ടിയും ഓർമയിൽനിന്നു നമ്പർ ഡയൽചെയ്തുകൊണ്ടിരുന്നപ്പോൾ ഒരക്കം മാറിപ്പോയതും തെറ്റ് ഏറ്റുപറഞ്ഞ് ക്ഷമചോദിച്ചും എനിക്ക് എസ് എം എസ് അയച്ചു. വീണ്ടും വിളിക്കുകയാണ് നിങ്ങൾ ചെയ്തതെങ്കിൽ ഞാൻ ഫോൺ കട്ട് ചെയ്യുമായിരുന്നു. എന്റെ ഭാഗത്തുനിന്ന് പ്രകോപന മൊന്നുമില്ലാതിരുന്നിട്ടുകൂടി നിങ്ങൾ അപ്പോൾത്തന്നെ രണ്ടാമതും എസ് എം എസ് അയച്ചു; സോറി പറഞ്ഞ്....."

അയാൾ തലകുലുക്കി. ആ സായാഹനത്തെ അതിന്റെ മൂടിക്കെട്ടിയ കാർമേഘനിറത്തോടെ അയാളോർമിച്ചു, വിധു തുടർന്നു.

"പിന്നൊരു ദിവസം അപ്രതീക്ഷിതമായി വീട്ടിലെ എന്റെ പണി യൊക്കെ തീർന്ന നേരം നിങ്ങളുടെ എസ് എം എസ് എനിക്കു വന്നു. അന്നത്തെ അബദ്ധക്കാരനാണെന്നും ഇത്തവണ ശരിക്കും ഫോണെടു ക്കുമോ എന്നും ചോദിച്ച്. അതോർമയില്ലേ?"

അയാൾ അതിനും തലയാട്ടി. വിധുമറിയം എന്ന സ്ത്രീ എന്തിനാ ണിങ്ങനെ പറഞ്ഞുവരുന്നതെന്ന് ഊഹിക്കാൻ അയാൾക്കാവുന്നുണ്ടാ യിരുന്നില്ല.

"ഞാ.... അന്നു നിങ്ങൾ വിളിച്ചപ്പോൾ ഞാൻ മടിയില്ലാതെ സംസാ രിക്കാൻ തയാറായി. എനിക്ക് വേണമെങ്കിൽ അവോയ്ഡ് ചെയ്യാമായിരു ന്നു. അല്ലേ? പക്ഷേ, നിങ്ങൾ സത്യസന്ധത കാണിക്കുകയാണെന്ന് ഞാൻ വിശ്വസിച്ചു."

അപ്പോഴയാൾ ഇടയ്ക്കുകയറി.

"അതെന്താ അങ്ങനെ? ഞാനിപ്പോഴും അത്ര സത്യസന്ധതയി ലാണ്."

കുറച്ചാലോചിച്ചശേഷം വിധു പറഞ്ഞു.

"ആയിരിക്കാം."

ഒന്നുകൂടി ആലോചിച്ച് വിധു കൂട്ടിച്ചേർച്ചു.

"മറിച്ച് വിചാരിക്കാനുള്ള ഇട ഗ്ലെൻ ഇതേവരെ ഉണ്ടാക്കിയിട്ടില്ല. അന്നുതന്നെ ഞാൻ ഫോണെടുത്തപ്പോൾ നിങ്ങൾ ആദ്യം പറഞ്ഞതെ ന്താണെന്ന് ഓർമയില്ലേ?"

അയാൾ ഓർത്തുനോക്കി. പക്ഷേ, അയാൾ മറന്നുപോയിരുന്നു; എല്ലാ പുരുഷന്മാരെപ്പോലെ. അത് ഊഹിച്ചതുപോലെ ഒന്നു മന്ദഹസിച്ചശേഷം വിധു തുടർന്നു.

"തലേന്നു നിങ്ങൾക്കു വന്ന ഏതോ റോങ്കോളിനെപ്പറ്റിയാണ് നിങ്ങളന്നു പറഞ്ഞത്. അന്നേരം എന്റെ കാര്യം ഓർത്തുവെന്നും നമ്പർ കൈയിലുണ്ടായിരുന്നതിനാൽ ഒന്നു വിളിക്കാൻ തോന്നിയതാണെന്നും നിങ്ങൾ പറഞ്ഞു. നിർമൽ ഉപയോഗിച്ചുവന്നിരുന്ന വലിയൊരു സ്റ്റാന്റും ബ്രഷുകൾ വച്ചിരുന്ന മുളങ്കുഴലും എന്റെ കൈ തട്ടിമറിഞ്ഞത് അന്നേരമാണ്. ആ ശബ്ദവും എന്റെ നിലവിളിയും കേട്ട് നിങ്ങൾ പരിഭ്രാന്തനായി, എന്താ എന്താ എന്നു തിരക്കി. എനിക്കൊന്നും മിണ്ടാൻ കഴിയുമായിരുന്നില്ല. സ്റ്റാൻഡ് തറയിലിടിച്ചുവീണ ശബ്ദം വെടിപൊട്ടുന്നതിനേക്കാൾ ഭയാനകമായിരുന്നു. നിമിഷങ്ങളോളം ഞാൻ നടുങ്ങി വിറച്ചുനിന്നുപോയി. അതിനിടയിൽ എന്റെ കൈയിൽനിന്ന് ഫോൺ തെറിച്ച് കിടക്കയിൽ വീണിരുന്നു. ഞാനൊരാന്തലോടെ നിലത്തുനിന്ന് ബോർഡ് ഉയർത്തിയെടുത്ത് മുക്കാലിയിൽ നിർത്തി. തട്ടിമറിഞ്ഞ പത്തുനാൽപ്പതോളം ബ്രഷുകൾ വാരിയെടുത്ത് മുളങ്കുഴലിലാക്കി അതും മറ്റൊരു സ്റ്റൂളിൽ വച്ചു. അതുംകഴിഞ്ഞാണ് ഫോണിനെപ്പറ്റി ഞാൻ ബോധവതിയായത്. അപ്പോഴും ഈ ശബ്ദങ്ങളെല്ലാം നിങ്ങൾ കേട്ടുകൊണ്ടിരിക്കുകയായിരുന്നു. എനിക്കു വിസ്മയം തോന്നി. പിന്നെ എന്തോ ഒരു ധൈര്യവും. നിങ്ങൾ പരിഭ്രാന്തനായി ചോദിച്ചു. എന്തുപറ്റി? ഞാൻ സംഭവിച്ച കാര്യമെല്ലാം പറഞ്ഞു. അപ്പോൾ നിങ്ങൾ തിരക്കി. വീട്ടിൽ മറ്റാരുമുണ്ടായിരുന്നില്ലേ എന്ന്. ഞാനന്നേരം പറഞ്ഞ മറുപടി ഓർമയുണ്ടോ?"

അയാൾക്ക് തൊട്ടുമുമ്പ് കേട്ടതുപോലെ അതെല്ലാം ഓർമയുണ്ടായിരുന്നു. എന്നിട്ടും വിധു പറഞ്ഞു.

"എന്റെ ഭർത്താവ് നിർമൽ ഉപയോഗിച്ചിരുന്നതാണ് അതൊക്കെ. അദ്ദേഹമിപ്പോൾ ഇവിടെയില്ല എന്നാണ് ഞാൻ പറഞ്ഞത്. അപ്പോൾ നിങ്ങൾ എന്റെ ഭർത്താവിനെപ്പറ്റി തിരക്കി. അതിനു ഞാൻ തന്ന മറുപടിയിലൂടെയാണ് നിങ്ങൾ ഞാനൊരു വിധവയാണെന്നു മനസിലാക്കിയത്. അല്ലേ.....?"

അയാൾ നേർത്തൊരു നൊമ്പരത്തോടെ സമ്മതിച്ചു. അയാൾ വിധു മറിയത്തിന്റെ സുന്ദരമായ മുഖത്തേക്കുതന്നെ നോക്കി. ബോയ്ക്കട്ട് ചെയ്തിരുന്ന കറുത്ത മുടിക്കിടയിൽ ചില സ്വർണനാരുകൾ അനുസരണയില്ലാതെ പിടയുന്നുണ്ടായിരുന്നു. തന്നെത്തന്നെ ഒന്നു ശരിവയ്ക്കുംപോലെ വിധു ഒന്നു മന്ദഹസിച്ചു.

"അതൊന്നും സാരമില്ല. അത്തരത്തിലുള്ള അനേകം കോളുകൾ നാഥനില്ലാതെ എനിക്കു വരാറുണ്ടായിരുന്നു. ചിലത് നേരെ ആവശ്യം പറഞ്ഞ്. ചിലത് ഔദാര്യമായി ശരീരം വിട്ടുതരാമെന്ന് വാക്കുതന്ന്. എന്തിന് ഞാൻ ഫോണിനെ പഴിപറയുന്നു. എന്നെ പരിചയമുണ്ടായിരുന്നവരും ചില ബന്ധുക്കളും തന്നെ നേരിട്ടു സൂചിപ്പിച്ചില്ലേ?"

മഞ്ഞച്ചായമടിച്ച ഭിത്തിയിലെ ചുവപ്പൻ ജനാലയിലേക്ക് അയാൾ നോക്കി. പുറത്തുവച്ച വിൻഡോബോക്സിൽനിന്നു തലനീട്ടിയ പൂക്കൾ അകത്തേക്കു ചായുന്നുണ്ട്. തൂങ്ങുന്ന ചട്ടിയിൽനിന്നു താഴേക്കു വളർന്നു കിടക്കുന്ന ഹണിസക്കിളിന്റെ ഇലകൾ നഗരക്കാറ്റിലാടി.

"എന്റെ നിർമലിന്റെ അടുത്ത സുഹൃത്ത് ഇന്നാളൊരിക്കൽ എന്നോടു പറഞ്ഞത് എട്ടൊമ്പതു വർഷംകൂടി കഴിഞ്ഞാൽ നിങ്ങളുടെ മെൻസ്ട്രേഷൻ അവസാനിക്കുമെന്നും അതിനുമുമ്പായി സെക്സ് കഴിയുന്നത്ര ആസ്വദിക്കണമെന്നുമാണ്."

പെട്ടെന്നങ്ങനെ കേട്ടപ്പോൾ അയാളൊന്നു പതറി. അറിയാതെ ചുറ്റിനും നോക്കുകയും ചെയ്തു. കാരണമില്ലാതെ താൻ അപമാനിക്കപ്പെടുന്നതായി അയാൾക്കു തോന്നിത്തുടങ്ങി. തന്നോടല്ല, എന്നാൽ തന്നേടുംകൂടിയാണ് എന്നൊരു ഒളിമുള്ള് ആ വാചകങ്ങളിലില്ലേ എന്നയാൾ ചിന്തിക്കാതെയുമിരുന്നില്ല. ഒരൽപ്പം മുന്നോട്ടാഞ്ഞ് അയാൾ സംസാരിച്ചു.

"ഇനി ബാക്കി ഞാൻ പറയാം. അതിനും ഒന്നിടവിട്ട ദിവസങ്ങളിൽ ഞാൻ വിധുവിനെ വിളിക്കാൻ തുടങ്ങി. പലപ്പോഴും എന്റെ ഓഫീസ് ജോലികൾ ആരംഭിക്കുന്നതിനുമുമ്പ്. അല്ലെങ്കിൽ രാത്രി തിരക്കെല്ലാമൊഴിഞ്ഞ് കിടക്കുംമുമ്പ്. കൊച്ചുകൊച്ചു വാർത്താശകലങ്ങൾ കൈമാറുകയാണ് നമ്മളാദ്യം ചെയ്തിരുന്നത്. പിന്നെപ്പിന്നെ വിധു എന്നെ വിളിക്കാൻ തുടങ്ങി. അപ്പോൾ നമ്മൾ നല്ല കൂട്ടുകാരായിക്കഴിഞ്ഞതായി എനിക്കു തോന്നി. അതുതന്നെയാണ് വിധുവിന്റെ അനുഭവമെന്നും എന്നോടു പറഞ്ഞു. എനിക്ക് ഓർക്കുട്ടും ബ്ലോഗുമൊന്നും ഉണ്ടായിരുന്നില്ല. വിധുവിനാണെങ്കിൽ അത്തരം സൗഹൃദങ്ങൾ ഏറെയുണ്ടായിരുന്നുതാനും."

"എനിക്കിഷ്ടമായത് നിങ്ങളുടെ ആ പെരുമാറ്റമാണ്. എന്റെ ബ്ലോഗിൽക്കയറാനോ ഓർക്കുട്ടിൽ വരാനോ നിങ്ങളൊരിക്കൽപ്പോലും ശ്രമിച്ചില്ല. ഞങ്ങളുടെ നഗരത്തിൽ പലതവണ വന്നിട്ടുകൂടി അക്കാര്യം ഫോണിൽ പറഞ്ഞതല്ലാതെ എന്നെ നേരിട്ടുകാണണമെന്ന് ആവശ്യപ്പെട്ടില്ല. അതുകൊണ്ടാണ് നിങ്ങളോട് ഒരിക്കൽ തീവ്രമായി സ്നേഹിക്കുന്ന ഒരു കാമുകിയുണ്ടോ എന്നു ഞാൻ ചോദിച്ചത്. സാധാരണഗതിയിൽ അത്തരമൊരു ചോദ്യം കേൾക്കുന്നതോടെ ആണുങ്ങളുടെ നാക്കൊലിച്ച് കുളമാകും. കാമുകിയില്ല, ഭാര്യ പിശകാണ്, സ്വസ്ഥതയില്ല, എനിക്കിഷ്ടമാണ്, നമുക്കെവിടെയെങ്കിലും ടൂറുപോകാം എന്നൊക്കെപ്പറഞ്ഞ് പിന്നാലെ നടപ്പുതന്നെയാവും പിന്നത്തെ പണി, ഒറ്റയൊരുത്തനും ഒരായുസിലേക്കു വിളിക്കില്ല. ഒരു ദിവസത്തേക്കേ വിളിക്കൂ......"

അതുപറഞ്ഞപ്പോൾ വിധു ഒന്നു വിതുമ്പിയതായി അയാൾക്കു തോന്നി.

"അങ്ങനെയൊക്കെ സ്വയം അവഹേളിക്കപ്പെടാൻ നിങ്ങൾ ഇടയുണ്ടാക്കിയില്ല. ഭാര്യയും കാമുകിയുമില്ലെന്ന് നിങ്ങളെന്നോട് പറഞ്ഞത്

സത്യമായിരിക്കാം. എന്നിട്ടും നിർമലിനെ മറക്കാനോ മറ്റെന്തെങ്കിലും വിചാരിക്കാനോ ഞാനൊരുക്കമായിരുന്നില്ല, അതാണ്."

വിധുമറിയം ഒന്നു നിർത്തി കഫേയുടെ അകം മുഴുവൻ കണ്ണുകൾ കൊണ്ട് തിരിഞ്ഞു. മുഖമനക്കിയതേയില്ല. മത്സ്യത്തിന്റെ കണ്ണുപോലെ സ്ത്രീയുടെ കണ്ണുകൾ പരിസരം മുഴുവൻ ഓരോ നിമിഷവും പഠിച്ചു കൊണ്ടിരിക്കുമെന്ന് അയാളോർത്തു. അടുക്കളയിലേക്ക് തിരിയുന്ന ഭാഗത്ത് വെങ്കലത്തിൽ തീർത്ത അഞ്ചടി ഉയരമുള്ള കുന്തം പിടിച്ച ഒരു ഭടന്റെ പ്രതിമയുണ്ടായിരുന്നു. അതിലേക്ക് വെളിച്ചം വീഴത്തക്കവിധം മുകളിലൊരു ബൾബും ഘടിപ്പിച്ചിരുന്നു. ക്ലാവു കയറിയ പച്ചപ്പാടുകൾ പ്രതിമയിൽ അങ്ങിങ്ങു കാണാമായിരുന്നെങ്കിലും കുന്തം മാത്രം സ്വർണം പൂശിയതുപോലെ തിളങ്ങുന്നുണ്ടായിരുന്നു.

"അറിയാമല്ലോ. നിർമലിന്റെ സ്മരണയ്ക്ക് സുഹൃത്തുക്കൾ രൂപീകരിക്കുന്ന ട്രസ്റ്റിന്റെയും ട്രസ്റ്റ് വഴി യുവാക്കളായ ആർട്ടിസ്റ്റുകൾക്ക് കൊടുക്കുന്ന പുരസ്കാരത്തിന്റെയും അനൗപചാരികമായ ഉദ്ഘാടനം നടക്കുന്നത് ഇന്ന് ഇവിടെ വച്ചായതുകൊണ്ടാണ് ഞാനിങ്ങുവന്നത്. ഈ ട്രസ്റ്റിന്റെ രൂപീകരണത്തെപ്പറ്റി പത്രത്തിലൂടെ അറിഞ്ഞപ്പോൾ മുതൽ നിങ്ങളെന്നെ വിളിക്കുകയും വരുന്നില്ലേ എന്നു തിരക്കുകയും ചെയ്തിരുന്നു. വാസ്തവത്തിൽ നിങ്ങളെക്കൂടി കണ്ടിട്ടുപോകാം എന്നു കരുതിത്തന്നെയാണ് ഞാൻ വന്നതും. പക്ഷേ, അതൊരു ആവേശമോ അത്യാവശ്യമോ ആയിരുന്നില്ല."

ഒന്നു നിർത്തിയിട്ട് വിധു പറഞ്ഞു.

"ഞാനിവിടെ നിങ്ങളെക്കാത്ത് ഇരുന്നു. നിങ്ങൾ വന്നു. എനിക്ക് ചായക്കപ്പ് എടുത്തുതരുമ്പോൾ നിങ്ങളുടെ വിരലുകൾ എന്റെ കൈയിൽ സ്പർശിച്ചു. അപ്പോൾ ഞാൻ കൈ വലിച്ചില്ല. അല്ലേ? നിങ്ങൾ വിചാരിച്ചു, ഞാനാസ്പർശനത്തെ ഇഷ്ടപ്പെടുകയായിരുന്നു എന്ന്. യഥാർഥത്തിൽ നിങ്ങൾ കരുതുന്ന തരത്തിലുള്ള ഒരു സ്പർശനം അവിടെ നടന്നതായിത്തന്നെ ഞാൻ ഗൗനിച്ചിരുന്നില്ല. നിങ്ങളുടെ മുഖസംഭ്രമത്തിൽ നിന്നാണ് ഞാൻ നിങ്ങളുടെ മനസുവായിച്ചത്. അന്നേരമാണ് സാഹിത്യംകലർത്തി നിങ്ങളെന്തോ പറഞ്ഞത്. പറഞ്ഞതെനിക്ക് ഓർമയുണ്ട്. ഒരു സ്പർശനത്തിന് ഒരായിരംവർഷത്തെ അടുപ്പംതരാനാകുമെന്ന്. അല്ലേ?"

താൻ പറഞ്ഞത് വീണ്ടും കേൾക്കേണ്ടി വന്നതിലെ അസുഖകരമായ ആവർത്തനത്തിൽ അയാൾ മുഖം താഴ്ത്തി. വിധു മേശപ്പുറത്തു വച്ചിരിക്കുന്ന തന്റെ ഹാൻഡ് ബാഗിനെ ഒന്നു നോക്കി.

കോഫി@ കഫേയുടെ തണുത്ത അന്തരീക്ഷത്തിൽ പൂമരങ്ങളും പ്രതിമകളും അവയ്ക്കിടയിലെ നനുത്ത സംഗീതവും ശലഭങ്ങളെപ്പോലെ ചിറകടിച്ചുണരുകയും പതുങ്ങിയിരിക്കുകയും ചെയ്തു.

അയാൾ അരണിയെപ്പറ്റി ഓർത്തു. അവളിപ്പോൾ അടുത്തുണ്ടായിരുന്നെങ്കിൽ എന്നുതന്നെ ആശിച്ചു. എന്നിട്ട് വിധുവിനെ ശ്രദ്ധിച്ചു. ഈ

നിമിഷം ഈ സൗഹൃദം ഇവിടെ അവസാനിക്കുകയാണെന്ന് അയാൾ കണക്കുകൂട്ടി. ഇനി എഴുന്നേറ്റ് പിരിയുകയേ വേണ്ടൂ.

വിധു പതുക്കെ പറഞ്ഞു.

"ഒരു വിധവയ്ക്ക് വേണമെന്നുണ്ടെങ്കിൽക്കൂടി മാനസികമായും ശാരീരികമായും ഒരുപാടുനാളത്തെ തയാറെടുപ്പുകൾ നടത്തണം, മറ്റൊരു ബന്ധം ആരംഭിക്കണമെങ്കിൽ, കിട്ടാത്തതിനുവേണ്ടി നമ്മുടെ ശരീരം വാശിപിടിക്കാറില്ല ഗ്ലെൻ. കിട്ടാനിടയില്ലെന്ന് അറിയാവുന്നതുകൊണ്ട് ഓരോ വിധവും ഭർത്താവിന്റെ കുഴിയിലിട്ടുമൂടാറുണ്ട് കുറെയധികം സുഖങ്ങൾ. പെണ്ണുങ്ങൾക്കു നഷ്ടപ്പെടുന്നതിൽ ഒരു സുഖംമാത്രമേ പൊതുവിൽ ആണുങ്ങൾ കാണാറുള്ളൂ.... കഷ്ടം!"

അയാളൊന്നു ചിരിക്കാൻ ശ്രമിച്ചു. പെട്ടെന്ന് വിധു മറിയം വാച്ചു നോക്കി എഴുന്നേൽക്കാനൊരുങ്ങി.

"ഗ്ലെൻ, ഇനിയാ വണ്ടി കിട്ടുമോ......?" വിധു ചോദിച്ചു.

അയാൾക്ക് കൃത്യമായൊരുത്തരം പറയാനായില്ല. ഇന്നു കാണാമെന്നു ഉറപ്പുപറഞ്ഞപ്പോൾത്തന്നെ കണ്ടു സംസാരിച്ചിരിക്കാൻ തനിക്കധികം നേരം കിട്ടുകയില്ലെന്നുകൂടി അവർ പറഞ്ഞിരുന്ന കാര്യം അയാളോർത്തു. അയാൾ അവരെ യാത്രയാക്കി. തിരിഞ്ഞുനിന്ന് അവർ പറഞ്ഞു:

"ഞാൻ വിളിക്കാം."

അതുപറഞ്ഞുകഴിഞ്ഞ് വിധുമറിയം മനോഹരമായൊന്നു ചിരിച്ചു. ആ കൂടിക്കാഴ്ചയ്ക്കിടയിലെ രണ്ടാമത്തെ ഹൃദ്യമായ ചിരിയായിരുന്നു അത്.

പടികളിറങ്ങിച്ചെന്ന് ഓട്ടോറിക്ഷയിൽ കയറി അവർ റെയിൽവെസ്റ്റേഷനിലേക്കു പോയി. അയാൾ പഴയ സീറ്റിലേക്കുതന്നെ വന്നിരുന്നു.

തൊട്ടുമുമ്പ് തന്റെ മുന്നിൽനിന്നിറങ്ങിപ്പോയ വിധുമറിയം എന്ന മുപ്പത്തിരണ്ടുകാരിയുടെ ചലനങ്ങൾ മാത്രമായിരുന്നു അയാളുടെ മനസിൽ. ചായക്കപ്പ് കൈ മാറുമ്പോൾ സ്പർശിച്ചത് മനപ്പൂർവമായിരുന്നു. ഒത്തുവന്നാൽ ഫ്ളാറ്റിലൊന്നു കൊണ്ടുപോകാം എന്നു വിചാരിച്ചിരുന്നു. അതിനു സാധിച്ചില്ലെങ്കിൽ സൂചനകളെങ്കിലും നൽകിവയ്ക്കാം എന്നു കരുതിയിരുന്നു. പക്ഷേ, പുറമേക്ക് അയാളതൊന്നും ഭാവിച്ചിരുന്നില്ല. ഓരോന്ന് ഓർത്തുവന്നപ്പോൾ നിരാശയല്ല; ദേഷ്യമാണ് തോന്നിയത്. സ്വയം അയാൾ കൈപ്പത്തി ചുരുട്ടി ഞെരിച്ചു.

"ഹലോ, ഗ്ലെൻ...."

അരണി അയാളുടെ അടുത്തെത്തി. ത്രീ ഫോർത്ത് ജീൻസും ജീൻജാക്കറ്റുമാണ് വേഷം. ജാക്കറ്റിനടിയിലെ ബനിയനിൽ എഫ് എം റേഡിയോ സ്റ്റേഷൻ ലോഗോ ചെറുതായി കാണാം. അവൾ വന്ന് കസേര തിരിച്ചിട്ട് തൊട്ടരികിലായി ഇരുന്നു. അയാൾ പെട്ടെന്നുണ്ടായ സന്തോഷത്തോടെ അരണിയെ നോക്കി. പരസ്പരം സംസാരിച്ചുതുടങ്ങിയപ്പോൾ അയാൾക്ക് വളരെയധികം മനഃസ്വസ്ഥത അനുഭവപ്പെട്ടു. അരണിയുടെ

കൈവിരലുകളിൽ പിടിച്ചമർത്തിക്കൊണ്ട് തനിക്കുണ്ടായ ഇച്ഛാഭംഗം മറച്ചുവയ്ക്കാനായി അയാൾ പതിയെ ചോദിച്ചു.

"നിനക്കിന്ന് ഈവനിങ്ങിൽ ക്ലാസുണ്ടോ....?"

"ഉം.....?"

"നമുക്കൊന്ന് ഫ്ളാറ്റിൽ പോയിവന്നാലോ....?"

അയാളുടെ കുസൃതിച്ചിരി അരണിക്കു പിടിച്ചു നിൽക്കാനാവാത്ത സന്തോഷം തരുന്നതാണ്. അവൾ ഒന്നിളകിച്ചിരിച്ചു, എന്നിട്ട് പറഞ്ഞു.

"ഡേറ്റിന്നു കഷ്ടിച്ചുകഴിഞ്ഞിട്ടേ ഉള്ളൂ മാഷേ..."

അയാൾ ഉത്സാഹത്തോടെ എണീറ്റു. വെങ്കല പ്രതിമയുടെ കുന്തമുന ഒന്നു തിളങ്ങി. ചെടിച്ചട്ടികളിലെ പൂക്കൾ കാറ്റിനും സംഗീതത്തിനുമൊത്ത് മുഖമിളക്കി.

ഇറങ്ങാൻനേരം ആലോചനയോടെ അരണി പറഞ്ഞു.

"റെയിൽവേ സ്റ്റേഷൻ വഴിക്കുപോകാൻ പറ്റില്ല..."

"ങേ..... ഞാനിപ്പോ അതിലെ ഇങ്ങു പോന്നതാണല്ലോ..."

"അവിടെ ഇപ്പോ ഒരോട്ടോ ഇടിച്ചിട്ടുണ്ട്. ഞാനിങ്ങു പോരുമ്പോഴായിരുന്നു."

പടികളിൽ അയാൾ ശ്വാസം തടഞ്ഞുനിന്നുപോയി. അയാൾ താനറിയാതെ ഉച്ചത്തിൽ ചോദിച്ചു.

"ഓട്ടോയിലുണ്ടായിരുന്നത് ആരാണെന്ന് നീ കണ്ടോ.....?"

"ഇല്ല. റോഡിൽ മുഴുവൻ ചോരയാ..... അതിൽ കുളിച്ച് ഒരു ഹാൻഡ് ബാഗ് കിടപ്പുണ്ട്. ലേഡീസാരോ സഞ്ചരിച്ച ഓട്ടോയാണെന്ന് ഒറപ്പാ...."

അയാൾ അങ്ങനെതന്നെ നിന്നു. അതിനകം താഴെ റോഡിലെത്തിയ അരണി തിരിഞ്ഞുനിന്ന് അയാളെ വിളിക്കുന്നുണ്ടായിരുന്നു. അയാളുടെ തലയ്ക്കുമുകളിൽ തൂക്കുചട്ടികളിൽനിന്നുള്ള ചെടിപ്പടർപ്പുകൾ ഇളകി.

കമനി

രാത്രി പന്ത്രണ്ടേമുക്കാൽ.

പതിവിലും വൈകിയെത്തിയതിനാൽ തിടുക്കത്തിലൊരു കുളിയും ഒരു ഞാലിപ്പൂവൻ പഴവും കഴിച്ച് ഞാൻ ഉറങ്ങാൻ കിടക്കുകയായിരുന്നു. പിന്നിൽ നിറയെ ഭാരം വച്ചുകെട്ടിയ ഒരു പാണ്ടിലോറിയെപ്പോലെയായിരുന്നു എന്റെ മനസ്സ്. അതിന്റെ മുൻപിൻ ചക്രങ്ങൾക്കു മുന്നിൽ തടിക്കട്ടകൾ വച്ചിരിക്കുന്നതറിയാതെ ഡ്രൈവർ വണ്ടി മുന്നോട്ടെടുക്കാൻ ശ്രമിക്കുകയാണ്. ആകെ പുകയും ശബ്ദവും. ക്രമേണ ശബ്ദങ്ങളും കട്ടപ്പുകയുമടങ്ങി ലോറിയും അതിന്റെമേലുള്ള ഭാരവും മാത്രമാകുന്നു. ഇപ്പോൾ ലോറി എന്നത് എന്റെ ശരീരവും അതിന്റെ മേലുള്ള ഭാരമെന്നത് എന്റെ മനസും ആ ഭാരം സൃഷ്ടിച്ചിരിക്കുന്ന അവസ്ഥ എന്നത് വിചാരങ്ങളുമാണ്.

അതിനെ എന്തുചെയ്യണമെന്നറിയാതെ മുതുകിലും നാവിലുമിട്ട് ഒരേപോലെ ഉരുട്ടിക്കളിക്കുകയായിരുന്നു ഞാൻ.

അപ്പോഴാണ് ഫോൺ ഉണർന്നു കരഞ്ഞത്.

ഇരുട്ടിൽ, സെൽഫോണിന്റെ ഡിസ്പ്ലെയിൽ അപരിചിതമായ പത്തക്കസംഖ്യ. ഒന്നാലോചിച്ചശേഷം ഫോണെടുത്ത് നിശ്ശബ്ദനായി ഞാൻ ചെവിയോർത്തു. മറുവശത്തുനിന്ന് പതിഞ്ഞതെങ്കിലും ഗാംഭീര്യത്തിന്റെ ഒരിഴ വലിയുന്ന സ്വരത്തിൽ 'ഹലോ' കേട്ടു. പിന്നെ എന്നെ മനസിലായോ, ഞാൻ ഹൃഷികേശനാണ് എന്ന പരിചയപ്പെടുത്തലും.

ഹൃഷികേശൻ. മനസിലൂടെ മുടിയേറ്റിന്റെ ഒരു രാത്രി അലറിവിളിച്ചോടി. പത്തുവർഷങ്ങൾക്കു പിറകിലാണത്. ഞാൻ ചെറുതല്ലാത്തവിധം അത്ഭുതപ്പെട്ടു. ഇപ്പോൾ എത്ര പെട്ടെന്നാണ് എന്റെ മനസ്സ് ലാഘവത്തിലായത്. ഉന്മേഷത്തോടെ ഞാൻ തിരക്കി.

"ഹൃഷീ.... എവിടെ നിന്നാണിപ്പോ......?"

"മദ്രാസീന്നാണ്. ഒരു ഐ ടി കമ്പനീല് ജോലിയുണ്ട്."

ഫോൺശബ്ദവും എന്റെ സ്വരവും കേട്ടതോടെ ഉണർന്ന ഭാര്യ ഒന്നു നിരങ്ങിക്കിടന്ന് നേർത്ത പ്രതിഷേധസ്വരത്തിൽ തിരക്കി.

"ആരാ ഈ അസമയത്ത്?"

ഞാൻ പതിയെ പറഞ്ഞു:

"മേലൂരുണ്ടായിരുന്ന പഴയൊരു സ്നേഹിതനാ..."

ഹൃഷികേശന്റെ ശബ്ദം ചിലപ്പോൾ അവൾക്കു കേൾക്കാൻ കഴിയുന്നുണ്ടാകും. അസമയത്ത് അങ്ങേയറ്റത്ത് ഒരു സ്ത്രീയല്ലെന്നറിഞ്ഞതോടെ അവൾ വീണ്ടും ഉറങ്ങിത്തുടങ്ങിയിട്ടുണ്ടാകണം.

ഞങ്ങളുടെ ഫോൺസംഭാഷണം ഇരുപതു മിനിട്ടോളം നീണ്ടു. ഞാൻ ഇതിനിടയിൽ ചാലക്കുടിയിൽ ബസിറങ്ങി മറ്റൊരു ബസിന് മേലൂരിൽ എത്തിയിരുന്നു. മേലൂരിലെ പഴകിയ ടാർ നിരത്തിലൂടെ അലസമായി നടന്നു. ഇരുവശത്തും ചില ഭാഗങ്ങളിൽ നെൽവയലുകളുടെ കഷണങ്ങൾ കാണാം. വലിയ വളവുകളുള്ള നിഴൽപരന്ന പഴയ വഴികൾ.

ഹൃഷികേശനുമായുള്ള സൗഹൃദംകൊണ്ട് ആദ്യമായി വരികയാണ്. അല്ല വീണ്ടും വരികയാണ്, സംഭാഷണത്തിലൂടെ.

എല്ലാക്കൊല്ലവും ഡിസംബറിലാണ് ഹൃഷികേശന്റെ തറവാട്ടിലെ ഉത്സവം. മനവക ക്ഷേത്രത്തിലേക്ക് പുതിയതായി ചെത്തിയൊരുക്കിയ വഴിയിൽ കുരുത്തോലക്കീറുകൾ. തെങ്ങുകളിലും കമുകുകളിലും 'ഒന്ന്' എന്നെഴുതിയതുപോലെ കെട്ടിവച്ചിരിക്കുന്ന ട്യൂബ് ലൈറ്റുകൾ.

ഒരിടത്ത് കാളിയും ദാരികനും ചമയമിടുന്നു. മറ്റൊരിടത്ത് കളം പൂർത്തിയായിവരുന്നു. നിറങ്ങൾ നിറഞ്ഞ ഒരു ലോകത്തിന്റെ ശബ്ദമിശ്രിതമായ ചിത്രം പിറന്നുവീണ് വീണ്ടും കൈകാലിട്ടടിച്ചു കരയാൻ തുടങ്ങി.

"പഴയൊരു ബിസിനസ് മാഗസിനിലാണ് തന്റെ ഫോട്ടോയും ഫോൺനമ്പറും കണ്ടത്. നായരുടെ ചായക്കടേ ചെന്നപ്പം കുമുദത്തിനും വികടനുമൊപ്പം അതും തറേക്കെടക്കുന്നു. മലയാളം കണ്ട് എടുത്തു നോക്കിയപ്പം അതിൽ താൻ. സന്തോഷായി."

ഹൃഷികേശൻ ഉച്ചത്തിൽ ചിരിച്ചു. അതേ സന്തോഷത്തിലായിരുന്നു ഞാനും. പത്തുവർഷം പിറകിലെ ഒരു ഹ്രസ്വകാലബന്ധത്തിന്റെ ഓർമമാത്രം. അത് അറ്റുപോകാതെ നിൽക്കുന്നു. അതുകൊണ്ടാണ് ഒരിക്കൽ പോയി വന്ന ആ ഗ്രാമത്തിന്റെ പടം മറയാത്തത്.

ഒരു വരാന്ത നിറയെ നിലത്തുവിരിച്ച ഇല. പൂണൂൽ ചരടുകൾ മാറിലുരച്ച് ഇലയ്ക്ക് മുന്നിൽ കാത്തിരിക്കുന്ന വായടക്കാത്ത പത്തുപതിനാറു പ്രായം ചെന്ന വൃദ്ധന്മാർ. അതിനിടയിൽ ഒരാൾ ഞാൻ. കഴുത്തുതിരിച്ച് ഞാൻ ഹൃഷികേശനെ നോക്കുന്നു. ഹൃഷികേശൻ അപ്പുറങ്ങളിലിരിക്കുന്ന ബന്ധുക്കളുടെ സംസാരത്തുടർച്ചയിൽ ഭാഗമായി ചിരിയുടെ ഒരു വട്ടം പൂർത്തിയാക്കുകയാണ്. വിജാതീയനായ ഒരുവന്റെ മൗഢ്യം അവർക്കിടയിൽ എനിക്കുണ്ടായിരുന്നില്ല.

ഫോൺ സംഭാഷണം അവസാനിപ്പിക്കുംമുമ്പ് ഞാൻ ഹൃഷികേശ നോട് ചോദിച്ചു.

“എങ്ങനെ....? തനിക്ക് പഴയ സംഗീതമൊക്കെയുണ്ടോ....?”

“ഇപ്പോ പാടലില്ല; ആസ്വാദിക്കലേയുള്ളൂ. കൂടെയുള്ള നാലു വിദ്വാന്മാർ പാട്ടു പഠിക്കുന്നവരാണ്. അവർ സാധകം ചെയ്തും പാടിയും നമുക്ക് വായ തുറക്കാൻ നേരം തരാറില്ല. അല്ല, താനിപ്പോൾ....?”

“യാതൊന്നുമില്ല. ഈ ഓട്ടത്തിനിടയ്ക്ക് നേരം കിട്ടിയാൽ മൊബൈൽ ഫോണിൽ എഫ് എം റേഡിയോ കേൾക്കും. പക്ഷേ, അതില് സിനിമാപ്പാട്ടേയുള്ളൂ....”

ഞാൻ ഒരു നിമിഷം മൗനിയായി. ഹൃഷികേശൻ പറഞ്ഞു.

“സിസ്റ്റമുള്ളതുകൊണ്ട് ഇഷ്ടമുള്ള പാട്ടൊക്കെ ഡൗൺലോഡ് ചെയ്തെടുക്കും. ടി എൻ ബിയോ സുന്ദരാംബാളോ കേൾക്കും. അല്ലെങ്കിൽ നമ്മുടെ വിദ്വാന്മാർ പാടും.”

“ഹൃഷീ, ഒരു പാത്രം നെയ്യൂറിയ കാപ്പി. ഹിന്ദു പത്രം. ദൊരൈ സ്വാമി അയ്യങ്കാരുടെ സ്വരം. വേണങ്കീ പിന്നാമ്പുറ പേജിൽനിന്ന് ഇത്തിരി ക്രിക്കറ്റ് വർത്തമാനം. നമ്മുടെ പഴയ ഹോസ്റ്റൽ ജീവിതംതന്നെ ചെന്നൈയിലും. അല്ലേ.....?”

ഹൃഷികേശൻ വീണ്ടും ഉറക്കെ ചിരിച്ചു.

“കുറച്ച് ശരിയാണ്. അത്ര കളർഫുള്ളല്ലാന്നു മാത്രം.”

ഞാൻ നിശ്ശബ്ദനായി. അന്നൊരിക്കലേ മേലൂരിൽ പോയിട്ടുള്ളൂ. പക്ഷേ രണ്ടു ദിവസം അവിടെ താമസിച്ചിട്ടുണ്ട്. മുടിയേറ്റും അക്ഷരശ്ലോകസദസും കഥകളിപ്പദവും സദ്യവട്ടവും കഴിഞ്ഞ് ഭൂമിക്കടിയിലെ ആ പുരാതനകുളത്തിലേക്ക്.

ആ പുരാതനജലാംശം. അതിന്റെ രണ്ടരയാൾ ഉയരമുള്ള മൂന്നുവശത്തെയും മൺഭിത്തിയിൽ നിന്ന് പടർന്നു മാഞ്ഞു കിടക്കുന്ന പച്ചിലപ്പടർപ്പുകൾ. സമനിരപ്പിൽനിന്നു താഴേക്ക് കുഴിച്ചുണ്ടാക്കിയ ചതുരൻകുളത്തിന് ചുറ്റുമതിലുണ്ടായിരുന്നില്ല. അതിനാൽ ചിരപരിചിതർക്കു മാത്രമേ അവിടെ അഗാധതയിൽ ഒരു കുളം വസിക്കുന്നുണ്ടെന്ന് അറിയാമായിരുന്നുള്ളൂ.

അത്യാഹ്ലാദത്തോടെ കൊട്ടിയുയർന്ന സംഭാഷണം ഫോണിൽ ഒടുങ്ങും മുമ്പ് ഹൃഷികേശൻ ചോദിച്ചു.

“എടോ, താനെന്റെ പെങ്ങളെ ഓർക്കുന്നില്ലേ....?”

അപ്രതീക്ഷിതമായ ആ ചോദ്യത്തിൽ ഞാനൊന്നു കുരുങ്ങിപ്പോയി. വാക്കുകൾ വിറയ്ക്കാതെയിരിക്കാൻ ശ്രദ്ധിച്ച് ഞാൻ ചോദിച്ചു.

“ഓർമയുണ്ട്. ഇപ്പോ രമേടെ വിവാഹം കഴിഞ്ഞിട്ടുണ്ടാകും അല്ലേ....?”

“ഉം. രണ്ടു കുട്ടികളായി.”

“ജോലി...?”

“ഉണ്ടായിരുന്നു. അത്രയും പഠിച്ചതല്ലേ. കുട്ടികളെ നോക്കാൻ പിന്നെ വേണ്ടെന്നു വെച്ചു.”

“ഹൃഷി നാട്ടിൽ ചെല്ലുമ്പോൾ എന്റെ അന്വേഷണം പറയണം.”

പെട്ടെന്നു തന്നെ മറുപടി കൊടുക്കാൻ ഞാൻ ശ്രമിച്ചത് മനഃപൂർവമാണ്.

‘പണ്ടിവിടെ വന്ന് മൂകനായി നിന്ന കക്ഷി തൊഴിൽ വിജയം നേടി പത്രങ്ങളിൽ പടവും ഇന്റർവ്യൂവും കൊടുക്കേണ്ട തോതിൽ ഇപ്പോൾ വളർന്നു എന്നു തന്നെ പറയാം. ല്ലേ.....?”

ഹൃഷികേശന്റെ മറുപടി കേട്ട് ഞാൻ പതിയെ ഒന്നു ചിരിച്ചു. ചിരി ഉൽപ്പാദിപ്പിക്കുന്ന കേന്ദ്രത്തിൽനിന്ന് അത്രയും പിന്തുണയേ എനിക്കു ലഭിക്കുമായിരുന്നുള്ളൂ.

ഹൃദയത്തിന്റെ വയൽ വരമ്പുകളിൽനിന്ന് കാളിയും ദാരികനും തല കിലുക്കി നടന്നു പോകുന്നു. അവർ സൂര്യന്റെ അസ്തമയവൃത്തത്തിന്റെ പശ്ചാത്തലത്തിൽ പിൻവാങ്ങുന്നു. നിഴൽവീണ സന്ധ്യവഴിയിലൂടെ ടാർ മണം ശ്വസിച്ച് അവർ ബസ് കയറുന്നു. ആവേശത്തോടെ അക്ഷരശ്ലോകം ഉരുക്കഴിച്ചുകൊണ്ടിരുന്ന കുട്ടികൾ ഉണ്ണിയപ്പം തിന്നാനെന്നപോലെ എങ്ങോട്ടോ ഇറങ്ങിപ്പോകുന്നു. വാടിച്ചുണ്ടിരുന്ന വൃദ്ധന്മാർ പട്ടടയ്ക്കുള്ളിൽ മറയുന്നു. ഇതിനിടയിൽ ഇറങ്ങിയോടുന്ന കാലം കൗമാരത്തിന്റെ കലാവാസനകളെ തൂക്കി മേലൂരുകളിലേക്കിട്ട് നഗരത്തിലേക്കുള്ള ഓഹരി വണ്ടി പിടിക്കുന്നു. ഒരു വലിയ മുന്നറിയിപ്പു പലകയ്ക്കു മുന്നിൽ അതിൽ തെളിയുന്ന ഡിജിറ്റൽ വിനിമയത്തിലേക്ക് കഴുത്തുപൊക്കിനോക്കി നിൽക്കുന്ന നിലയിൽ ഞാൻ എനിക്കു തന്നെ പ്രത്യക്ഷനാവുന്നു.

“വിളിക്കുമ്പോ രമയോട് ഞാൻ പറയാം. അമ്പത്തിരണ്ടു മണിക്കൂറുകൊണ്ട് താനുണ്ടാക്കിയ ചങ്ങാത്തം അവൾക്ക് ഹൃദ്യമായിരുന്നൂന്ന് എനിക്കറിയാലോ.”

ഹൃഷികേശൻ ഫോൺ വച്ചു കഴിഞ്ഞ് ഞാനതേപടി ഇരുന്നു. പെങ്ങളാണെന്നു പറഞ്ഞുതന്നെയാണ് ഹൃഷികേശൻ അന്ന് രമയെ പരിചയപ്പെടുത്തിയത്.

മറ്റ് അന്തർജനങ്ങളെപ്പോലെ അമർത്തിക്കണ്ണെഴുതി കുറിയിട്ട് എണ്ണക്കറുപ്പുള്ള മുടിയിൽ തുളസിയില ചൂടി തടിച്ച അടിവയറു മാദകമായി മുഴുപ്പിച്ചുകൊണ്ട് നേര്യത് വിരിഞ്ഞുടുത്ത് നിൽക്കുകയായിരുന്നില്ല രമ. പക്ഷേ, അവളുടെ മുടിക്കെട്ടിലെവിടെയോ ഒരിലഞ്ഞിപ്പൂവ് പതിഞ്ഞിരുന്ന് വാസനപരത്തുന്നുണ്ടായിരുന്നു. ആ വാസനയാണ് എന്നെ ആകർഷിച്ചത്.

മേലൂരിലെത്തി ഇരുപത്തിയെട്ടു മണിക്കൂറുകൾ പിന്നിട്ടു കഴിഞ്ഞപ്പോൾ ഞാൻ തന്നെ പറഞ്ഞു.

“പൂനേന്ന് മറൈൻ എഞ്ചിനീയറിങ് പഠിച്ചുവന്നതാണെങ്കിലും ഒരന്തർജനത്തിന്റെ മണം പോയില്ല.”

“ഓ, അതിവിടുത്തെ വിശേഷത്തിന്റെയാവും.”

ഒന്നു നിർത്തി രമ അടുത്തേക്കു ചേർന്ന് ചോദിച്ചു.

"നെയ്യിന്റെയോ മധുരത്തിന്റെയോ അതോ തീർഥത്തിന്റെയോ?"

"രണ്ടുമല്ല. വാറ്റിയെടുത്ത ഇലഞ്ഞിപ്പൂവിന്റെ."

"ഇലഞ്ഞിപ്പൂവ് വാറ്റുകയോ....?"

"രമയ്ക്ക് കിട്ടുന്നില്ലേ? പൂവിനെ മരം തന്നെ വാറ്റിയെടുത്ത് നിറുകയിലൊഴിച്ച പോലുണ്ട്. അസാധ്യമായ സൗരഭ്യം."

അന്നേരം രമയൊന്നു തുടിച്ചു. അവളിൽ നിന്നു തന്നെ സുഗന്ധവാഹിയായ മാരുതൻ ഇറങ്ങി എന്നെ ചുറ്റിനിൽക്കുകയും ചെയ്തു.

അൽപ്പനേരം കഴിഞ്ഞ് കാണുമ്പോൾ രമയുടെ കൈയിൽ ഒരുകെട്ടു ചെമ്പരത്തിയില. കൂടെ അതിന്റെ ചുമപ്പൻമൊട്ടുകളും പിന്നെ പറമ്പിനറ്റത്തുള്ള കുളത്തിലേക്ക്. രമ സ്വകാര്യമായി അറിയിച്ചു.

"ഒരു വിപ്ലവം പറയാം. അനുസരിക്കാൻ ധൈര്യംണ്ടോ?"

ഞാൻ നെറ്റിചുളിച്ചു.

"അതേയ്, കുളം കാണാൻ വരാം."

കുളി കാണാനും എന്നൊരു ക്ഷണമായിരുന്നു അത്. അങ്ങനെയാണ് അന്ന് കുളം കണ്ടത്. കുളമുണ്ടെന്നു തോന്നിപ്പിക്കാത്ത ഒരിടത്ത് ആർക്കും വെളിപ്പെടുത്തി കൊടുക്കില്ലെന്ന വാശിയോടെ ഒരു കുളം സ്ഥിതി ചെയ്യുകയാണ്. അതിൽ നിറയെ പായൽ നൂൽ വിരിച്ച ജലം. ഉണ്ടക്കണ്ണുള്ള പച്ചത്തവളകൾ ചാടിച്ചാടി പടം വരച്ചിട്ട പഴയ പച്ചസാരി. വക്കുകളിൽ പൂക്കളൂർന്നുവീണ് കസവു പിടിപ്പിച്ചിട്ടിരിക്കുന്നതിന് സാക്ഷി രമയാണ്. രമ അതിന്റെ ഒരറ്റം പിടിച്ച് കുളത്തിനടിയിലേക്ക് ഒരു വലിയുണ്ട്. ഉയർന്നുവരുമ്പോൾ നമുക്കുതോന്നും ഈ സാരിയുടെ മുന്താണി ഇതുവരെ കുളത്തിനടിയിൽ കിടക്കുകയായിരുന്നുവെന്ന്.

നീന്തിത്തുടിച്ചുകൊണ്ടിരിക്കുന്നതിനിടെ രമ ചോദിച്ചു.

"നമുക്കൊരേ പ്രായാ, ല്ലേ.....?"

അവിടെ അങ്ങനെ ഇരിക്കുന്നതിന്റെ പരിഭ്രമത്തിൽ ഞാൻ അറിയാതെ എന്നപോലെ തലയാട്ടി.

"പക്ഷേ, നിങ്ങൾക്കു നീന്താനറിയില്ല."

ഞാൻ അതിനും തലയാട്ടി. വായിൽ പച്ചവെള്ളമെടുത്ത് കടിച്ചു പൊട്ടിച്ച് സ്ഫടികമുത്തുകളാക്കി തുപ്പിക്കൊണ്ട് രമ പറഞ്ഞു.

"അങ്ങോട്ടു കേറി നിന്നാൽ ഞാനീ ഈറൻ മാറാം."

അന്ന് തന്നോളമുള്ള രമയെ ഗാഢമായി കെട്ടിപ്പിടിച്ച് ജലത്തിന്റെ അടിത്തട്ടിലേക്ക് പോകാൻ തോന്നിയില്ല. രമയെ വലിച്ചിഴച്ച് കുളിപ്പുരയുടെ നിഴലിൽനിർത്തി സൗന്ദര്യലഹരി ചൊല്ലാൻ തോന്നിയില്ല. രമയുടെ ഉറക്കറയിൽ അനുവാദം വാങ്ങിക്കയറി ഇലഞ്ഞിപ്പൂമണം വലിച്ചു കുടിച്ചു കൊണ്ട് ദേഹം ചുരുട്ടി കിടന്ന് ഉറങ്ങാൻ തോന്നിയില്ല.

പിന്നെ കിട്ടിയ സമയങ്ങളിൽ രമയോട് സാധാരണ സംഭാഷണങ്ങൾക്കപ്പുറം പറയാൻ മുതിർന്നില്ല. അതൊക്കെ ഓരോ നോട്ടത്തിലൂടെ രമ വായിച്ചെടുക്കുന്നുണ്ടായിരുന്നു.

രണ്ടു ദിവസം കഴിഞ്ഞപ്പോൾ ഹൃഷികേശനൊപ്പം മടങ്ങേണ്ടി വന്നു. അപ്പോഴും രമയോട് വിശേഷവിധിയായി ഒന്നും പറയാൻ തോന്നിയില്ല.

പറഞ്ഞിട്ടെന്ത് എന്ന് പറയാതെ തന്നെ അവൾ ഗ്രഹിച്ചിട്ടുണ്ടാകാം. ഒന്നും തോന്നിപ്പിക്കാതെ അങ്ങനെ അടുപ്പിച്ചുനിർത്തിയ ആ സ്നേഹത്തിന് ഏതു നറുമണത്തിന്റെ പേരാണിടേണ്ടത്?

അപ്രതീക്ഷിതമായി ഹൃഷികേശൻ അന്നു ചോദിച്ച ഒരു കാര്യമുണ്ട്.

“രമ, എന്റെ പെങ്ങളാവേണ്ടിയിരുന്നില്ലെന്നു തനിക്കു തോന്നിത്തുടങ്ങി അല്ലേ...?”

ആ സംഭാഷണത്തിന് ചുമരുകൾക്കുപോലും മനസിലാക്കാനാവാത്ത ഒരു രഹസ്യസ്വഭാവമുണ്ടായിരുന്നു.

അനുകൂലിക്കുകയാണോ പ്രതികൂലിക്കുകയാണോ വേണ്ടതെന്നു എനിക്കു മനസിലായില്ല. ഹൃഷികേശൻ തുടർന്നു.

“അങ്ങനെ അവൾക്കും തോന്നുന്നുണ്ടെന്നാണ് ഞാൻ വിചാരിക്കുന്നത്.”

അന്ധാളിപ്പിന്റെ നില ഞാൻ തുടർന്നു. ഹൃഷികേശൻ അതൊന്നും സാരമാക്കാതെ പതിയെ പറഞ്ഞു.

“ഇനി കുറെക്കാലം കഴിഞ്ഞാലും താൻ രമയെയും രമ തന്നെയും ഓർക്കും. എനിക്കതുറപ്പുണ്ട്. പക്ഷേ, അങ്ങനെ ഓർക്കാനല്ലേ ചില കാര്യങ്ങളില് നമുക്കൊക്കെ കഴിയൂ.....?”

എന്തു മറുപടിപറയണമെന്നറിയാതെ ആ തുറന്ന പ്രസ്താവത്തിനു മുന്നിൽ ഞാൻ പരുങ്ങി. ഹൃഷികേശൻ ദൂരേക്ക് കണ്ണയച്ചു.

“ആ കുളം കണ്ടോ... അത് ഇനീപ്പോ, എത്ര തലമുറകഴിഞ്ഞാലും നികത്താൻ പറ്റൂന്ന് തോന്നുന്നില്ല. നികത്തിയാലും മണ്ണൂർന്ന് അകത്തേക്ക് വലിഞ്ഞ് ഒരു ജീർണതയായി കുളം തുടരുകതന്നെ ചെയ്യും.”

അതും പറഞ്ഞ് ഹൃഷികേശൻ ചിരിക്കുകയായിരുന്നു. വേദനയായിരുന്നോ ഒരുതരം ആത്മപരിഹാസമായിരുന്നോ അതിലുണ്ടായിരുന്നതെന്ന് എനിക്കു തീർച്ചയില്ല.

ആ വാക്കുകളും ഭാവവും ഓർത്തുകൊണ്ട് ഞാൻ കിടന്നു.

മനസിൽ, പച്ചയുടെ പട്ടു ജലവിരിപ്പിൽ ഉടുത്ത മുണ്ട് പരത്തി വലിച്ചു നീന്തുന്ന രമയെ കണ്ടു. രമയ്ക്ക് വേണമെങ്കിൽ കൈയെത്തിപ്പിടിക്കാമായിരുന്നു. എന്തെങ്കിലും പ്രത്യേകമായി പറയാമായിരുന്നു. രമ ഒന്നും മാറ്റിവച്ചിട്ടില്ലെന്നും അന്നെനിക്ക് അറിയാമായിരുന്നു.

പിറ്റേദിവസം ഓഫീസിൽ നിന്ന് ഞാൻ കുറച്ചു സമയത്തേക്ക് അവധി വാങ്ങി. എനിക്കൊന്ന് എവിടെയെങ്കിലും തനിച്ചിരിക്കണം. നേരെ നഗരത്തിലേക്കാണ് പോയത്.

എയർകണ്ടീഷണറിന്റെ കുളിരില്ലാത്ത നഗരത്തിൽ ഇരിക്കാനൊരിടം വേണം. ഞാൻ പഴയ ബോട്ടുജെട്ടിയിലെത്തി. അക്കരെത്തുരുത്തി

ലേക്കു പോകാൻ കാത്തുകിടക്കുന്ന ബോട്ടിൽ വെറുതെ കയറിയിരുന്നു. കടലിൽ നിന്നടിച്ചു കയറുന്ന കാറ്റിന് ആദ്യമാദ്യം ചൂട് തോന്നിപ്പിച്ചുവെങ്കിലും പിന്നീട് കുളിർമ വന്നു. അതിലൊരു സാന്ദ്രതയുണ്ട്. സംഗീതത്തിന്റെ സാന്നിധ്യംപോലെ ഒരനുഭവം.

കാറ്റുകൊണ്ട് ഇത്തിരി യാത്രയല്ലാതെ മറ്റൊന്നും എനിക്കു വേണ്ടിയിരുന്നില്ല. അതുകൊണ്ട് തുരുത്തിലിറങ്ങാതെ ഞാൻ അതേ ബോട്ടിനു തന്നെ മടങ്ങിപ്പോരാനും നിശ്ചയിച്ചു.

മടക്കയാത്രയ്ക്ക് തുരുത്തിൽ നിന്ന് ബോട്ടിലേക്ക് ധാരാളമാളുകൾ കയറി. ഏറ്റവുമൊടുവിലായി കയറി വന്ന മൂന്നുപേരെ അലസമായാണ് ഞാൻ ശ്രദ്ധിച്ചത്. അതു രമയും രണ്ടു മക്കളുമാണെന്ന് തിരിച്ചറിയാൻ എനിക്കുകഴിഞ്ഞു. മക്കളിലെ മൂത്തയാൾ സ്കൂൾ യൂണിഫോമണിഞ്ഞിരുന്നു. അതേ വേഷമിട്ട മറ്റ് കുറെ കുട്ടികളും രക്ഷിതാക്കളും ആ ബോട്ടിൽ കയറിയിട്ടുണ്ടായിരുന്നു.

തുരുത്തിലുള്ള പ്രമാദമായ സ്കൂളിനെപ്പറ്റി ഞാനോർത്തു. അവിടെ വച്ചു നടത്തിയ പരീക്ഷയിൽ പങ്കെടുത്ത് മടങ്ങുന്ന കുട്ടികളായിരിക്കണം. കുട്ടികൾ ഇരിപ്പിടം കണ്ടെത്തി ഇരുന്നു കഴിഞ്ഞു. രമ ബോട്ടിന്റെ വാതിലിനരികിൽത്തന്നെ കടലിലേക്ക് നോക്കി നിൽക്കുകയാണ്. ജലം ഒരു കുളത്തിലൊളിച്ചാലും കടലിലൊളിച്ചാലും രമയ്ക്കു വിസ്മയം തന്നെ. അതു രമയുടെ മാത്രം മനസാണ്. എനിക്കറിയാം.

ജെട്ടിയിൽനിന്ന് ബോട്ടകന്നതോടെ രമ വാതിലിനരികിൽനിന്ന് പിന്തിരിഞ്ഞു. അത്രയും നേരം ഞാനവളെ മാത്രം ശ്രദ്ധിക്കുകയായിരുന്നു. എത്ര ആകസ്മികമാണ് ഓരോന്നും എന്നു ഞാൻ അത്ഭുതപ്പെടാതെയുമിരുന്നില്ല. മക്കളെ ശ്രദ്ധിച്ചുകൊണ്ട് നടന്നു വന്ന രമ ഒരിടത്തിരുന്നു. എന്നെയും മറ്റു യാത്രക്കാരെയും പ്രത്യേകമായി ശ്രദ്ധിക്കാതെ. ഏറെക്കുറെ എനിക്ക് പുറംതിരിഞ്ഞ്. അപ്പോഴും അവൾ നോക്കിക്കൊണ്ടിരുന്നത് ചുറ്റിലും വ്യാപിച്ചുകിടക്കുന്ന രഹസ്യംപോലുള്ള ജലത്തിലേക്കായിരുന്നു.

പണ്ടു പറയാതെ പോയതെല്ലാം ഇപ്പോൾ രമയെ ഓർമിപ്പിക്കണോ? ഉറച്ചൊരു തീരുമാനമെടുക്കാനാവാതെ ഞാൻ പതറി.

ചെമ്മണ്ണാർ – നെടുങ്കണ്ടം ദേശങ്ങളിലൂടെ ഒരു രാത്രിയാത്ര

നനച്ചുവിരിച്ച ഒരു കരിമ്പടത്തിനടിയിലെ ഇരുട്ടും തണുപ്പുമായിരുന്നു ഓട്ടോയ്ക്കുള്ളിൽ. വാഹനത്തിന്റെ വെളിച്ചം തട്ടുമ്പോൾ ഇരുവശത്തെയും മരങ്ങൾ എക്സ്റേഫിലിമിലെ ദൃശ്യങ്ങൾപോലെ തെളിഞ്ഞു മറഞ്ഞുകൊണ്ടിരുന്നു. മുന്നിൽ ഡ്രൈവറോടൊപ്പം കഷ്ടിച്ചിരിക്കുന്ന രോമത്തൊപ്പിവച്ച മനുഷ്യൻ ഇപ്പോഴും ഡ്രൈവറോട് എന്തൊക്കെയോ പിറുപിറുക്കുന്നുണ്ട്. ഇരുപത് വയസിൽ കൂടുതലില്ലാത്ത ഒരു പയ്യനാണ് ഡ്രൈവർ. പിന്നിലെ സീറ്റിൽ ഏറ്റവും അങ്ങേയറ്റത്തിരിക്കുന്ന പ്രായമോ നിറമോ മനസിലാകാത്ത സ്ത്രീ ഇതിനകം രണ്ടുമൂന്നു തവണ ചുമച്ചതൊഴിച്ചാൽ ഒരക്ഷരം പറഞ്ഞിരുന്നില്ല. ആ സ്ത്രീക്കും ഇങ്ങേയറ്റത്തിരിക്കുന്ന എനിക്കുമിടയിൽ മൂന്നുപേർ കൂടിയുണ്ട്. യാത്ര പുറപ്പെട്ടശേഷം അവർ തമ്മിൽ എന്തൊക്കെയോ അടക്കം പറയുന്നുണ്ടായിരുന്നു. അപരിചിതയാണെങ്കിലും കൂടെയൊരു സ്ത്രീ ഉണ്ടെന്നുള്ളതായിരുന്നു ഓട്ടോ പുറപ്പെടാൻ നേരത്തെന്നതുപോലെ അപ്പോഴും എന്റെ ഏക ആശ്വാസം.

ഇരുവശത്തും വൻമരങ്ങൾ നിറഞ്ഞ ഏലക്കാട്. ശവശരീരത്തിന്റെ തണുപ്പിനെ അനുസ്മരിപ്പിക്കുന്ന കാറ്റ്. മറ്റുള്ളവർക്കെല്ലാം ആ കാലാവസ്ഥ വളരെ പരിചിതമാണെന്ന് മനസിലായി. അതിനാൽ ബാഗിൽനിന്ന് തോർത്തെടുത്ത് തലമൂടാൻ ഞാനും മടിച്ചു. മുന്നിൽ ഡ്രൈവറോട് ചേർന്നിരിക്കുന്ന തലയിൽ രോമത്തൊപ്പിവെച്ച മനുഷ്യനാണ് ആ സ്ത്രീയെ കൂട്ടിക്കൊണ്ടുവന്നത്. എന്നിട്ടും അയാൾ അവർക്കടുത്തിരിക്കാത്തതെന്താണെന്ന് ഞാൻ വിസ്മയിക്കാതിരുന്നില്ല.

കാട്ടിൽനിന്ന് പാരിജാതത്തിന്റെയും കാട്ടുപൂക്കളുടെയും മദിപ്പിക്കുന്ന മണം ഒഴുകിവരാൻ തുടങ്ങി. അൽപ്പദൂരം സഞ്ചരിച്ചപ്പോൾത്തന്നെ വളരെയധികം കുഴപ്പങ്ങൾ നിറഞ്ഞ ഒരു രാത്രിയാണോയിതെന്ന് ഞാൻ സംശയിക്കാൻ തുടങ്ങിയിരുന്നു. വനപ്രദേശത്തിലൂടെ ഉടുമ്പഞ്ചോലയി

ലേക്ക് പോകുന്ന വിജനമായ പാതയാണിത്. ഓട്ടോറിക്ഷയിൽ ഡ്രൈവറെ ചേർത്ത് ഞങ്ങൾ ഏഴ് പേരാണുള്ളത്. പുറമെ നിന്നുള്ളതായി ഞാൻ മാത്രം. ഞാനൊഴികെ ബാക്കിയെല്ലാവരും ലുങ്കിയുടുത്തവർ. ചെളിയും വിയർപ്പും പിടിച്ച ഷർട്ട് പാതി കുടുക്കുകൾ അഴിച്ചിട്ട് ചാത്തൻമദ്യത്തിന്റെയും പാൻപരാഗിന്റെയും മണംപുറപ്പെടുവിച്ച് ഇരിക്കുന്നവർ.

റേഞ്ചില്ലാത്തതുകൊണ്ട് ഓഫ് ചെയ്തുവച്ചിരിക്കുന്നതാണെങ്കിലും എന്റെ കൈവശം ഒരു മൊബൈൽ ഫോണുണ്ട്. വാച്ചും ഷൂസും പേനയുമുണ്ട്. എ ടി എം കാർഡും എന്റെ തിരിച്ചറിയൽ കാർഡുമടങ്ങിയ പേഴ്സിൽ ഷിർദിയിലെ ബാബയുടെ ഒരു പഴയ ചിത്രവും മൊബൈൽ ഫോണിനു മുമ്പ് ആശ്രയിച്ചിരുന്ന ടെലിഫോൺ ഡയറക്ടറിയും എഴുന്നൂറ്റമ്പത് രൂപയുമേയുള്ളൂ. പുറമെനിന്ന് നോക്കുന്നൊരാൾക്ക് എന്റെ കൈയിലുള്ള ബാഗിന് സാമാന്യം കനവും തോന്നും. ഒന്നുരണ്ട് സിനിമാവാരികകളും അരക്കുപ്പിവെള്ളവും ഒരു ജോടി വസ്ത്രവുമാണ് പക്ഷേ, അതിലുള്ളത്. എന്നാൽ എന്റെ ടീഷർട്ടും ജീൻസും കണ്ണടയും ചേർത്ത് എന്നെ ഒരു ധനികസമാനനോ അത്യാവശ്യം കൈയിലിരിപ്പുള്ള ഒരുവനോ ആക്കി ആർക്കും എളുപ്പം തെറ്റിദ്ധരിക്കാവുന്നതേയുള്ളൂ.

ഓട്ടോ ഒരു വളവുതിരിഞ്ഞ് റോഡിനോരം ചേർന്ന് സാവധാനം നിന്നു. ഒരുനിമിഷം വണ്ടിക്കകത്ത് എന്തിനോ വേണ്ടിയുള്ള നിശ്ശബ്ദത പരന്നു. എന്റെ കാലുകളിലും വാരിയെല്ലുകളിലും ഒരു മരവിപ്പ് അരിച്ചു കയറാൻ തുടങ്ങി.

"ഇറങ്ങ്....."

എന്റെയടുത്തിരിക്കുന്ന കഷണ്ടി കയറിത്തുടങ്ങിയ ചെറുപ്പക്കാരൻ ഉമിനീര് വലിയുന്ന ശബ്ദത്തിൽ ആവശ്യപ്പെട്ടു. മുന്നിൽ ഡ്രൈവറോട് ചേർന്നിരുന്നയാൾ കഴുത്തു പിന്നിലേക്കാക്കി ആ സ്ത്രീ അവിടെ ഇല്ലേ എന്ന് ഉറപ്പുവരുത്തുംവിധം ഒന്നു നോക്കുന്നതും ഞാൻ കണ്ടു. ഡ്രൈവർ എവിടെയോ പരതി മേൽവെളിച്ചം തെളിച്ചു.

"ലൈറ്റു കെടുത്തെടാ നാറീ...."

പിന്നിൽനിന്ന് പുരുഷശബ്ദത്തിൽ ആക്രോശമുയർന്നത് എന്നെത്തന്നെ ആകെ ഞെട്ടിപ്പിക്കുന്ന വിധത്തിലായിരുന്നു. ചുമലുകൾ കോച്ചി ഞാനൊന്ന് വിറയ്ക്കുക തന്നെ ചെയ്തു.

"ഹ.... എറങ്ങ്....."

പിറകിൽ സ്ത്രീക്കരികിൽ ഇരുന്നയാൾ ഇറങ്ങാൻവേണ്ടി സീറ്റിൽ ചന്തി നിരക്കുന്നുണ്ട്. ഞാനിറങ്ങി. ആകാശം മറച്ച് റോഡിലേക്ക് ശിഖരങ്ങൾ താഴ്ത്തി നിൽക്കുന്ന വൻമരങ്ങൾ. മരങ്ങളുടെ ഇലകളിൽ നിന്ന് മഞ്ഞുവെള്ളം തുള്ളികുത്തുന്നു. എവിടെയോ നിന്ന് ഒരു കാട്ടാറ് ഒഴുകിപ്പോകുന്ന ഒച്ച. എന്തിനാണ് ഇവരുടെ ഭാവമെന്ന് എനിക്ക് മനസിലായില്ല. കരുതലോടെ ഞാൻ പുറത്തേക്കിറങ്ങി. നിരങ്ങി നിരങ്ങി സ്ത്രീയും പുറത്തേക്ക് വന്നു. പ്രതിരോധത്തിന്റെ ഒരു പദ്ധതി ഞാൻ മനസിൽ രൂപവൽക്കരിക്കാൻ തുടങ്ങി. ഫോണിൽ റേഞ്ചില്ലാത്തതാണ് ഏറ്റവും

വലിയ പ്രശ്നമായിരിക്കുന്നത്. ഒരുനിമിഷത്തെ നിശ്ശബ്ദ നിർദേശത്തിന് ശേഷം കഷണ്ടി കയറിത്തുടങ്ങിയ ചെറുപ്പക്കാരൻ മാറത്തു കൈ കെട്ടിക്കൊണ്ട് റോഡിന് സൈഡിലെ ചെറിയ കല്ലിന് മറപറ്റി ഏലക്കാട്ടിലെ ഇരുട്ടിലേക്കിറങ്ങി. അയാൾക്ക് പിന്നാലെ ചെരുപ്പിട്ടിട്ടില്ലാത്ത ആ സ്ത്രീയും ഇരുട്ടിലേക്ക് തലകുനിച്ച് ഇറങ്ങിപ്പോയി.

"ഇത്രയേയുള്ളോ..."

പതുക്കെ പറഞ്ഞ് ഞാൻ ശ്വാസം വിട്ടു. റോഡിൽ ഞങ്ങൾ അഞ്ചുപേർ മാത്രമായി. രണ്ടുപേർ ഓട്ടോയുടെ പിൻസീറ്റിലേക്ക് കയറിയിരുന്ന് ബീഡി വലിക്കാൻ തുടങ്ങി. ഡ്രൈവർ പയ്യൻ മാറത്തു കൈകെട്ടി റോഡ് മുറിച്ചുകടന്ന് എതിർവശത്തെ വലിയ മരച്ചുവട്ടിൽ മൂത്രമൊഴിക്കാനിരുന്നു. ചൂളം കുത്തുന്നപോലെ ഒരൊച്ചയിട്ടുകൊണ്ട് ഏതോ പക്ഷി എന്റെ തലയ്ക്ക് മുകളിൽ ഒന്നു ചുറ്റിയടിച്ചിട്ട് തോട്ടത്തിനകത്തേക്ക് തന്നെ പോയി.

എന്നെ ചൂഴ്ന്നു നിന്നിരുന്ന ഭയാനകമായ അന്തരീക്ഷം അൽപ്പം ലഘുവായി. ചെമ്മണ്ണാറിൽനിന്ന് പുറപ്പെടാൻ നേരം ഡ്രൈവറും രോമത്തൊപ്പിവച്ച മനുഷ്യനും വഴിയിലിത്തിരി താമസം വരുമെന്ന് പറഞ്ഞ് എന്നെ നിരുത്സാഹപ്പെടുത്തിയത് ഈ വ്യഭിചാരപദ്ധതിക്ക് വേണ്ടിയാവണം.

മൂത്രമൊഴിച്ചു കഴിഞ്ഞ ഡ്രൈവർ തിരിച്ച് എന്റെയടുത്തേക്ക് വന്നു. അയാൾ ചിരിക്കുന്നുണ്ടായിരുന്നില്ല. മുഷിഞ്ഞ ഒരു ലുങ്കി വളരെ വീതി കുറഞ്ഞ ഒരു വിധത്തിൽ അയാൾ മാടിയുടുത്തിട്ടുണ്ടായിരുന്നു. അയാളുടെ മെലിഞ്ഞ തുടകൾ മുക്കാലും പുറത്തുകാണാമായിരുന്നു. എന്റെ സമീപം വന്നുനിന്ന് അയാളും ഒരു ബീഡി കത്തിച്ചു. പിന്നെ പല്ലുകൾ ഇളിച്ച് മൂക്കിലൂടെയും ഇളിച്ച പല്ലുകൾക്കിടയിലൂടെയും പുക മുഴുവൻ അകത്തേക്ക് വലിച്ചുകയറ്റി സാവധാനം മൂക്കിലൂടെ പുറത്തേക്ക് വിട്ടു. ഒരു ഫാക്ടറി പ്രവർത്തിക്കുന്ന ബദ്ധപ്പാടോടെയാണ് ഇത്രനേരവും ആ പഴയ ഓട്ടോ ഓടിക്കൊണ്ടിരുന്നത്. അതിനാൽ ഇതുവരെ വനത്തിന്റെയും രാത്രിയുടെയും സ്വാഭാവിക ശബ്ദങ്ങളൊന്നുംതന്നെ കേട്ടിരുന്നില്ല. രോമത്തൊപ്പി വെച്ച മനുഷ്യനും അടുത്തേക്ക് വന്നു.

"എവിടെനിന്നാണ് വരുന്നത്?"

ഡ്രൈവർ ചോദിച്ചു.

വണ്ടിയിൽ കയറുന്നതിന് മുന്നേ ഒരു വിസ്താരം രണ്ടുപേർ ചേർന്ന് ആദ്യമേ നടത്തിയിരുന്നതാണ്. ഞാൻ മറച്ചുവെക്കാതെ പറഞ്ഞു.

"എറണാകുളത്തുനിന്ന്...."

"ഇവിടെ എവിടെ പോയതാന്നാ പറഞ്ഞെ?"

ഏത് സന്ദർഭത്തിലും സത്യം പറയുന്നതാണ് നല്ലതെന്ന് എന്റെ ജോലിയിലൂടെ അതിനകം ഞാൻ തിരിച്ചറിഞ്ഞു കഴിഞ്ഞിരുന്നു.

"ചെമ്മണ്ണാറിൽ ഒരാളെ കാണാൻ വന്നതാണ്. ഇവിടെ എത്തി ആളെ കണ്ട് സംസാരിച്ചു കഴിഞ്ഞപ്പോഴേക്കും രാത്രിയായി. ഉടുമ്പഞ്ചോ

ലയിലോ നെടുങ്കണ്ടത്തോ ചെന്നാൽ രാത്രി താമസിക്കാൻ ലോഡ്ജ് കിട്ടുമെന്ന് ചിലർ പറഞ്ഞു."

അയാളെന്നെ അടിമുടി ഒന്നുകൂടി നോക്കി.

"എന്നാ പണിയൊക്കെ?"

നിലത്തേക്ക് ഒന്നു തുപ്പിയിട്ട് അയാൾ ചോദിച്ചു. വണ്ടിക്ക് പിറകിലെ സീറ്റിൽ ഒരുത്തൻ ചാരിക്കിടക്കുകയാണ്. ഉറങ്ങുകയാവാം. അപരൻ ഇത്തിരി മുന്നോട്ടാഞ്ഞ് എന്നെ നോക്കിയിരിക്കുന്നു.

ഞാൻ പറഞ്ഞു:

"ക്ലാർക്കാണ്...."

"സർക്കാർ ജോലിയാണോ....?"

"അല്ലേ, ഒരു വക്കീലിന്റെ ഓഫീസിലാണ്?"

ഡ്രൈവർ അൽപ്പമൊന്ന് മിണ്ടാതായി. പിന്നെ വണ്ടിക്ക് ചുറ്റും നടന്ന് ചക്രങ്ങളിലും മറ്റും തട്ടിനോക്കാൻ തുടങ്ങി. ഒടുവിൽ വന്ന് ഡ്രൈവർ സീറ്റിലിരുന്നു. വണ്ടി ഇത്തിരി അനങ്ങി. കൂടുതൽ ആളെ കയറ്റാൻ കഴിയുന്ന ഒരു വലിയ ഓട്ടോയായിരുന്നു അത്.

ചെമ്മണ്ണാർ എന്ന വനപ്രദേശത്തേക്ക് ഞാൻ വരാനിടയായ സാഹചര്യം ഓർത്തു. വക്കീലിന്റെ ഒരിടപാടുകാരനായ ഗോപിയെ കണ്ട് കുറച്ച് പണം കിട്ടാനുള്ളത് വാങ്ങാനാണ് വന്നത്. പക്ഷേ, എറണാകുളത്തു നിന്ന് പുറപ്പെടാൻ വൈകി. വഴിക്ക് ബസ് ബ്രേക്ക് ഡൗണായപ്പോൾ പിന്നെയും താമസിച്ചു. ഒടുക്കം ചെമ്മണ്ണാറിലെത്തുമ്പോൾ നാലര കഴിഞ്ഞിരുന്നു. ഗോപിയെ കണ്ട് സംസാരിക്കാതെ എനിക്ക് മടങ്ങിപ്പോകാൻ കഴിയുമായിരുന്നില്ല. ഒരു പിടിപ്പില്ലാത്ത വക്കീലിന്റെ കൂടെ ജോലി ചെയ്യേണ്ടിവരുന്നതിലുള്ള കഷ്ടമാണിതെല്ലാം.

ആദ്യമിറങ്ങിപ്പോയ മനുഷ്യൻ ഏലക്കാട്ടിൽനിന്ന് കയറിവന്നു. അതു കണ്ടപ്പോൾ പിന്നിലെ സീറ്റിലിരുന്നവരിൽ ഒരാൾ വേഗത്തിൽ അതേ വഴിയിലൂടെ ഇറങ്ങിപ്പോയി. വന്നയാൾ ബീഡി കത്തിച്ചുകൊണ്ട് സ്ത്രൈണശബ്ദത്തിൽ ഒരു പാട്ടുപാടി. അയാളുടെ മുഖം പ്രസന്നമായിരുന്നു. അയാളും എന്നെ പരിഗണിച്ചതേയില്ല.

ഗോപിയെ കണ്ടതിനു ശേഷം ചെമ്മണ്ണാർ കവലയിൽ ഇറങ്ങി നിൽക്കുമ്പോൾ നെടുങ്കണ്ടത്തേക്ക് പോകാൻ എനിക്ക് മനസുണ്ടായിരുന്നില്ല. പക്ഷേ, മറ്റു സ്ഥലങ്ങളിലേക്കും നെടുങ്കണ്ടത്തേക്കു തന്നെയുമുള്ള അവസാനത്തെ ട്രിപ്പ് ജീപ്പും അവിടെ നിന്ന് പോയിക്കഴിഞ്ഞിരുന്നു. ഒടുവിൽ ഗോപി തന്നെയാണ് രാത്രി തങ്ങാൻ നല്ല സ്ഥലം നെടുങ്കണ്ടമാണെന്ന് നിർബന്ധിച്ചത്. ഹൈറേഞ്ചിൽ നിന്ന് പുറത്തേക്ക് കടക്കാനുള്ള വഴികൾ സന്ധ്യയോടെ അടയും. പുറത്തേക്ക് പിന്നീടുള്ള രാത്രി മാർഗങ്ങൾ സാധാരണക്കാരനുള്ളതല്ല. ഇതൊക്കെ കേട്ടിട്ടുള്ള കഥകളാണ്.

ഗോപി പറഞ്ഞുതന്നു:

ഉടുമ്പഞ്ചോലവരെ ഓട്ടോ വിളിച്ച് പോവുക. അവിടെ ഇറങ്ങി

നിന്നാൽ നെടുങ്കണ്ടത്തേക്ക് ലോറിയോ ജീപ്പോ കിട്ടും. അവിടെ നിന്ന് രാവിലെ ബസുണ്ട്.

ചെമ്മാണ്ണാറിൽ നിന്ന് ഉടുമ്പഞ്ചോല വരെയുള്ള ആറ് കിലോമീറ്റർ ഓടാൻ അറുപത്തഞ്ച് രൂപയാണ് ഓട്ടോക്കാരൻ ചോദിച്ചത്. ഈ കണക്കൊന്നും വക്കീലിന്റെയടുത്ത് ചെലവാകില്ലെന്നറിയാവുന്നതിനാൽ ഞാൻ കുറച്ചുനേരം കൂടി അവിടെ കാത്തുനിൽക്കാൻ തയാറാവുകയായിരുന്നു. രണ്ടോ മൂന്നോ യാത്രക്കാരെക്കൂടി കിട്ടിയാൽ ഓട്ടോക്കൂലി ഭാഗിച്ചുനൽകി പണം ലാഭിക്കാമെന്നും ഞാൻ കണക്ക് കൂട്ടിയിരുന്നു. അങ്ങനെ ചിന്തിച്ചുനിന്നും സമയം കുറേ പോയി. ഒടുക്കം സ്റ്റാന്റിൽ ഒരു വലിയ ഓട്ടോ മാത്രമായി. പെട്ടെന്നുണ്ടായ നടുക്കത്തോടെ ഞാനാ അവസാന വണ്ടിയെ സമീപിക്കുമ്പോഴാണ് ഓട്ടോയ്ക്ക് പിറകിൽ മൂന്ന് ചെറുപ്പക്കാർ നിൽക്കുന്നത് കണ്ടത്. വോൾട്ടേജ് കുറവായതിനാൽ കവലയാകെ ഇരുണ്ടുകിടക്കുകയായിരുന്നു.

"ഉടുമ്പഞ്ചോല വരെ പോകണമല്ലോ...."

ഞാൻ ഓട്ടോ ഡ്രൈവറോട് ആവശ്യപ്പെട്ടു.

"പറ്റില്ല. ഇവർ ഓട്ടം പറഞ്ഞു നിൽക്കുകയാണ്."

ഞാനാ ചെറുപ്പക്കാരെ സമീപിച്ചു.

"നിങ്ങൾ ഉടുമ്പഞ്ചോലക്കാണെങ്കിൽ എന്നെയും കൂട്ടണം. തുക ഭാഗിച്ചെടുത്താ മതിയല്ലോ."

"ഞങ്ങൾക്ക് വഴിയിൽ താമസമുണ്ട്."

"അത് സാരമില്ല. ഇനി ഇവിടെ നിന്ന് വേറെ വണ്ടിയില്ലാത്തതിനാലാണ്. ദയവായി ഉപേക്ഷ വിചാരിക്കരുത്...."

ചെറുപ്പക്കാരും ഡ്രൈവറുംകൂടി എന്നെ വിട്ട് വേറെന്തോ വിഷയങ്ങൾ കൂടിയാലോചിക്കുന്നത് കണ്ടു. പിന്നെ അതിലൊരാൾ കടത്തിണ്ണയിലേക്ക് ചെന്നു. അവിടെ അരഭിത്തി ചാരി ഇരിക്കുകയായിരുന്ന ഒരു സ്ത്രീയെ കൂട്ടിക്കൊണ്ടുവന്നു. അത് കണ്ടതോടെ എനിക്ക് സന്തോഷം തോന്നി. അപരിചിതയാണെങ്കിലും ഒരു സ്ത്രീകൂടി ഉൾപ്പെട്ട സംഘമായതിനാൽ എന്റെ മനസ്സിനൊരു ലാഘവം കിട്ടുകയായിരുന്നു.

കല്ലുകളിൽ തട്ടിത്തട്ടിയൊഴുകുന്ന ഏതോ കാട്ടാറിന്റെ ശബ്ദം ഇപ്പോഴും കേൾക്കാം. ഐസ് പോലെ തണുത്ത വെള്ളമായിരിക്കും അതിലെന്ന് ഞാൻ വിചാരിച്ചു.

"വേണോ....?"

അയാൾ ശബ്ദം താഴ്ത്തി ചോദിച്ചു. മനസിലാകാത്ത ഭാവം നടിച്ച് ഞാനയാളെ നോക്കി.

"എന്താ....?"

"അല്ല.... വേണങ്കീ...."

അയാൾ ആ സ്ത്രീയുടെ വില പറയാൻ ഭാവിക്കുകയാണെന്ന് കണ്ടപ്പോൾ ലജ്ജയും വിനയവും ഭാവിച്ച് ഞാൻ പറഞ്ഞു.

"അയ്യോ..... എനിക്ക് വേണ്ട....."

അയാൾ എന്നെ ഒന്നുകൂടി നോക്കിയിട്ട് വീണ്ടും വണ്ടിക്കടുത്തേക്ക് തിരിഞ്ഞുനടന്നു. തോട്ടത്തിലെ തണുത്ത കാറ്റ് പിന്നെയും കടന്നുവന്നു. എന്റെ അരയിൽ ഒരനക്കം നടക്കുന്നത് ഞാൻ മനസിലാക്കി. നല്ല സാഹചര്യമാണ്. പക്ഷേ, വേണ്ട. ആദ്യാനുഭവം ഏലക്കാട്ടിലെ ഭയമുണങ്ങിയ കരിയിലമെത്തയിൽ വിലപേശിക്കൊണ്ടുവേണ്ട....

ആദ്യമേ പോയി വന്നയാൾ പിൻസീറ്റിൽ ചാരിയിരുന്ന് കൂർക്കംവലിച്ചു തുടങ്ങിയിരുന്നു. രോമത്തൊപ്പിവെച്ച മനുഷ്യനോട് ചെറിയൊരടുപ്പം വന്നതിനാൽ ഞാൻ തുറന്നുചോദിച്ചു.

"വല്ല പോലീസും ഇപ്പോ വന്നാൽ....?"

അയാൾക്ക് ആ ചോദ്യം ഇഷ്ടമായെന്ന് തോന്നി. ഉൽസാഹത്തിലാണ് മറുപടി വന്നത്.

"പിന്നെ... ഒരുത്തനും വരത്തില്ല. ഉടുമ്പഞ്ചോല സ്റ്റേഷൻ പൊളിച്ചുമാറ്റിയില്ലേ....? പിന്നെ നമ്മള് വണ്ടി ഒതുക്കിയിട്ട് മുള്ളാനിറങ്ങീതാ.... പന്തിയല്ലെന്ന് കണ്ടാ ഹോണടിച്ചിട്ടേ നമ്മള് വണ്ടിയെടുക്കൂ. താഴേന്ന് അവരും മുങ്ങും. ചെമ്മണ്ണാറ്റിലോ ഉടുമ്പഞ്ചോലേലോ അടുത്ത വളവിലോ പൊങ്ങും."

വികൃതമായ ഒരു ചിരി അവതരിപ്പിച്ച് അയാളെന്നെ ഒന്നുകൂടി അമ്പരപ്പിച്ചു. തോട്ടം മേഖലയിലെ പട്ടിണിയെപ്പറ്റിയും ഹൈറേഞ്ചിൽ വ്യാപകമായ കാർഷിക വ്യാപാര നഷ്ടത്തെപ്പറ്റിയും ഞാൻ കേട്ടിട്ടുണ്ടായിരുന്നു.

"വണ്ടീൽ വന്നവരൊക്കെ എവിടുള്ളോരാ...."

ഞാൻ ചോദിച്ചു.

"വട്ടപ്പാറേല് കൊറച്ച് തോട്ടം വാങ്ങിയിട്ടുള്ളോരാ അവര്. പകല് പോയി മുളക് പറിച്ചിട്ട് വരുന്ന വഴിയാ....."

"എങ്ങനെയാ ഇപ്പം മുളകൊക്കെ?"

"ഓ... എന്നാ പറയാനാ.... വളരെ മോശമാ.... തീരെ വെലേമില്ല....."

"ഹൈറേഞ്ചിൽ മൊത്തം കൃഷിയൊക്കെ പോയിത്തുടങ്ങി അല്ലേ....?"

"ഒക്കെ പോയി..... ഇപ്പം മഴ കിട്ടീതുകൊണ്ട് അടുത്ത കൊല്ലം ഏലക്കാ ഒണ്ടാകും. പക്ഷേ, അയിനും വെലയില്ലല്ലോ...."

അയാൾ റോഡിൽ കുന്തിച്ചിരുന്നു. ഞാനും അതേവിധം ഇരുന്നു. റോഡിലൂടെ ഒരു ജീവി ഓടിപ്പോയി. ഒരു കൂട്ടിക്കൊടുപ്പുകാരനെപ്പോലെ അവിടെ കാത്തിരിക്കേണ്ടിവന്നതിൽ എനിക്ക് ജാള്യമുണ്ടായിരുന്നു. ആദ്യം ആ സ്ത്രീയെ കണ്ടപ്പോൾ ഇവരിലാരുടെയോ ഭാര്യയായിരിക്കുമെന്നാണ് ഞാൻ കരുതിയിരുന്നത്. അക്കാര്യവും ചിരിച്ചുകൊണ്ട് അയാളെ ഞാൻ അറിയിച്ചു. അയാളും ചിരിച്ചു.

"കെട്ട്യോളെക്കാളും ഇപ്പണിക്കു നല്ലത് ഇവളുമാരു തന്നാ...."

മണിക്കൂറുകൾ നീങ്ങുകയാണ്. കാറ്റിന് തണുപ്പേറിവരുന്നു.

"താൻ കല്യാണം കഴിച്ചതാണോ...?"

അയാളെന്നോട് ചോദിച്ചപ്പോൾ ഞാൻ വല്ലാതായി. എന്തിനെന്നറിയില്ലാത്ത ചെറിയൊരു നൊമ്പരം എന്നെ ചുറ്റി. മന്ദീഭവിച്ച ഓരൊച്ചയിൽ ഞാൻ നേരു പറഞ്ഞു:

"ഹേയ്... ഇല്ല...."

"എന്നാ ഒന്നു നോക്കുന്നോ...? അവൾക്ക് ഇന്നലെയൊക്കെ പനിയായിരുന്നു. എന്നാലും നല്ല മുറ്റാ."

ഞാൻ വിളങ്ങനെ രണ്ടുവട്ടം തലയാട്ടി.

"വേണ്ട...."

പാറക്കല്ലിൽ പിടിച്ച് രണ്ടാമത്തെയാളും കയറിവന്നു. ഒരു മണിക്കൂർ കഴിഞ്ഞു ഞാനിവിടെ പിമ്പിന്റെ പണിയെടുക്കാൻ തുടങ്ങിയിട്ട്. ഞാൻ മാത്രമല്ല, പലരും പലേ സാഹചര്യങ്ങളിലും ഇപ്പോൾ ഒരു പിമ്പായി മാറുന്നുണ്ടെന്ന് ഞാൻ വിചാരിച്ചു. ആ വിചാരം എനിക്കിത്തിരി സമാധാനം തന്നു. മൂന്നാമത്തെയാൾ പോകാൻ തയാറായി.

"എടാ.... വെള്ളമുണ്ടോ വണ്ടീല്...."

വന്നയാൾ ഡ്രൈവറോട് ചോദിച്ചു. ഡ്രൈവറായിരുന്നു മൂന്നാമതായി പോകാൻ തുനിഞ്ഞത്. അവൻ തിരിഞ്ഞുനിന്നിട്ട് പറഞ്ഞു:

"ഇല്ല."

എന്നിട്ട് അവൻ തിടുക്കത്തിൽ ഇറങ്ങിപ്പോയി. അവന്റെ ചൂളംവിളി കുറേനേരം കൂടി ഇരുട്ടിൽ കേട്ടു. താഴെമാറി എവിടെയോ ആണ് സംഭവസ്ഥലമെന്ന് എനിക്ക് മനസിലായി. അത് സ്ഥിരം കേന്ദ്രമായിരിക്കണം. രണ്ടാമത് പോയിവന്നയാൾ തോർത്തഴിച്ച് കഴുത്ത് തുടയ്ക്കുകയാണ്. എനിക്ക് നല്ലപോലെ ദേഷ്യംവരാനും വിശക്കാനും തണുക്കാനും തുടങ്ങിയിരുന്നു. ഒന്നും പ്രകടിപ്പിക്കാൻ വയ്യാത്ത ആ സാഹചര്യമെന്ന നിശ്ശബ്ദനാക്കി.

"ഇഞ്ഞീ എന്നതാ... പരിപാടി?"

രണ്ടാമത് പോയിവന്നയാൾ എന്നോടായി ചോദിച്ചു. ഞാൻ പറഞ്ഞു.

"നെടുങ്കണ്ടത്തുചെന്ന് വല്ല ലോഡ്ജിലോ മറ്റോ കൂടണം."

"ഞങ്ങളു പറഞ്ഞതല്ലേ കുറച്ച് വൈകുമെന്ന്."

"ഓ സാരമില്ല....."

അതുവരെ ഒരു വാഹനം പോലും നെടുങ്കണ്ടം ഭാഗത്തേക്ക് പോയിരുന്നില്ല. ഒന്നുരണ്ട് ഓട്ടോകൾ ചെമ്മണ്ണാറിലേക്ക് മടങ്ങിപ്പോയിരുന്നു. ഇത്തരി കുഴപ്പം പിടിച്ചതായിപ്പോയെങ്കിലും ഈ ഓട്ടോ കിട്ടിയിരുന്നില്ലെങ്കിൽ ഞാൻ ചെമ്മണ്ണാറ്റിലെ തണുപ്പിൽ കഷ്ടത്തിലാവുമായിരുന്നെന്ന് എനിക്കുറപ്പാണ്. ഒരു സഹായ മനഃസ്ഥിതി പ്രകടിപ്പിച്ചുകൊണ്ട് ഞാൻ പറഞ്ഞു.

"വെള്ളം വേണേങ്കി എന്റെ കൈയിലുണ്ട്. തരാം."

ഞാൻ ബാഗ് തുറക്കാനോങ്ങി. അയാൾ പറഞ്ഞു.

"എനിക്കല്ല വെള്ളം. ആ പെണ്ണ് ചോദിച്ചിട്ടാ.... ഇനിയിപ്പം അവന്റേം കൂടി കഴിഞ്ഞിട്ടുവരട്ടെ...."

എന്റെ നെഞ്ചിൽ ഒരു തണുത്ത ഇരുമ്പുവടി വീണു. ചെറിയൊരു ദുഃഖം വന്ന് എന്റെ മാംസത്തിൽ കൊത്തി. ഞാൻ എല്ലാവരിൽനിന്നും മുഖം തിരിച്ചുകളഞ്ഞു.

ഹൈറേഞ്ച് പരിചയമുള്ള ഒരാളെന്ന നിലയ്ക്ക് ഗോപിയെ കാണാൻ വക്കീൽ തന്നെ പറഞ്ഞയച്ചപ്പോൾ ഇങ്ങനെയൊരു രാത്രി ഉണ്ടാകുമെന്ന് പ്രതീക്ഷിച്ചതേയില്ല.

"ആ കുണ്ടച്ചി മോനെന്നാ ഇത്ര താമസം?"

ആദ്യമേ പോയി വന്നയാൾ പിന്നെയും അസ്വസ്ഥനായി.

"കാലത്തു മുതൽ ഏണിക്കമ്പേൽ നിന്നിട്ട് വരികാ. ഒന്നു കെടന്നാ മതീന്നായി."

ഭോഗക്ഷീണവും ശരീരം വിശ്രമത്തെ വിളിച്ചു വരുത്തുന്നതിന്റെ പ്രലോഭനവും അയാളുടെ വാക്കുകളിൽ എഴുന്നുനിന്നിരുന്നു. രണ്ടാമത് പോയി വന്നയാൾ പറഞ്ഞു.

"അവനിപ്പോ അങ്ങ് ചെന്നിട്ടല്ലേയുള്ളൂ."

ആകെ ഒന്നര മണിക്കൂർ കടന്നുപോയിട്ടുണ്ട്. ഇനിയും അവശേഷിക്കുന്ന രണ്ടുപേർ കൂടി അവളുടെ അടുത്തുപോയി വരാനിടയുണ്ട്. അടുത്തയാൾ പോകുമ്പോൾ വെള്ളം കൊടുത്തുവിടാം. ഞാൻ ബാഗു തുറന്ന് പ്ലാസ്റ്റിക് കുപ്പി പുറത്തെടുത്തുവച്ചു. രോമത്തൊപ്പി വെച്ചമനുഷ്യൻ അതെടുത്ത് തിരിച്ചും മറിച്ചും നോക്കി പരിശോധിച്ചിട്ട് പറഞ്ഞു:

"ശ്ശെടാ.. ഇതിവിടെനിന്നുണ്ടാക്കുന്നതല്ലേ. നമ്മടെ...." എംബ്ലം നോക്കിയിട്ടാണ് അയാൾ ചോദിച്ചതെന്ന് മനസിലായി. അയാളെന്നോട് തുടർന്ന് ചോദിച്ചു.

"ഇതെവിടുന്നാ വാങ്ങീത്?"

"ആലുവ നിന്ന്......"

"അവിടെ ഈ വെള്ളമാണോ നിങ്ങളെല്ലാവരും കുടിക്കുന്നത്?"

"എല്ലാവരുമില്ല. യാത്രക്കാരൊക്കെ വാങ്ങിക്കും."

"ഇന്നാട്ടിലെ വെള്ളം കുപ്പിയിലാക്കി വിറ്റ് ആ കഴുവേറി കൊറച്ചുണ്ടാക്കി കാണുമല്ലോ...?"

അയാൾ പുച്ഛച്ചിരി ചിരിച്ചു. ഈ പരപുച്ഛം ഹൈറേഞ്ചുകാരുടെ ഒരു പ്രകൃതമാണെന്നു തോന്നുന്നു.

അർധരാത്രി ലോഡ്ജിൽ ഒറ്റയ്ക്ക് ചെന്നാൽ അപരിചിതന് മുറി കൊടുക്കുമോ എന്ന ഭയവും എനിക്കുണ്ടായിരുന്നു. വിഹിതം കൈപ്പറ്റുന്നില്ലെന്നേയുള്ളൂ. ഏതോ ഒരുവളുടെ ഇല്ലായ്മയെ ചൂഷണം ചെയ്യാൻ ഞാനും ഇവിടെ കൂട്ടുനിൽക്കുകയാണ്. ഓടിയൊളിക്കാൻ ചുറ്റിനും വഴികളുണ്ട്. പക്ഷേ, അതെവിടെ എത്തിക്കുമെന്നറിയില്ല. കാലിൽ അദൃശ്യമായ ബന്ധനങ്ങൾ.

മൂന്നാമനും കയറിവന്നു. ഒരു കൂട്ടിക്കൊടുപ്പുകാരന്റെ ഭാവഹാവാദികൾ ഇപ്പോൾ തെളിഞ്ഞുവരുന്ന, ആ സ്ത്രീയെ കടവരാന്തയിൽ നിന്ന്

ചേർത്തുപിടിച്ചുകൊണ്ടുവന്ന രോമത്തൊപ്പിവെച്ച മനുഷ്യൻ നാലാമനോടായി ചോദിച്ചു.

"നീ പോണില്ലേ....?"

"പിന്നെ, അതെന്നാ ചോദ്യമാ?"

നാലാമൻ ഷർട്ടഴിച്ച് വണ്ടിയിൽ തന്നെ വെച്ചു. എന്നിട്ട് ഒരു ബീഡി കൂടി കത്തിച്ചുകൊണ്ട് പോകാനിറങ്ങി. ഞാൻ പറഞ്ഞു.

"ഇതാ... വെള്ളം വേണമെന്ന് പറഞ്ഞായിരുന്നു."

അയാൾ തിരിച്ചുവന്ന് കുപ്പിവാങ്ങി ഒന്നും പറയാതെ കാട്ടിലേക്ക് ഇറങ്ങിപ്പോയി. രോമത്തൊപ്പിവെച്ച മനുഷ്യൻ അപ്രതീക്ഷിതമായി വിളിച്ചുപറഞ്ഞു.

"എടാ, നീ വിളിച്ചോണ്ടുപോരെ..... ഇനിയാരുമില്ല."

അയാൾ എന്നെയുദ്ദേശിച്ചാണ് 'ഇനിയാരുമില്ല' എന്നു പറഞ്ഞതെന്ന് എനിക്ക് മനസിലായി. അതെന്റെ പൗരുഷത്തിൽ വീണ ഒരു ചെറിയ പ്രഹരമായി എനിക്ക് തോന്നി. പോകണോ? രണ്ട് മണിക്കൂറാകുന്നു മഞ്ഞത്ത് നിൽക്കാൻ തുടങ്ങിയിട്ട്. അരയിലെ പിടപ്പ് അവസാനിച്ചിട്ടുണ്ട്. പക്ഷേ, ആ സ്ത്രീയെ സമീപിക്കാത്ത ഒരു കൂട്ടിക്കൊടുപ്പുകാരന്റെ ഛായകളെല്ലാമുള്ള രോമത്തൊപ്പിവെച്ച മനുഷ്യൻ ആ സ്ത്രീയുടെ ആരായിരിക്കും? ഭർത്താവാണോ, അയൽക്കാരനാണോ, അച്ഛനാണോ?

ആ സ്ത്രീയുടെ മുഖം കാണാൻ കഴിയാത്തതിനാൽ അവരുടെ പ്രായം തിട്ടപ്പെടുത്താനും എനിക്ക് കഴിഞ്ഞിരുന്നില്ല. ഒരു പക്ഷേ, ഏതെങ്കിലും എസ്റ്റേറ്റിലെ പണിക്കാരിയാവാം. രണ്ട് മണിക്കൂറിനകം നാലുപേരുടെ ശരീരം സഹിച്ച ആ മെലിഞ്ഞ സ്ത്രീയുടെ മനോഭാവത്തോട് എനിക്ക് വെറുപ്പോ കാരുണ്യമോ തോന്നിയില്ല. ലേശം അത്ഭുതം കലർന്ന ഒരു ആദരവ് മാത്രം അവശേഷിച്ചു.

വളരെ നേരം കഴിഞ്ഞ് നാലാമനും പിന്നാലെ സ്ത്രീയും കയറിവന്നു. ആ സ്ത്രീ ഇപ്പോഴും ഇറങ്ങിപ്പോയതുപോലെ തന്നെ സാരിചുറ്റി പുതച്ച് സാവധാനമാണ് നടന്നുവന്നിരുന്നത്. അതൊരു ചെറിയ പെൺകുട്ടിയാണോയെന്ന് എനിക്ക് സംശയം തോന്നാൻ തുടങ്ങി. വളരെ ചെറിയ കാൽപ്പാദങ്ങൾ കണ്ടപ്പോഴാണ് അങ്ങനെ തോന്നിയത്. നാലാമൻ കാലിയായ വെള്ളക്കുപ്പി എനിക്ക് തന്നു. 'ഓ... ഇനിയിത് ചുമക്കാൻ വയ്യ' എന്ന് സ്വയം പറഞ്ഞ് ഞാനത് കാട്ടിലേക്കെറിഞ്ഞു.

"എടാ..... എണീര്..... പോകാം....."

"കഴിഞ്ഞോ... എങ്കീ...... പോകാം...."

ഓട്ടോയ്ക്കുള്ളിലിരുന്ന രണ്ടുപേരും പുറത്തേക്കിറങ്ങി. സ്ത്രീ കുനിഞ്ഞു കയറി അങ്ങേയറ്റത്ത് പഴയപടി ഇരുന്നു. അവരുടെ അടുത്ത് ആദ്യത്തേതിനു വിരുദ്ധമായി നാലാമതു പോയി വന്ന മനുഷ്യൻ ചേർന്നിരുന്നു. മുന്നിൽ ഡ്രൈവറോടൊപ്പമിരുന്നയാളും പുറകിലായി. ഞാൻ ഇങ്ങേയറ്റത്ത് ആദ്യത്തെപോലെ തന്നെ.

വീണ്ടും വലിയ ശബ്ദഘോഷത്തോടെ ഓട്ടോ ഓടിത്തുടങ്ങി. കാട്ടിലെങ്ങും അതിന്റെ ഒച്ച ഉഗ്രമായി പ്രതിധ്വനിച്ചു. ഇടയ്ക്ക് രണ്ടു മൂന്ന്

തവണ കൂടി മുഖം കുനിച്ചിരുന്ന് സ്ത്രീ പതുക്കെ ചുമച്ചു. മറ്റുള്ളവർ ഉറങ്ങിത്തുടങ്ങി.

ഉടുമ്പഞ്ചോല അരണ്ട വൈദ്യുതി വെളിച്ചത്തിൽ മങ്ങിക്കിടക്കുന്ന ഒരു നാൽക്കവല. രോമത്തൊപ്പിവെച്ച മനുഷ്യനാണ് എല്ലാവരിൽ നിന്നും പണം വാങ്ങിയത്. ഡ്രൈവർ മാത്രം കൊടുത്തില്ല. സ്ത്രീ അപ്പോഴും ഓട്ടോയിൽത്തന്നെ. പുറത്തിറങ്ങുമ്പോൾ അവരുടെ മുഖത്ത് നോക്കണമെന്ന് ഞാൻ വിചാരിച്ചിരുന്നതാണ്. പക്ഷേ, ഇനിയതു നടക്കുമെന്നു തോന്നുന്നില്ല. റോഡിലിട്ട് തിരിച്ച് ഓട്ടോ ആ സ്ത്രീയേയും കൊണ്ട് മടങ്ങി. ഉടുമ്പഞ്ചോലയിലെ അരണ്ട തെരുവിൽ മറ്റുള്ളവരും ഒന്നുംപറയാതെ അപ്രത്യക്ഷരായി. ആ സ്ത്രീക്കൊപ്പം തിരിച്ചുപോകാതെ രോമത്തൊപ്പിവെച്ച മനുഷ്യൻ അവിടെ ഇറങ്ങിയതെന്തിനാണെന്ന് എനിക്ക് മനസിലായില്ല. അടയാള സൂചികളൊന്നും ഇല്ലാത്ത നാൽക്കവല എന്നെ ദിഗ്ഭ്രമത്തിലാഴ്ത്തി. ഓട്ടോ തിരിച്ചുപോയത് വന്ന വഴിക്കു തന്നെയാണോ? എല്ലാത്തിനും മീതെ ഒരു മങ്ങൾ പടർന്നിരിക്കുന്നു.

കുറച്ചുനേരം തനിയെ കാത്തുനിന്നപ്പോൾ ദൂരെ പുകമഞ്ഞിലൂടെ ഒരു ലോറി അടുത്തെത്തുന്ന ഇരമ്പം ഞാനറിഞ്ഞു. എത്രയും വേഗം നെടുങ്കണ്ടത്തെത്താനുള്ള മോഹത്തോടെ ഞാനതിന്റെ മുന്നിൽ കയറിനിന്നു കൈവീശി. ലോറി നിന്നപ്പോൾ ഡ്രൈവറുടെ സൈഡിലേക്ക് ഓടിച്ചെന്ന് ഞാൻ ചോദിച്ചു.

"നെടുങ്കണ്ടം വരെ പോരട്ടെ?"

"നാൽപ്പതു രൂപ തരണം."

അരക്കോപ്പ മദ്യത്തിനുള്ള കാശാണതെന്ന് എനിക്ക് തീർച്ചയായി.

"തരാം...."

"കേറ്....."

ഇരമ്പുന്ന ലോറിക്കു മുന്നിലൂടെ നടന്നുവന്ന് ഞാൻ ഉയർന്ന പടി ചവിട്ടി കാബിനിലേക്ക് പൊത്തിപ്പിടിച്ച് കയറി. അകത്ത് വെളിച്ചമുണ്ടായിരുന്നില്ല. ഞാൻ കയറിയതോടെ ഡ്രൈവർ വണ്ടിയെടുത്തു. മുന്നിൽ അഗാധതയിലെന്നപോലെ റോഡ്. അപ്പോഴാണ് എനിക്കടുത്ത് വെളുത്ത ഷർട്ടും മുണ്ടുമിട്ട് റോഡിലേക്ക് നോക്കിയിരിക്കുന്ന മധ്യവയസ്കനുമപ്പുറം ഡ്രൈവർക്കിടയിലായി സാരി ചുറ്റിയ മുഖം മറച്ച് മുന്നോട്ടാഞ്ഞിരിക്കുന്ന സ്ത്രീയെ കണ്ടത്. മുമ്പ് ഓട്ടോയിൽ കണ്ട അതേ സ്ത്രീയുടെ രൂപഭാവങ്ങൾ. അതേ നിറമുള്ള സാരി. അവർതന്നെയാണോ ഇത്....? ഓട്ടോ പോയ ദിക്കിൽ നിന്നാണോ ലോറി വന്നത്? മധ്യവയസ്കൻ ഇടക്കിടെ നരച്ച മീശ തടവുന്നുണ്ടായിരുന്നു. അയാളും ഒരു രോമത്തൊപ്പി വെച്ചിട്ടുണ്ടായിരുന്നു.

ഒരു ദീർഘനിശ്വാസത്തോടെ ഞാൻ പുറത്ത് ഇരുട്ടിൽ കാണുന്ന മലകൾ നോക്കിയിരുന്നു. നെടുങ്കണ്ടത്തെ പടിഞ്ഞാറെ കവലയും കിഴക്കേ കവലയും ലോറി വരുന്ന പാതയെ കാത്തുകിടന്നു.

രാത്രി എനിക്കുറങ്ങാൻ കഴിയുമോ എന്നു മാത്രമാണ് തുടർന്ന് ഞാൻ ആലോചിച്ചുകൊണ്ടിരുന്നത്.

ആശുപത്രികൾ ആവശ്യപ്പെടുന്ന ലോകം

നീയുറങ്ങുക! നിന്നെ-
തട്ടി ഞാൻ കരിമ്പുഴ-
നീരുപോൽത്തെറിക്കുന്നി-
തർധരാത്രികൾ തോറും

സുഫല/ഒളപ്പമണ്ണ

എന്തുകൊണ്ടാണ് കഥയെഴുതാൻ ആഗ്രഹിക്കുമ്പോഴൊക്കെ അതു വീണ്ടും ചെന്ന് ഏതെങ്കിലും കലക്കമിഴിയിൽ എത്തുന്നത്? എഴുത്തുകാരന്റെ മനസിൽ കഥാപാത്രം എപ്പോഴോ തന്നെ ഉരുവംകൊണ്ട് കഴിഞ്ഞിരിക്കുന്നു എന്നതല്ലേ അതിൽനിന്നും വ്യക്തമാകുന്നത്?

വേഷങ്ങൾ അവിടെ ധാരാളമുണ്ടാവും. അതിൽ നിന്ന് ആരെ സ്വീകരിക്കണം, സ്വീകരിക്കുന്നവരുടെ സാമൂഹിക പശ്ചാത്തലം, രാഷ്ട്രീയം, കുടുംബവൃത്തി എന്നിവയെല്ലാം എന്തായിരിക്കണം. എഴുതാൻ നിശ്ചയിക്കുന്ന ഒരാൾക്ക് വായനക്കാരിലേക്കെത്തിക്കാൻ സാധിക്കാത്ത ധർമസങ്കടങ്ങൾ ഇങ്ങനെ അനവധിയുണ്ട്.

ഇപ്പോൾ ഞാനും വെള്ളപ്പേപ്പറിന്റെ പരപ്പിലേക്ക് നോക്കിയിരിക്കുകയാണ്. തിക്കിത്തിരക്കി വരുന്ന കഥാപാത്രങ്ങളെ ഓടിച്ചുവിട്ടുകൊണ്ട് മനസിലെ അവ്യക്തരൂപങ്ങൾക്ക് തെളിച്ചം കിട്ടാൻ സഹായിക്കുന്ന കുറച്ച് പുസ്തകങ്ങളാണ് ഷെൽഫിലുള്ളത്. വായിച്ചുകഴിഞ്ഞത് ഓംപ്രകാശ് വാൽമീകിയുടെ ആത്മകഥ. എനിക്കറിയാവുന്നതും ഞാൻ മറന്നതായി ഭാവിക്കുന്നതുമായ ഒരു കുട്ടിക്കാലലോകമായിരുന്നു ചൂഹ്റകളുടേതും.

ഞാൻ ഷെൽഫിലേക്ക് ശ്രദ്ധിച്ചു. വളരെ പണ്ട്, പത്രപ്രവർത്തനത്തിന്റെ തിരക്കിലേക്ക് പോകുംമുൻപ് ഞാനെഴുതിയ കഥകളെല്ലാം സവർണപക്ഷത്തേക്ക് നോക്കിയെഴുതിയതായിരുന്നു. ഇന്നിപ്പോൾ ജാനു

വിന്റെയും പാമയുടെയും പുസ്തകങ്ങൾ വായിക്കുന്നു. വെള്ളക്കടലാസിലേക്കും വെള്ളച്ചുമരിലേക്കും മാറിമാറി നോക്കി. ഉള്ളിലെ നിറമില്ലാത്ത വിസ്തൃതിയിൽ ഒന്നും തെളിയുന്നില്ല. എന്തെഴുതണം?

അങ്ങനെയിരിക്കുമ്പോൾ ഒരു യാത്ര പോകാൻ തോന്നി. റെന്റ് എ കാർ നമ്പറിലേക്ക് വിളിച്ച് ഡ്രൈവർക്കൊപ്പം ഒരു കാർ വിട്ടുതരാൻ പറഞ്ഞ് വേഷം മാറി തയാറായിരുന്നു. താഴെ ക്രീം നിറമുള്ള കോണ്ടസ്സ വന്ന് ഹോണടിച്ചപ്പോൾ മുറി പൂട്ടിയിറങ്ങി. കാറിന്റെ പിൻസീറ്റിൽ ചാഞ്ഞു കിടന്ന് ഞാൻ പറഞ്ഞു:

"ഒരു പ്രദക്ഷിണം..."

ഡ്രൈവർ രസികനായിരുന്നിരിക്കണം. മറുചോദ്യമുണ്ടായില്ല. ആ യാത്ര അങ്ങനെ കുറെനേരം തെരുവുകളിലൂടെ നീണ്ടു. പുറത്ത് എരുമകളും പന്നികളും കൂട്ടംകൂട്ടമായി നടക്കുന്നുണ്ടായിരുന്നു. ട്രാഫിക്കിൽ പെട്ട് വഴിയിൽ നിർത്തിയിടേണ്ടിവന്നപ്പോൾ മുഖത്ത് നീണ്ട രോമമുള്ള എരുമകൾ സൈഡ്സീറ്റിലേക്ക് മുഖംനോക്കി. ഓംപ്രകാശിന്റെ പുസ്തകം വായിക്കേണ്ടിയിരുന്നില്ലെന്ന് തോന്നി. കുട്ടിക്കാലത്ത് ജോർജ് വാഷിങ്ടണിന്റെ കഷ്ടപ്പാടുകൾ വായിച്ച് കരഞ്ഞതോർത്തു.

കോണ്ടസ്സ ഓടിക്കൊണ്ടിരുന്നു. കണ്ണടച്ച് കിടക്കുകയായിരുന്ന ഞാൻ വണ്ടിയുടെ പെട്ടെന്നുള്ള നിർത്തലും ഡ്രൈവറുടെ നിലവിളിയും കേട്ടാണ് പിന്നെ കണ്ണുതുറന്നത്. കാറിന് മുന്നിലേക്ക് ആളുകൾ ഓടിക്കൂടുന്നത് കണ്ടു. ഡ്രൈവർ പിന്നിലേക്കും മുന്നിലേക്കും നോക്കി പരിഭ്രമിക്കുന്നു. ആക്രോശങ്ങൾ, അമർഷങ്ങൾ. ഒരു നഗരത്തിന്റെ ഏതാനും കോശങ്ങൾ പെട്ടെന്ന് പ്രവർത്തനം നിർത്തിവെക്കുന്നതും പിന്നെ വേഗമാർജിക്കുന്നതും തുടർന്ന് ഞാൻ മനസിലാക്കി.

ഉടനെ ഞാൻ പുറത്തിറങ്ങി നോക്കി. മുൻവീലിന് മുന്നിൽ കമിഴ്ന്ന് കിടക്കുന്ന മുഷിഞ്ഞ തലമുടിയുള്ള ഒരു കറുത്ത യുവതി. എന്റെ വയർ പിളർന്ന് അദൃശ്യമായ ഒരു കത്തി പാഞ്ഞു. ആരാണത്? മനപ്പൂർവം ചാടിയതോ, ഡ്രൈവർക്ക് അബദ്ധം പിണഞ്ഞതോ? ആലോചിക്കാൻ നേരമില്ല. തലയിലുണ്ടായിരുന്ന മങ്ങിയ ഛായകളെല്ലാം പോയി. ഉള്ളത് നിലനിൽക്കുന്ന നിമിഷങ്ങളെ അതിജീവിക്കാനുള്ള വെമ്പൽ മാത്രം.

എവിടെനിന്നോ രണ്ട് പൊലീസുകാർകൂടി എത്തിച്ചേർന്നു. എത്ര പെട്ടെന്നാണ് ആരൊക്കെയോ ചേർന്ന് ഞങ്ങളുടെ നേരെ തട്ടിക്കയറിയതും ആ യുവതിയെ എടുത്ത് ഞാൻ സഞ്ചരിച്ചിരുന്ന കാറിന് പിൻസീറ്റിലേക്ക് കിടത്തിയതും എന്നെ തള്ളിക്കയറ്റിയതും. ഒന്നോ രണ്ടോ അപരിചിതർകൂടി പൊലീസുകാരനോടൊപ്പം വണ്ടിയിൽ കയറി. ആശുപത്രിയിലേക്ക് കൊണ്ടുപോകാനായിരുന്നു ഭൂരിപക്ഷം ആജ്ഞയും. വേർതിരിച്ചറിയാൻ ബുദ്ധിമുട്ടുണ്ടാക്കിയ നിർദേശങ്ങൾക്കിടയിലൂടെ കാർ മുന്നോട്ട് നീങ്ങി. എന്റെ മടിയിൽ മുടി വീണ് പാതി മറഞ്ഞുകിടക്കുന്ന യുവതിയുടെ മുഖം കാണാൻ ഞാനൊരുശ്രമം നടത്തി. അതൊരു യാചകിയായിരുന്നു എന്ന് സ്പഷ്ടം. അനേകം തുന്നിക്കൂട്ടുകൾ ഉള്ളതായി

രുന്നു അവളുടെ ബ്ലൗസ്. അവൾക്ക് സൗന്ദര്യമുണ്ടായിരുന്നില്ല. അവളൊരു സ്ത്രൈണത മാത്രമായിരുന്നു. ദാരിദ്ര്യം അമർത്തിവെച്ചിരിക്കുന്ന വയർ. അതിൽ ചേർത്തു കെട്ടിവച്ചിരിക്കുന്ന ഒരു ചുവന്ന കൈസഞ്ചി. ചേറും ചെളിയും ഉണങ്ങിപ്പിടിച്ച കാലുകൾ. കനം കുറഞ്ഞ പാവാടയ്ക്കടിയിൽ അവളുടുത്തിരിക്കുന്നത് ഒരു കാലിന് നീളക്കൂടുതലുള്ള ചുരിദാർ പാന്റാണ്. അങ്ങനെയുള്ളവരുടേതായ ഒരു മുഷിഞ്ഞ മണവും കാറിനുള്ളിലുണ്ടായിരുന്നു.

ജനക്കൂട്ടത്തെ പിന്നിട്ടപ്പോൾ ശൂന്യമായ ഒരു മുഖത്തോടെ ഡ്രൈവർ ഒന്ന് പിന്നിലേക്ക് നോക്കി. ഞാനയാളുടെ കണ്ണുകളെ ഒരു തണുത്ത ഭാവത്തിൽ നേരിട്ടു. പൊലീസുകാരൻ നീലച്ചട്ടയുള്ള ചെറിയ നോട്ടുബുക്കെടുത്ത് മടിയിൽ വെച്ച് ശ്രദ്ധയോടെ അതിലെന്തോ എഴുതാനൊരുങ്ങുകയാണ്. ഞാൻ പ്രതീക്ഷിച്ചതുപോലെ ചോദ്യം വീണു.

"എന്താടാ നിന്റെ പേര്?"

ഒച്ചയിൽ ഭയം കലരാതിരിക്കാൻ ശ്രമിച്ച് ഞാൻ പറഞ്ഞു.

"വിശ്വംഭരൻ."

"മുഴ്വോൻ പറയാൻ പ്രത്യേകം പറയണോടാ...."

'വിശ്വംഭരദാസൻ"

അയാളത് എഴുതിയെടുക്കുമ്പോൾ മുന്നിലിരിക്കുന്ന അപരിചിതരും എന്നെ ശ്രദ്ധിക്കുന്നുണ്ടായിരുന്നു.

"അഡ്രസ്സ്"

"സി സി 804/ബി, ജേക്കബ് പുന്നൂസ് റോഡ്"

"ജോലി"

ബോധരഹിതയായി മടിയിൽ കിടക്കുന്ന പെണ്ണിന്റെ മുഖത്തേക്ക് നോക്കി. അവളുടെ ദുർവിധികൊണ്ട് വെളുപ്പെടുത്തേണ്ടിവന്നിരിക്കുന്നത് എന്റെ അസ്തിത്വമാണ്. പൊലീസുകാരൊക്കെ മോശക്കാരാണെന്ന ഒരു ധാരണയും എനിക്കുണ്ടായിരുന്നു. ആലോചിക്കാനോ മാറ്റിപ്പറയാനോ നേരമില്ല. തിടുക്കത്തിൽ ഞാൻ പറഞ്ഞുതുടങ്ങി:

"ഒരു മാസം മുൻപുവരെ, കഴിഞ്ഞ അഞ്ചുവർഷമായി ഞാനൊരു മാസികയുടെ സഹപത്രാധിപരായി ജോലി ചെയ്യുകയായിരുന്നു. ഒരേ മട്ടിലുള്ള മാറ്ററുകളും ലേ ഔട്ടും ന്യൂസ് പ്രിന്റും രീതികളുമായപ്പോൾ അഞ്ചാണ്ട് ശതാബ്ദങ്ങൾ പോലെ തോന്നി. ഇപ്പോൾ ജോലിയുപേക്ഷിച്ച് എന്റെ വീട്ടിൽ തന്നെ വെറുതെ ഇരിക്കുകയാണ്. പക്ഷേ, അവരിപ്പോഴും മാസികയിൽ വന്ന് ജോലി തുടരുവാൻ എന്നെ നിർബന്ധിക്കുന്നുണ്ട്."

അവസാനത്തെ വാചകം നുണയായിരുന്നു. ഒരു റോഡപകടത്തോടും അതിന്റെ തുടർനടപടികളോടുമുള്ള എന്റെ ഭയാശങ്കകൾ മൂലമായിരുന്നു ഞാനങ്ങനെ പറഞ്ഞത്. ഞങ്ങളുടെ കുറ്റംകൊണ്ടാണോ അവളിങ്ങനെയായത് എന്നെനിക്കറിയില്ലാത്തതിനാൽ അത് അനിവാര്യവുമായിരുന്നു. പുറമേക്ക് യാതൊരു പരിക്കും കാണുന്നില്ലെങ്കിലും അവളെ ആശുപത്രിയിലെത്തിക്കാനും അപകടത്തിന് കേസെടുപ്പിക്കാനുമായി

രുന്നു ഓടിക്കൂടിയ നാട്ടുകാരുടെ ശ്രമം. സന്ദർഭോചിതമായിട്ടല്ല; പഠിച്ചു വെച്ചത് ആവർത്തിക്കുന്നതുപോലെയായിരുന്നു വന്ന പൊലീസുകാരനും ചെയ്തത്. ഞാൻ പ്രവർത്തിച്ചിരുന്ന മാസികയുടെ കീർത്തികൊണ്ട് അകാരണമായ നടപടികളിൽനിന്നും രക്ഷപ്പെടാൻ കഴിഞ്ഞേക്കുമെന്ന് അത്രയുമൊക്കെ ആലോചിക്കാൻ വെളിവുണ്ടായ ആ നേരത്ത് ഞാൻ തിരിച്ചറിഞ്ഞു. അതുകൊണ്ടാണ് അങ്ങനെയൊരു നുണ കൂട്ടിച്ചേർത്തത്.

പൊലീസുകാരനും മുന്നിലിരിക്കുന്ന അപരിചിതരും ധാർഷ്ട്യം വെടിഞ്ഞ് എന്നെ നോക്കി. എന്നെക്കാൾ എത്രയോ പ്രായം കുറഞ്ഞയാളാണ് ഈ പൊലീസുകാരൻ. എന്നിട്ടും സ്വന്തമായൊരു രീതി അയാൾക്കില്ല.

എന്റെ മടിയിൽ കിടക്കുന്ന യുവതിയെ പെട്ടെന്നുണ്ടായ ഒരു താൽപ്പര്യത്തോടെ പൊലീസുകാരൻ പരിശോധിക്കുകയാണ്. കൈ ഉരഞ്ഞ് അവൾക്ക് അൽപ്പം മുറിവ് പറ്റിയിട്ടുണ്ടെന്നല്ലാതെ പ്രത്യക്ഷത്തിൽ വേറെ കുഴപ്പമൊന്നും കാണാനില്ല. പൊലീസുകാരൻ അടുത്ത ചടങ്ങുപോലെ ഡ്രൈവറുടെ നേരെ നോക്കി. എന്നാൽ വളരെ മയത്തിലാണ് ചോദിച്ചത്.

"എങ്ങനെയാ സംഭവിച്ചേ..... പെണ്ണ് വട്ടം ചാടുകയായിരുന്നോ."

ഡ്രൈവറിൽനിന്ന് ഒരു നെടുവീർപ്പ് അയഞ്ഞുപോകുന്നത് ഞാൻ കണ്ടു. കാറിന്റെ വേഗം കുറയ്ക്കാതെ തന്നെ അയാൾ സംസാരം തുടങ്ങി.

"ഒരു സൈക്കിളുകാരനെ രക്ഷിക്കാൻ ഞാൻ ഇടത്തേക്കൽപ്പം വെട്ടിച്ചതാണ്. പെണ്ണപ്പോൾ ഇങ്ങോട്ട് വരികയായിരുന്നു. കാറ് അവളുടെ സൈഡിലേക്ക് വെട്ടിവരുന്നതുകണ്ട് റോഡരികിലേക്ക് ഇറക്കിവെച്ചിരുന്ന സൈൻബോർഡിൽ തട്ടി അവള് കാറിന് മുന്നിലേക്ക് വീണു. ആ നിമിഷം ഞാൻ ചവിട്ടിയതുകൊണ്ട് ചക്രം കേറിയില്ല."

പിന്നിൽ കണ്ണടച്ചു കിടക്കുമ്പോൾ ബ്രേക്കിന്റെ ഭയങ്കരമായ ആ അലർച്ച ഞാനും കേട്ടതാണ്. പൊലീസുകാരനോട് ഡ്രൈവർ പറയുന്നതു വിശ്വസിക്കാനേ എനിക്കു കഴിയുമായിരുന്നുള്ളൂ. മുന്നിലിരിക്കുന്ന അപരിചിതരിലൊരാൾ അറിയാതെ പറഞ്ഞുപോയി:

"അത് ശര്യാണ്. പെണ്ണ് ബോർഡീ തട്ടി മറിഞ്ഞുവീഴ്വായിരുന്നു."

ജീവൻ തിരിച്ചു കിട്ടിയതുപോലെ ഡ്രൈവർ ഒന്നു ചിരിച്ചു. അത്രയും തുറന്ന് അയാളതിന് മുൻപ് ചിരിച്ചിട്ടുള്ളത് കുട്ടിക്കാലത്തെന്നോ ആയിരുന്നിരിക്കണം. പിന്നെ ഒരാവേശത്തിന് അയാൾ തന്നെ കൂട്ടിച്ചേർത്തു.

"ബോധക്കേടായിരിക്കും സാറേ...."

പൊലീസുകാരൻ ഉന്മേഷമില്ലാത്ത ഒരാളെപ്പോലെ കോട്ടുവായിട്ടുകൊണ്ട് നോട്ട്ബുക്ക് മടക്കി പോക്കറ്റിലിട്ടു. അന്നേരം കൈയിൽ തടഞ്ഞ ഏതോ പഴയ ബസ്ടിക്കറ്റിലെ തുകയിലും അയാൾ കുറേ നേരം ശ്രദ്ധിച്ചിരുന്നു. തുടർന്ന് എന്നെ നോക്കി.

"ഏത് മാസികയിലായിരുന്നു?"

ഞാൻ മാസികയുടെ പേര് പറയുമ്പോൾ അയാൾ പെണ്ണിന്റെ

സ്ഥിതി പരിശോധിക്കാൻ തുനിയുകയായിരുന്നു. പൾസ് പിടിച്ചുനോക്കുന്നതു കണ്ടപ്പോൾ അയാളവളെ തൊടാൻ അറയ്ക്കുന്നുണ്ടെന്ന് തോന്നി. കുറച്ചുനേരത്തെ ആലോചനയ്ക്കുശേഷം പൊലീസുകാരൻ ആവശ്യപ്പെട്ടു.

"ഡോ.... വണ്ടി നിർത്ത്....."

കാർ നിർത്തിയപ്പോൾ അയാൾ ഡോർ തുറന്നിറങ്ങി. സ്വന്തം പാന്റ്സിന്റെ പിൻഭാഗത്ത് രണ്ടുവട്ടം തട്ടി. എന്നിട്ട് എന്നോട് പറഞ്ഞു.

"നിങ്ങളിവളെ ആശുപത്രിയിലാക്ക്. ബോധക്കേട് മാറുമ്പം എണീറ്റ് പൊക്കോളും...."

എനിക്ക് വിശ്വാസമായില്ല. എന്നാൽ അങ്ങനെതന്നെ സംഭവിച്ചു. അതിലെ വന്ന ഏതോ ബൈക്കിന് കൈകാട്ടി നിർത്തി അയാളതിൽ കയറി. തിക്കിലും തിരക്കിലും നിന്ന് രക്ഷപ്പെടുന്ന ഒരു നാട്ടുമ്പുറത്തുകാരനെപ്പോലെ അയാൾ പോയി.

ഡ്രൈവർ വലിയൊരു ശ്വാസനിർഗമനത്തോടെ വീണ്ടും കാർ മുന്നോട്ടെടുത്തു. അപരിചിതരും സ്വരം താഴ്ത്തി തമ്മിലെന്തോ സംസാരിക്കുകയാണ്. അവരും പുറകിലേക്ക് തിരിഞ്ഞ് പെണ്ണിനെ ആകമാനം നോക്കി. ലാഘവം നിറഞ്ഞ ഒരു ചെറുകാറ്റ് വണ്ടിക്കുള്ളിലേക്ക് വീശുന്നുണ്ടായിരുന്നു. വണ്ടി ആശുപത്രി ഗേറ്റിലെത്തിയപ്പോൾ മുന്നിലിരുന്നവരിൽ ഒരാളും കാർ നിർത്താൻ ആവശ്യപ്പെട്ടു.

അവരിൽ ഗൗരവം പിടിച്ചിരുന്ന ആളാണ് അവിടെ ഇറങ്ങിയത്. പുറകിലേക്ക് തിരിഞ്ഞ് അയാളെന്നോട് പറഞ്ഞു.

"സാറ് കൊണ്ടോയാ മതി. എനിക്കിവിടെ ഒരെടത്ത് കയറാനുണ്ട്."

ആശുപത്രി പരിസരം വരെ അയാൾക്കൊരു ലിഫ്റ്റായിരുന്നു അത്യാവശ്യമെന്ന് എനിക്ക് തോന്നി. ഇറങ്ങുന്നുണ്ടോ എന്ന ഭാവത്തിൽ ഞാനും ഡ്രൈവറും അവശേഷിക്കുന്ന അപരിചിതനെയും നോക്കി. അയാൾ അലസമായി പുറത്തേക്ക് നോക്കിയിരിക്കുകയാണ്.

പെണ്ണിനെ പുറത്തെടുത്തപ്പോഴേക്കും ആശുപത്രി ജീവനക്കാർ സ്ട്രെച്ചർ കൊണ്ടുവന്നു. അവളെ അതിൽ കിടത്തി വെളുത്ത ഉടുപ്പിട്ട അറ്റൻഡർമാർ അകത്തേക്ക് തള്ളി. ഞാൻ തിരിഞ്ഞു നിന്നപ്പോൾ പിടിച്ചിറക്കാനും മറ്റുമായി അത്രനേരം കൂടെയുണ്ടായിരുന്ന അപരിചിതരിൽ രണ്ടാമനെയും കണ്ടില്ല. തലങ്ങും വിലങ്ങും സംസാരിക്കുന്നവരും ഡ്രൈവറും ഞാനും മാത്രം.

"എന്താ ഹേ നോക്കി നിൽക്കുന്നത്? ഒപ്പം പോകൂ."

അത്യാഹിത വിഭാഗത്തിന് നേരെ വാച്ച്മാൻ എന്നെ പിടിച്ചുതള്ളി. ഡ്രൈവറോടും വരാൻ ആംഗ്യം കാണിച്ചിട്ട് ഞാനും അകത്തേക്ക് നടന്നു. ഉള്ളിലേക്ക് കയറിയതോടെ ആശുപത്രിയുടെ ഭീമൻ വരാന്തയും ചുമരിലെ മുന്നറിയിപ്പുകളും എന്നെ ഭരിക്കാൻ തുടങ്ങി. അത്യാഹിത വിഭാഗത്തിൽ പ്രവേശിപ്പിച്ചിരിക്കുന്ന അജ്ഞാതയായ യുവതിക്ക് എന്താണ് സംഭവിച്ചിരിക്കുന്നതെന്നറിയില്ല. അവളെ സ്വീകരിച്ച

അറ്റൻഡർമാർ ആരൊക്കെയാണെന്നോ എന്നെ പിടിച്ചുന്തിയ വാച്ച്മാൻ ആരാണെന്നോ അവളെ പരിചരിക്കുന്ന നഴ്സുമാർ ആരെക്കെയാണെന്നോ ഇനി എനിക്കറിയില്ല. എല്ലാവർക്കും ഒരേ യൂണിഫോം. ഒരേ നിറം.

കുറേനേരം ഞാനവിടെ നിന്നിട്ടും ഡ്രൈവർ കയറിവന്നില്ല. ഞാൻ പുറത്തുപോയി നോക്കി. പാർക്കിങ് ഏരിയയിലൊരിടത്തും 'ഗോഡ്ബ്ലസ് യു' എന്നെഴുതിവെച്ചിരുന്ന കൊണ്ടസ്സ കാർ കാണാനില്ലായിരുന്നു. ആശുപത്രിയിൽ ഞാനൊറ്റപ്പെട്ടുവെന്ന് എനിക്ക് മിക്കവാറും തീർച്ചയായി. എന്നാലും പിൻമാറാനുള്ള മനസ്സ് എനിക്കുണ്ടായിരുന്നില്ല. എന്തുവന്നാലും നേരിടാൻ ഞാൻ തീർച്ചയാക്കിയിരുന്നു.

ഇരിക്കുവാനുള്ള സൗകര്യങ്ങളൊന്നും കാണാത്തതിനാൽ അവളുടെ മുഖം മനസിൽ സങ്കൽപ്പിച്ചുകൊണ്ട് ഞാൻ ഭിത്തി ചാരി നിന്നു. എന്റെ മടിയിൽ കിടന്നപ്പോഴുള്ള വിലക്ഷണമായ ഒരു വീക്ഷണകോണിലൂടെയാണ് ഇത്രയും നേരം ഞാനവളെ കണ്ടതുമുഴുവൻ. കിടക്കുമ്പോൾ, പ്രത്യേകിച്ചും അബോധയായി കിടക്കുമ്പോൾ ഏതു മുഖവും ഭാവവ്യത്യാസം കാട്ടും. ഉണർന്നിരിക്കുന്ന ഒരു മുഖത്തിന്റെ സജീവചലനങ്ങളാണ് നാം ഓർത്തുവെക്കേണ്ടത്. അവളും ഇനി ഉണർന്നിരിക്കുന്നതുകാണണം.

ആശുപത്രിക്ക് പുറത്തുനിന്ന് ആംബുലൻസിന്റെയും ഒറ്റു വാഹനങ്ങളുടെയും ശബ്ദങ്ങൾ ഇരമ്പി. ചോര വാർന്നുകൊണ്ടിരിക്കുന്ന മുറിവുകളുമായി മനുഷ്യരെ തുടരെത്തുടരെ അവിടേക്ക് പ്രവേശിപ്പിക്കുന്നുണ്ടായിരുന്നു. അവരുടെ ഒപ്പം പലരും വന്നുകൊണ്ടിരുന്നു. ചിലരൊക്കെ എന്റെ സമീപം ഭിത്തിചാരി നിന്നു. അവരിൽ ചിലരെ പിന്നീട് നഴ്സുമാരോ ഡോക്ടർമാരോ വന്ന് കൂട്ടിക്കൊണ്ടുപോകുന്നതും പേര് രജിസ്റ്റർ ചെയ്യിപ്പിക്കുന്നതും ഞാനറിഞ്ഞു. അവരുടെയൊക്കെ രക്തത്തുടിപ്പുള്ള മുഖത്ത് പരിഭ്രാന്തിയും ദുഃഖവും അശരണമായ പ്രാർഥനകളും ദൃശ്യമായിരുന്നു. അവിടെ നിൽക്കുന്ന നേരമത്രയും ചോരയുറയുന്ന ഭയം മാത്രമാണ് നമ്മെ ഭരിക്കുക.

മണിക്കൂറുകൾ നീങ്ങിയപ്പോഴാണ് എനിക്ക് ആശുപത്രിയെപ്പറ്റി കൂടുതലായി ഒരു വിചാരമുണ്ടായത്. അതായത്, ഇത്രയും സമയത്തിനിടയിൽ അവിടെ എന്തൊക്കെയാണ് സംഭവിച്ചത്? ആ തെരുവുപെണ്ണിനെന്തുപറ്റി? എന്താണ് ആരുമെന്നെ അന്വേഷിക്കാത്തത്?

വരാന്തയിൽ കണ്ട പല നഴ്സുമാരോടും അവളെപ്പറ്റി ഞാനന്വേഷിച്ചു. അനേകം തിരക്കുകൾക്കിടയിൽ പാതി കേട്ടും കേൾക്കാതെയും അവർ കടന്നുപോയി. ഒടുക്കം കാഷ്വാലിറ്റി റൂമിന്റെ കർട്ടൻ മാറ്റി അകത്തേക്ക് ചെന്ന ക്ഷണം ഞാൻ പുറത്തേക്കെറിയപ്പെട്ടു. മധ്യവയസിന്റെ ഭ്രമണവേഗത തെറ്റി ഭിത്തിയിലിടിച്ച് ഞാൻ വരാന്തയിൽ വീണു. ഒരു വിധം എഴുന്നേൽക്കുമ്പോൾ കഴുത്തിൽ സ്റ്റെതസ്കോപ്പ് വളച്ചിട്ട് ഭീമാകാരമായ ഒരു ഡോക്ടർ മുന്നിൽ നിൽക്കുന്നുണ്ട്.

"ആരാണ് നിങ്ങൾ? എന്താണ് വേണ്ടത്?"

നെഞ്ച് എടുത്തുപിടിച്ച്, കൈകൾ തളർത്തിയിട്ടുകൊണ്ട് അയാള ന്വേഷിച്ചു. ഒരുതരം നീരസത്തോടെ.

ഞാൻ കാര്യങ്ങൾ വിശദമാക്കി. അതേഭാവത്തിൽ എല്ലാം കേട്ടു കൊണ്ടിരുന്ന ഡോക്ടർ കുറച്ചൊരു സൗമ്യമായ സ്വരത്തിൽ അന്വേഷിച്ചു.

"നിങ്ങളെ ഇപ്പോൾ ഉപദ്രവിച്ചുപോയതിൽ ഞങ്ങൾക്ക് ദുഃഖമുണ്ട്. പിന്നെ നിങ്ങളുടെ വണ്ടിയിൽ അവരെ ഇവിടെ എത്തിച്ചു എന്നല്ലേ യുള്ളൂ?"

"എന്റെ സ്വന്തം വണ്ടിയല്ല; ഞാൻ വാടകയ്ക്ക് വിളിച്ച കാറിൽ...."

"അതെ, ആ വണ്ടിയും ഡ്രൈവറുമെവിടെ?"

"പോയെന്ന് തോന്നുന്നു. പുറത്തെങ്ങും കാണുന്നില്ല."

"എങ്കിൽപ്പിന്നെ നിങ്ങൾക്കും പൊയ്ക്കൂടെ? നിങ്ങളുടെ ബന്ധുവൊ ന്നുമല്ലല്ലോ ആ പെണ്ണ്. ആണോ....?"

തീരെ പ്രതീക്ഷിക്കാത്ത വഴിത്തിരിവുകണ്ട് ഞാൻ അന്ധാളിച്ചു പോയി. ഡോക്ടർ കുറേക്കൂടി സൗമ്യമായി തുടർന്നു.

"ഒപ്പം വരാൻ തുനിഞ്ഞ പൊലീസുകാരനും സദുദ്ദേശികളായ നാട്ടു കാരും ഒടുക്കം ഡ്രൈവറും അവൾക്കു കുഴപ്പമില്ലെന്നുകണ്ട് പിന്തിരി ഞ്ഞല്ലോ. പിന്നെ നിങ്ങളെന്തിന് ടെൻഷൻ പിടിച്ച് നിൽക്കുന്നു? നിങ്ങൾക്കുമില്ലേ അനവധി തിരക്കുകൾ? കണ്ടിട്ട് നിങ്ങൾ കുറച്ച് ഉത്തര വാദിത്വങ്ങളുള്ള ഒരാളാണെന്നാണ് തോന്നുന്നത്. ധൈര്യമായി പൊയ്ക്കോളൂ. അവളുടെ കാര്യം ഞങ്ങൾ നോക്കിക്കൊളാം."

അയാൾ എന്റെ തോളിൽ പിടിച്ച് ചെറുതായി മുന്നോട്ടുതള്ളി. ഞാൻ ഉറച്ചുനിന്നു.

"അതിനിതൊരു ധർമാശുപത്രിയല്ലല്ലോ ഡോക്ടർ. ഒരു സൂപ്പർ സ്പെഷ്യാലിറ്റി പ്രൈവറ്റ് ഹോസ്പിറ്റലല്ലേ....?"

"അതേ. പക്ഷേ, ഞങ്ങൾ നിങ്ങളുടെ തിരക്കുകൾ മനസിലാക്കു ന്നു. സ്വകാര്യ സ്ഥാപനങ്ങളും ഡോക്ടർമാരും വെറും സ്വാർഥതാൽപ്പ ര്യക്കാർ മാത്രമാണെന്നും ധരിക്കരുത്."

ശരീരത്തിൽ ദുർമേദസുള്ള ഡോക്ടർ ചിരിച്ചുകൊണ്ടാണ് അവ സാനത്തെ വാചകം പറഞ്ഞത്. ഞാൻ ആലോചിച്ചുനോക്കി. എനിക്കും വേണമെങ്കിൽ പോകാം. ഉദ്ദേശിച്ച യാത്ര പൂർത്തിയാക്കാം. തിരിച്ചു ചെന്ന് വല്ലതും എഴുതാം. സാധ്യതകൾ പലതുണ്ട്. എന്നിട്ടും ഞാൻ പറഞ്ഞു.

"ഇതുവരെ അവളുടെ മുഖം ശരിയായ രീതിയിൽ ഞാനൊന്നു കണ്ടില്ല. എന്തായാലും അവളെയൊന്നു കണ്ടിട്ടു പൊയ്ക്കൊള്ളാം."

പത്രസ്ഥാപനത്തിലെ എന്റെ പഴയ ഐഡന്റിറ്റി കാർഡ് വാങ്ങിതി രിച്ചും മറിച്ചും നോക്കുകയായിരുന്ന ഡോക്ടർ കുറച്ച് മുഷിഞ്ഞ സ്വര ത്തിൽ വിശദമാക്കി.

"നോക്കൂ, മിസ്റ്റർ വിശ്വംഭരൻ. നിങ്ങൾക്കുള്ള സ്വാധീനങ്ങൾ അറി ഞ്ഞുകൊണ്ടാണ് പറയുന്നത്. എന്തിന് വെറുതെ ഒരു സ്ട്രീറ്റ് ഗേളിനു വേണ്ടി വാശിപിടിക്കുന്നു?"

അവൾക്കെന്താണ് സംഭവിച്ചതെന്നറിയാതെയും അവളെ കാണാതെയും പോകാൻ ഭാവമില്ലെന്നുതന്നെ അപ്പോഴും ഞാൻ തറപ്പിച്ചു പറഞ്ഞു. ആ സമയത്ത് എന്നെ നോക്കി ഡോക്ടർ കണ്ണുകളിൽ ചിരിച്ചു. അനേകം ഭാവങ്ങൾ ആ ചിരിയിൽ ഞാൻ വായിച്ചു. ഒരു എഴുത്തുകാരന് എത്തിപ്പിടിക്കാവുന്ന പല സാധ്യതകളും ആ അന്തരീക്ഷത്തിന്റെ പശ്ചാത്തലത്തിൽ വെച്ച് ഞാൻ ഡോക്ടറിൽ കണ്ടു. അയാൾ എന്റെ കാർഡ് തിരിച്ചു തന്നിട്ട് അതുവഴി വന്ന തടിച്ച നഴ്സിനോട് പറഞ്ഞു.

"ഇദ്ദേഹത്തെ എ ഒ യുടെ അടുത്താക്കൂ...."

പെട്ടെന്ന് സംസാരമവസാനിപ്പിച്ച് ഡോക്ടർ പോയതോടെ ഇടനാഴിയിൽ ഞാനും നഴ്സും മുഖത്തോടുമുഖം നോക്കി അൽപ്പസമയം നിന്നു. പരസ്പരം കാര്യം ഗ്രഹിച്ചെടുക്കുന്നതിനെടുത്ത ഒരു ചെറിയ സമയം. അതുകഴിഞ്ഞപ്പോൾ അവർ പറഞ്ഞു:

"വരൂ...."

ആശുപത്രിയുടെ ഏറ്റവും മുകൾ നിലയിലായിരുന്നു അഡ്മിനിസ്ട്രേറ്റീവ് ഓഫീസറുടെ ചേംബർ. വല്ലാത്തൊരു വെളിച്ചവും തണുപ്പും നിശ്ശബ്ദതയുമായിരുന്നു മുകൾനിലയിലെ വരാന്തയ്ക്ക്. അവിടെ നിന്നപ്പോൾ വലിയപള്ളിയുടെ ഗോപുരം ഒരു ചെറിയ തൂണുപോലെ തോന്നി. സ്വർണനിറത്തിലുള്ള നാമലിഖിതം ഞാൻ പതുക്കെ വായിച്ചു.

ഡോക്ടർ മീര.

എത്ര ഉയരത്തിലുള്ള ഒരു വ്യക്തിയുടെ അടുത്താണ് ഇരിക്കുന്നതെന്നോർത്ത് ഞാൻ ചെറുതായി നടുങ്ങിയത് അന്നേരമാണ്. എനിക്ക് എന്തിനെയൊക്കെയോ സംശയമായി. ഏതോ രഹസ്യത്തിൽ പങ്കുചേരാനാണ് ഞാൻ ക്ഷണിക്കപ്പെട്ടിരിക്കുന്നതെന്ന് എന്റെ മനസ്സ് നിലവിളിക്കുന്നുണ്ടായിരുന്നു.

താഴെവച്ച് അൽപ്പം മുമ്പ് ഡോക്ടർ തന്ന ആഹ്വാനത്തിന്റെ മുഴുവൻ അർഥവും എനിക്കു മനസിലായത് അന്നേരമാണ്. പക്ഷേ, ഒന്നിനും കഴിഞ്ഞില്ല. നഴ്സ് പുറത്തിറങ്ങിവന്ന് എന്നോടും അകത്തേക്ക് ചെല്ലാൻ പറഞ്ഞു. കൃത്യമായ അവഗണനയുടെ ഒരു ഭാവം ഞാൻ നഴ്സിന്റെ താഴ്ത്തിപ്പിടിച്ച മിഴികളിൽ വായിച്ചു.

വളരെ വിശാലമായ ഒരു മുറിയിൽ വലിയ അർധവൃത്ത മേശയ്ക്കു പിറകിൽ പകൽവെളിച്ചത്തിൽ തിളങ്ങിയിരിക്കുന്ന ഡോ. മീരയെ ഞാൻ കണ്ടു. അവർ ഹൃദ്യമായി പുഞ്ചിരിക്കുന്നുണ്ടായിരുന്നു. സംസാരിക്കാനുണ്ടായിരുന്നത് എനിക്കായിരുന്നില്ല എന്നതിനാൽ ഞാൻ നിശ്ശബ്ദനായി നിന്നു.

"ഞാനെന്താണ് ചെയ്തു തരേണ്ടത്. പറഞ്ഞോളൂ...."

ആ തുടക്കത്തിൽ വലിയൊരു കള്ളത്തരം ഒളിച്ചുവെച്ചിട്ടുണ്ടെന്ന് എനിക്കു വ്യക്തമായി. എങ്കിലും എല്ലാം ആവർത്തിക്കാൻ ഞാൻ നിശ്ചയിച്ചു. പക്ഷേ, മറ്റുള്ളവരോടു പറയാതിരുന്ന ഒരു കാര്യം അധികമായി പറയുവാനും ഞാൻ തീർച്ചപ്പെടുത്തിയിരുന്നു.

"ഡോക്ടർ, കാര്യങ്ങൾ ഇതിനകം അറിഞ്ഞുകാണുമല്ലോ. ഒന്നിനും ഒരു ധൃതിയുമില്ലാതെ അൽപ്പം മുൻപ് ഞാൻ കാറിൽ സഞ്ചരിക്കുമ്പോൾ ഒരപകടമുണ്ടായി. വാസ്തവത്തിൽ അതൊരു സംഭവം മാത്രമായിരുന്നു. നിസ്സാരമായ ഒരു സംഭവം. അതെന്നെ ഇവിടെവരെയെത്തിച്ചു. തൊട്ടടുത്തകടയിൽ നിന്ന് ഇത്തിരി വെള്ളമോ സോഡയോവാങ്ങി മുഖത്തൊഴിച്ചാൽ അവളുടെ ബോധക്കേട് മാറുമായിരുന്നു. വലിയ വഴിത്തിരിവുകളില്ലാതെ ആ സംഭവവും അവസാനിക്കുമായിരുന്നു. എന്തായാലും അവളെ ഇവിടെ കൊണ്ടുവരേണ്ടിവന്നു. എനിക്കവളെ കാണണം. കാണേണ്ട കാര്യമില്ലെന്ന് താഴെവെച്ച് ഒരു ഡോക്ടർ പറഞ്ഞു. പക്ഷേ, കണ്ടിട്ടേ ഞാൻ പോകൂ..."

ഡോക്ടർ മീരയുടെ വെളുത്തുചുവന്ന മുഖത്തുനോക്കി ഞാൻ പറഞ്ഞുനിർത്തി. എന്റെ സംസാരം കഴിഞ്ഞപ്പോൾ അവർ മുന്നോട്ടാഞ്ഞിരുന്നു. അവരുടെ മുഖം കുറച്ച് മ്ലാനമായി.

"താങ്കളിവിടെ എത്തിച്ച കുട്ടി അപ്പോഴേ മരിച്ചുകഴിഞ്ഞിരുന്നല്ലോ. ഞങ്ങൾക്കൊന്നും ചെയ്യേണ്ടിവന്നില്ല."

ഞാൻ പകച്ചെഴുന്നേറ്റു. അൽപ്പം മുമ്പ് ഒരു മരണമാണ് എന്റെ മടിയിലുണ്ടായതെന്ന് എനിക്ക് ആലോചിക്കാനേ കഴിയുമായിരുന്നില്ല. എന്റെ കൈകൾ ഞാൻ പരിശോധിച്ചു. അവളുടെ മുഖത്തിന്റെ വിലക്ഷണമായ ഒരു പടം എന്റെയുള്ളിൽക്കിടന്ന് ഉലയാൻ തുടങ്ങി.

"ഇരിക്കൂ.... പരിഭ്രമിക്കേണ്ട. ഞങ്ങൾ പൊലീസിനെ അറിയിച്ചിട്ടില്ല. അതിന്റെ ആവശ്യമില്ല. ബന്ധുമിത്രാദികളൊന്നുമില്ലാത്തതിനാൽ ബോഡി അപ്പോൾത്തന്നെ മോർച്ചറിയിലേക്ക് മാറ്റിയിട്ടുണ്ട്. താങ്കൾ ധൈര്യമായി പൊയ്ക്കോളൂ...."

ഉയരം കുറഞ്ഞ് സുന്ദരിയായ ഒരു പെൺകുട്ടി ട്രേയിൽ രണ്ടു ഗ്ലാസിൽ തണുത്തവെള്ളവും രണ്ടു മഗ്ഗിൽ ഓറഞ്ചുനീരും കൊണ്ടുവന്ന് ഭവ്യമായി വെച്ചു.

"പ്ലീസ്... കഴിക്കൂ."

ഡോ. മീര ക്ഷണിച്ചു. ഞാൻ വെള്ളമെടുത്ത് ഒറ്റവലിക്ക് കുടിച്ചു. കാറിലിരുന്ന് പൊലീസുകാരൻ അവളുടെ പൾസ് നോക്കിയ കാര്യം ഞാനോർത്തു. അന്നേരം അവൾ മരിച്ചു എന്നറിഞ്ഞിട്ടാണോ അയാളിറങ്ങിപ്പോയത്? അല്ലെങ്കിൽ അയാൾ പോയിക്കഴിഞ്ഞതിനുശേഷമാണോ അവൾ മരിച്ചത്? ആ പൊലീസുകാരനെ കണ്ടാൽ ഞാനിനി തിരിച്ചറിയുമോ? എന്റെ മനസ്സ് ഗ്രഹിച്ചതുപോലെയാണ് ഡോ. മീര തുടർന്നു സംസാരിച്ചത്.

"തലയ്ക്കേറ്റ ഇന്റേണൽ ഇൻജുറിയാണ് മരണകാരണമെന്ന് സംശയിക്കുന്നു. ഉറപ്പിച്ചു പറയണമെങ്കിൽ പോസ്റ്റുമോർട്ടം റിപ്പോർട്ട് കിട്ടണം. ഈ കേസിൽ അതിന്റെ ആവശ്യമുണ്ടോ....?"

കണ്ണട ഊരിവെച്ച് വെളുത്ത കൈലേസുകൊണ്ട് അവർ മുഖം തുടച്ചു. അവരുടെ മേൽച്ചുണ്ടുകളിൽ ചാപം വരച്ചിട്ടിരുന്ന ഓറഞ്ചുനിറത്തരി

കൾ മാഞ്ഞുപോയി. എനിക്കൊന്നും പറയാനുണ്ടായിരുന്നില്ല. എന്തുവേണമെന്ന് ആലോചിക്കുകയായിരുന്നു ഞാൻ. നടക്കുന്നതൊക്കെ വാസ്തവമാണോ എന്നു ചിന്തിക്കുകയായിരുന്നു പിന്നീട് ഞാൻ ചെയ്തത്.

"പണ്ടെന്നോ ഉപേക്ഷിച്ചിട്ടിരുന്ന സർഗാത്മകവൃത്തിയെക്കുറിച്ച് കാലത്തേക്ക് കൂട്ടിന്നു വിളിച്ചുവരുത്താമെന്നു താങ്കൾ കരുതുന്നുണ്ടല്ലോ. അതു നടക്കട്ടെ. അതിനൊരു നാന്ദിയാവും വ്യത്യസ്തമായ ഈ സംഭവങ്ങൾ."

എനിക്കെന്തെങ്കിലും പറയാനിടവരും മുമ്പ് ഡോ. മീര എഴുന്നേറ്റ് അടുത്ത് വെച്ചിരുന്ന സ്റ്റാന്റിൽ നിന്ന് ഓവർക്കോട്ടെടുത്ത് ധരിച്ചു. അവരുടെ ചുവന്ന സാരിയുടെ മേലെ ഭാഗികമായി നിർമലമായ നിറം മൂടി.

"ബോഡി വെണമെങ്കിൽ കാണിക്കാം. ഇവിടത്തെ സ്റ്റുഡന്റ്സിന് പഠിക്കാനായി അതെടുക്കാനാണ് ഹോസ്പിറ്റൽ ഡവലപ്മെന്റ് സൊസൈറ്റിയുടെയും അഡ്മിനിസ്ട്രേഷൻ വിങ്ങിന്റെയും തീരുമാനം. അവകാശികളുണ്ടാവാനിടയില്ലല്ലോ. എളുപ്പമാണ്...."

ഒന്നു നിർത്തി ഒന്നുകൂടി നന്നായി ചിരിച്ചിട്ട് അവർ തുടർന്നു.

"ഒരു മെഡിക്കൽ കോളേജും സൂപ്പർ സ്പെഷ്യാലിറ്റി ഹോസ്പിറ്റലും നടത്തിക്കൊണ്ടുപോകാനുള്ള മാനേജ്മെന്റിന്റെ പ്രയാസങ്ങൾ ഊഹിക്കാമല്ലോ... ങാ.... വരൂ....."

എത്ര ചെറുക്കാൻ ശ്രമിച്ചിട്ടും എനിക്ക് ഡോ. മീരയെ അനുഗമിക്കാതിരിക്കാൻ കഴിഞ്ഞില്ല. അധികൃതർക്കു മാത്രം പ്രവേശനമുള്ള ലിഫ്റ്റിന്റെ പാതാളഗമനത്തിനിടയിൽ ആശ്വസിപ്പിക്കാൻ പോന്ന ഒരൊച്ചയിൽ എന്തിനോ ഡോ. മീര പറഞ്ഞു.

"ഒക്കെ മറന്നേക്കൂ.... നമ്മൾ പരസ്പരം കണ്ടിട്ടില്ലെന്നുകൂടി വിചാരിച്ചേക്കൂ."

വനം അന്യമായ ഒരു ജന്തുവിനെപ്പോലെ ഞാൻ ലിഫ്റ്റിനുള്ളിൽ നിലവിളികളമർത്തി നിന്നു.

മോർച്ചറിയിലേക്ക് കുറേദൂരം നടക്കാനുണ്ടായിരുന്നു. അവിടെ മുഖം മൂടിയിട്ടിരിക്കുന്ന മൃതദേഹത്തിനരികിൽ ഞാനും ഡോ. മീരയും എത്തി. അതുവരെ ഞങ്ങളൊന്നും സംസാരിച്ചില്ല.

ഭാഗ്യമോ നിർഭാഗ്യമോ ഉള്ള ആ പെണ്ണിന്റെ മുഖം തുണിമാറ്റി അവരെനിക്കു കാണിച്ചുതന്നു. ഇപ്പോഴാണ് എനിക്ക് മുഖം നേരെ കാണാൻ പറ്റിയത്. ജലത്തിന്റെയും മണ്ണിന്റെയും കറ ഉണങ്ങിപ്പിടിച്ച ഒരു സാധാരണ മുഖം. പക്ഷേ, അവി ടെ ഞാനാവാം കിടക്കേണ്ടിയിരുന്നതെന്ന് തോന്നി. വെറുതെയുണ്ടായതെങ്കിലും ആ വിചാരത്തിൽ ഞാൻ ഉറഞ്ഞുപോയി. എനിക്ക് ഒരു യാത്രയുടെ പൊരുൾ വെളിവാകുകയായിരുന്നു. ഇനി എന്തു ചെയ്തിട്ടെന്ത്? അവളുടെ കലക്കമിഴികൾ ധ്യാനിച്ച് പതുക്കെ 'സുഫല' ഒരൽപ്പം ചൊല്ലി. ഒരു ശാന്തി മന്ത്രംപോലെ നാലേ നാലു വരികൾ.

2005

അഭിമുഖം

പതിനാറ് വയസുള്ള ഒരു പെൺകുട്ടി എന്റെ പരുക്കൻ രോമങ്ങൾ നിറഞ്ഞ കവിളിൽ ചുംബിച്ചപ്പോൾ ഞാൻ പുതിയൊരു ക്രമത്തിലേക്കു ജീവിതത്തെ മാറ്റി. അവളുടെ അധരദംശനത്തിനു മുമ്പും പിമ്പും എന്ന രണ്ടു ഘട്ടമാണ് എന്റെ ജനനാനന്തരകർമങ്ങൾക്കുള്ളത്. അതാണ് ഞാൻ നിങ്ങളോട് പറയാൻ പോകുന്നത്.

ക്യാമറയ്ക്കു മുന്നിൽവച്ച് കേശവൻ ആദ്യമായി പറഞ്ഞ വാചകം അതായിരുന്നു. ഞാനത് സ്ക്രിപ്റ്റ്പാഡിൽ കുറച്ചുവച്ചു. എഡിറ്റിങ് ടേബിളിലെ ഉപയോഗത്തിനുവേണ്ടി മാത്രമായിരുന്നില്ല ആ വാചകം. എന്റെ സ്ത്രൈണസ്മരണകളിലെവിടെയോ തൊട്ടുകഴിഞ്ഞിരുന്നു.

കേശവൻ മടിയിൽ കൈകൾ വച്ച് നിർമമനായി ഇരിക്കുകയാണ്. ചുറ്റിനും പന്ത്രണ്ടുലൈറ്റുകൾ. മൂന്നു ക്യാമറ. പതിനേഴുപേർ കേശവന് ചുറ്റും ഏതാണ്ട് അർധവൃത്താകൃതിയിൽ നിലയുറപ്പിച്ചിട്ടുണ്ട്. കേശവന്റെ പ്രതിബിംബം വലതുവശത്തെ ദർപ്പണത്തിൽ വ്യക്തമായി പതിയും വിധത്തിലായിരുന്നു ലൈറ്റപ്പ് ചെയ്തിരുന്നത്. പിറകിൽ കറുത്ത പശ്ചാത്തലം. കേശവന്റെ വേഷവിധാനമാകട്ടെ, ക്രീം നിറമുള്ള കുർത്തയും പൈജാമയും. നീണ്ടമുടി സ്ത്രീകളെപ്പോലെ നടുവിൽ വകഞ്ഞ് പിന്നിലേക്ക് ചീകിയിറക്കി കെട്ടിയിട്ടിരിക്കുന്നു. വെട്ടിയൊതുക്കിയ താടിരോമങ്ങൾ. ചെറിയ ഫ്രെയിമുള്ള കണ്ണട. ഒരു പോസ്റ്റ് മോഡേൺ പരിവ്രാജകന്റെ രൂപഭാവങ്ങൾ.

അന്നെനിക്ക് മുപ്പത്തിരണ്ട് വയസുകഴിഞ്ഞിരുന്നു. അതിനകം ഞാൻ നടത്തിയതു പതിനാറ് പ്രധാന കൊലപാതകങ്ങളാണ്. ചെറിയ പിടിച്ചുപറികളും മോഷണങ്ങളും എന്നെ കൊലപാതകങ്ങളിൽ കൊണ്ടെത്തിക്കുകയായിരുന്നു. ശരിക്കും പറഞ്ഞാൽ ചില കഥാന്ത്യങ്ങൾ അങ്ങനെയാവുകയായിരുന്നു.

വെടിയുണ്ടകളും പൂക്കളും കൊരുത്ത് നീണ്ടുപോയേക്കാവുന്ന വാചകങ്ങളുടെ സൂചനയോടെ കേശവൻ ഒന്നു നിർത്തി. ഫ്ളോറിൽ നിന്നിരുന്ന ഞങ്ങൾ പതിനേഴുപേരും ഞെട്ടിപ്പോയി എന്നതാണ് വാസ്തവം. ഞാൻ ഇത്തിരികൂടി മുന്നോട്ടുനിന്നു. കേശവന്റെ കുർത്തയുടെ കഴുത്തിൽ കുത്തിയ പേനയുടെ സ്വർണനിറമുള്ള ടോപ്പിന്റെ അഗ്രം തിളങ്ങുന്നുണ്ട്. ക്ലേശങ്ങളില്ലാതെ അദ്ദേഹം വീണ്ടും സംഭാഷണം തുടങ്ങി.

പതിമൂന്നു വയസുള്ളപ്പോഴാണ് എന്നിൽ ഇത്തരം വാസനകളുണ്ടെന്ന് ഞാൻ തിരിച്ചറിയുന്നത്. സ്കൂളിൽ പഠിക്കുമ്പോഴൊക്കെ എന്നെപ്പറ്റിയോ എന്റെ ഉള്ളിലുള്ള വിവരങ്ങളെപ്പറ്റിയോ ആരോടെങ്കിലും പറയാൻ എനിക്കാവുമായിരുന്നില്ല. എന്നാൽ കോളേജിൽ പ്രീഡിഗ്രിക്കു ചേർന്ന കാലം എന്റെയുള്ളിലെ അസാധാരണമായ വാസനകൾ പ്രകടിപ്പിക്കാൻ ആദ്യമായി എനിക്കവസരം കിട്ടി. ഞാനത് ഭംഗിയായി വിനിയോഗിക്കുകയും ചെയ്തു. അതോടെ മുതിർന്ന വിദ്യാർഥികൾക്കിടയിലും ഞാൻ നോട്ടപ്പുള്ളിയായി. കോളേജിൽ വച്ചു ചെയ്ത ആദ്യശ്രമം ഒരു മോഷണമായിരുന്നു.

വളരെക്കാലമായി എനിക്ക് അടുത്തുപരിചയമുള്ള എന്റെ അച്ഛന്റെ സ്നേഹിതനും ഒരു കണക്കിൽ എന്റെ വളർത്തുപിതാവുമായിരുന്നു രൈരു. അദ്ദേഹത്തിന്റെ അമൂല്യമായ വിവാഹമോതിരമാണ് ഞാനാദ്യമായി മോഷ്ടിച്ചെടുത്തത്. ഭാര്യയുടെ മരണശേഷം രൈരുവല്യച്ഛന്റെ ജീവിതം തങ്ങിനിന്നിരുന്നത് ആ മോതിരത്തിലായിരുന്നു എന്നെനിക്കറിയാമായിരുന്നു. സത്യത്തിൽ അമ്മയെ തല്ലിയാലും രണ്ടുപക്ഷം എന്നു പറയുന്നതിന്റെ പൊരുൾ എനിക്കു വ്യക്തമായത് അന്നാണ്. കോളേജിലും പുറംജീവിതത്തിലും എന്നെ അനുകൂലിക്കാനും പ്രതികൂലിക്കാനും ഏറെപ്പേരുണ്ടായി. എന്റെപ്രവൃത്തികളെപ്പറ്റി വിവിധ തലത്തിൽ ഓഡിറ്റോറിയത്തിലും ക്ലാസ്മുറികളിലും ചർച്ചകൾ നടക്കുന്നത് ഞാനറിഞ്ഞു.

ആ സംഭവത്തോടുള്ള താങ്കളുടെ പ്രതികരണമെന്തായിരുന്നു എന്നൊരു ചോദ്യം എന്റെ നാവിൽ മുട്ടി. കൃത്യമായും ഗ്രഹിച്ചമട്ടിൽ കേശവൻ അടുത്തതായി പറഞ്ഞതും അതുതന്നെ.

രൈരുവല്യച്ഛന്റെ വിവാഹമോതിരം മോഷ്ടിച്ചുകഴിഞ്ഞപ്പോൾ മനസിൽ വർഷങ്ങളായി പേറിയിരുന്ന ഒരു ഭാരം കൈയൊഴിഞ്ഞ സമാധാനമായിരുന്നു എനിക്ക്. ഞാൻ കൂടുതൽ ഏകനായി. കാമ്പസിന്റെ വിസ്തൃതികളിൽ ഞാൻ കുറ്റബോധമില്ലാതെ അലഞ്ഞുനടന്നു. ഞാൻ തെരഞ്ഞെടുത്ത എന്റെ വഴി, എന്റെ മനസിന്റെ ഭാരമൊഴിവാക്കാനുള്ളതാണെന്ന് ഞാൻ തിരിച്ചറിഞ്ഞു. ആരെയും വകവെയ്ക്കേണ്ടതില്ലെന്നും ഞാൻ മനസിലാക്കി. എന്റെ ശരികളാണ് ഞാൻ പിന്നീട് ആവിഷ്കരിച്ചതൊക്കെയും.

താങ്കളോടുള്ള രൈരുവല്യച്ഛന്റെ പ്രതികരണമെന്തായിരുന്നുവെന്ന് മറ്റൊരു ചോദ്യം എന്റെ നാവിൽ വിങ്ങിനിന്നു. ലൈറ്റുകളുടെ ധവളിമനി

റഞ്ഞ സ്റ്റുഡിയോ ഫ്ളോറിനോട് പൊരുത്തപ്പെടാൻ പരമാവധി ശ്രമിച്ചുകൊണ്ടിരുന്ന കേശവൻ അൽപ്പനേരത്തെ ആലോചനയ്ക്കുശേഷം പറഞ്ഞതും എന്റെ മനസിൽത്തോന്നിയ ചോദ്യത്തിന്റെ മറുപടിയാണ്.

അദ്ദേഹത്തെ അഭിമുഖീകരിക്കാൻ സ്വാഭാവികമായും എനിക്കു വലിയ മടിയായിരുന്നു. ആദ്യമൊക്കെ ഞാൻ മനപ്പൂർവം മാറി നടന്നു. തന്റെ വലംകൈയിൽ എന്നെ കമഴ്ത്തിക്കിടത്തി തന്റെ ഇടംകൈകൊണ്ട് അദ്ദേഹം എന്റെ ആസനം പലതവണ തഴുകിത്തന്നിട്ടുള്ളതാണ്. ഞാൻ അമ്മയെ കാണാതെ കരഞ്ഞ സന്ദർഭങ്ങളിലെല്ലാം തന്റെ മാറത്തുകിടത്തി അദ്ദേഹം എന്നെ അനേകതവണ ഉറക്കിയിട്ടുണ്ട്. അദ്ദേഹത്തിന്റെ ഭാര്യ മരിക്കും മുമ്പ് ആ മുലയുണ്ടാണ് ഞാൻ വളർന്നുവന്നത്. എന്നിട്ടും ഞാൻ അദ്ദേഹത്തിന്റെ വിവാഹമോതിരം മോഷ്ടിച്ചുമാറ്റി. ആ വിവാഹമോതിരത്തിന്റെ പിന്നിലെ കഥ-ഒരു വ്യക്തിയുടെ ജീവിതത്തിലെ വെളിപ്പെടുത്താൻ ആഗ്രഹിക്കാത്ത അനേകം രഹസ്യങ്ങളിലൊന്നായ ആ കഥ ഞാൻ പരസ്യപ്പെടുത്തി. എനിക്കു കുറ്റബോധമുണ്ടായിരുന്നു. പക്ഷേ, രൈരുവല്യച്ഛൻ എന്നെത്തേടി നഗരത്തിലെ എന്റെ ഹോസ്റ്റലിൽ വന്നു. ഒരു തരത്തിൽ അതു നന്നായി കേശവാ എന്നു മാത്രം പറഞ്ഞിട്ട് അദ്ദേഹം ഇറങ്ങിപ്പോയി.

ഒരു ചോദ്യംകൂടി എന്റെ നാവിൽ വിളയാടുന്നുണ്ടായിരുന്നു. കേശവന്റെ കുഞ്ഞിലേ അമ്മ മരിച്ചുപോയിരുന്നോ എന്ന ആചോദ്യമാകട്ടെ ഈ അഭിമുഖത്തെ സംബന്ധിച്ച് ഏറെ നിർണായകവുമായിരുന്നു.

സമൂഹമധ്യത്തിൽ ശ്രദ്ധിക്കപ്പെട്ടവർ ടെലിവിഷൻ പ്രേക്ഷകർക്കായി തനിച്ചിരുന്ന് മനസുതുറക്കുന്ന വിധത്തിൽ രൂപകൽപ്പന ചെയ്തിട്ടുള്ള ഒരു പരിപാടിയായിരുന്നു ഞങ്ങളുടെ 'അനുസ്വരം.' അതിനുവേണ്ടി ഇന്ന് വാർത്താമാധ്യമങ്ങളിൽ നിറഞ്ഞുനിൽക്കുന്ന കേശവനെത്തന്നെ കിട്ടാൻ ഞങ്ങൾ ഏറെ കഷ്ടപ്പെട്ടിരുന്നു. അനുസ്വരത്തിന്റെ നിർമാതാവും സർഗാത്മക നിർദേശകയുമെന്ന എന്റെ സ്ഥാനംവച്ച് കേശവനെ ക്യാമറയ്ക്കു മുന്നിൽ ഇരുത്തുകയെന്ന് ഒരു വെല്ലുവിളിയുമായിരുന്നു. അഭിമുഖങ്ങൾക്കും പടമെടുപ്പുകൾക്കും വഴങ്ങുന്നയാളായിരുന്നില്ല കേശവൻ. അതുകൊണ്ടുതന്നെ പതിനാറു കൊലപാതകങ്ങളുടെ ധാർമികമായ ഉത്തരവാദിത്വം സ്വയമേറ്റെടുത്ത ഈ വ്യക്തിയുടെ കുട്ടിക്കാലം അരക്ഷിതമായിരുന്നോയെന്ന് പ്രേക്ഷകരറിയേണ്ടത് അത്യാവശ്യം തന്നെയാണ്. എന്തായാലും കേശവൻ തുടർന്നു സംസാരിച്ചതും അക്കാര്യം തന്നെയാണ്.

എന്റെ ജനനത്തോടൊപ്പം അമ്മയുടെ മരണവും സംഭവിച്ചിരുന്നു. അമ്മയുടെ അഭാവത്തിൽ ഞാൻ മുന്നേ പറഞ്ഞ രൈരുവല്യച്ഛന്റെ ഭാര്യയായിരുന്നു എന്നെ കൂടെക്കിടത്തിയുറക്കി പാലുതന്ന് നാലുവയസുവരെ വളർത്തിയത്. അവരുടെ ഏഴുമക്കൾക്കിടയിൽ ഞാനും കൂടിയായപ്പോൾ താങ്ങാൻ വയ്യാത്ത ഒരു ഭാരം ആ കുടുംബത്തിനുണ്ടായി. എന്നാൽ അമ്മ മരിച്ചതോടെ ആരംഭിച്ച എന്റെ അച്ഛന്റെ കുടിയും തോന്ന്യാസജീവിതവും

അമ്മ മരിക്കാൻ കാരണം ഞാനാണെന്ന അച്ഛന്റെ വിശ്വാസവുംമൂലം വൈരുവല്യച്ഛനും ഭാര്യയ്ക്കും എന്നെ കൈയൊഴിയാനാവുമായിരുന്നില്ല. പക്ഷേ, ഓരോരുത്തരുടെയും ജീവിതത്തിലെ യാഥാർത്ഥ്യങ്ങൾ ഒരിക്കലും പുറത്തറിയപ്പെടാത്ത രഹസ്യങ്ങളാണല്ലോ. അങ്ങനെ അഞ്ചുവയസുമുതൽ സ്കൂളിൽ പോകേണ്ട ആവശ്യത്തിനായി ഞാനെത്തിപ്പെട്ടത് അച്ഛന്റെ തറവാട്ടിലാണ്. ഞാനിങ്ങനെയായിത്തീർന്നതിന്റെയെല്ലാം തുടക്കം അവിടെ നിന്നായിരുന്നു എന്നു കരുതാം.

അച്ഛന്റെ ചെറിയ പെങ്ങൾ സ്നേഹപൂർവം എന്നെ കൂടെക്കിടത്തിയുറക്കാൻ തുടങ്ങി. എനിക്ക് ആഹാരം തന്നിരുന്നതും കുളിപ്പിച്ചിരുന്നതും സ്കൂളിൽ കൊണ്ടുപോയിരുന്നതും അവളാണ്. അവളുടെ കൂടെക്കിടന്ന രാത്രികളാണ് കരുത്തുള്ള ഒരാൺകുട്ടിയായി എന്നെ മാറ്റിയത്.

കേശവൻ സംഭാഷണത്തിനു ചെറിയൊരിടവേള എടുത്തു. ഞാൻ ശ്വാസം കഴിക്കാനും ആ സമയം വിനിയോഗിച്ചു. എന്റെ ഹൃദയം തപിക്കുകയും ശബ്ദമുണ്ടാക്കുകയും ചെയ്യുന്നുണ്ടായിരുന്നു. സ്ക്രിപ്റ്റ്പാഡിൽ കേശവന്റെ ജീവിതത്തെ ഞാൻ രണ്ടോ മൂന്നോ കുറിപ്പുകളിൽ രേഖപ്പെടുത്തി.

അരക്ഷിതമായ കുട്ടിക്കാലം. അനാഥമായ ബാല്യം. ചൂഷണം ചെയ്യപ്പെടുന്ന കുടുംബബന്ധങ്ങൾ. അപക്വമായ മനസിലേക്കു നേരത്തെ കിട്ടുന്ന കനത്ത തിരിച്ചറിവുകൾ. അതോടെ ദുരൂഹചിന്തകൾ മനസിൽപ്പേറി ഒരു കുട്ടി വളർന്നുതുടങ്ങുന്നു.

ഞാൻ കേശവനെ ശ്രദ്ധിച്ചു. ക്രെയിൻ അപ് ആൻഡ് ഡൗൺ ചെയ്തുകൊണ്ടിരുന്ന നരേഷിനോട് ഹൈ ആംഗിളിൽ ക്യാമറ സ്ഥിരമാക്കിവെക്കാൻ നിർദേശിച്ചു. പാതാളത്തിലിരിക്കുന്ന പോലത്തെ കേശവന്റെ കുറെ ഷോട്ടുകൾ അത്യാവശ്യമാണ്. മടിയിൽവച്ചിരുന്ന സ്വന്തം കൈത്തലത്തിൽ നിന്നു മുഖമുയർത്തി കേശവൻ ക്യാമറയെ അഭിമുഖീകരിച്ചു. റെഡി. ഞാൻ മനസിൽ നിർദേശം കൊടുത്തു.

അച്ഛന്റെ ചെറിയ പെങ്ങളുടെ ശാരീരികഭാവനകളിലെ നടനായിത്തീരേണ്ടിവന്ന എനിക്ക് മോചനമുണ്ടാക്കിയത് അച്ഛന്റെ പുനർവിവാഹമാണ്. ഹൈസ്കൂൾ ക്ലാസുകളിലെത്തിയിരുന്ന ഞാൻ അതോടെ അച്ഛൻ വാങ്ങിയ പുതിയ വീട്ടിലേക്ക് താമസം മാറ്റി. വളരെ ഐശ്വര്യമുള്ള ഒരു ചെറിയ പെൺകുട്ടിയായിരുന്നു അച്ഛന്റെ വധു. ദീക്ഷയിറക്കി അച്ഛൻ ഗൃഹസ്ഥാശ്രമിയാവുന്നതിന്റെ വിവിധ ഘട്ടങ്ങൾ ഞാൻ മൂന്നു വർഷക്കാലംകൊണ്ട് കണ്ടു.

തൊടിയിൽ തെങ്ങുകൾ തടംവിട്ടുയർന്നു. കിണറിന് ആൾമറയുണ്ടായി. മുറ്റത്തിനരികിലായി ചെറിയമ്മ കുത്തിച്ച കുളത്തിൽ ചെറിയ മത്സ്യങ്ങൾ സദാ പുളകിതരായി തിമിർത്തു. നിത്യേന പതിനൊന്നു മണിമുതൽ പന്ത്രണ്ടുമണിവരെ നീളും ചെറിയമ്മയുടെ നിർദേശപ്രകാരമുള്ള അച്ഛന്റെ തേച്ചുകുളി. അതിനുശേഷം സദ്യവട്ടത്തോടെ ഒരുക്കിയ ഉച്ചഭക്ഷണം. പിന്നീട് രണ്ടാളും ചേർന്നുള്ള ഉച്ചമയക്കം. അങ്ങനെ ചെറിയ

മ്മയ്ക്ക് ഒരു കുഞ്ഞുണ്ടായി. എന്റെ അനിയൻ. എന്നെക്കാൾ പതിനാലു വയസിന് ഇളയവൻ. ചെറിയമ്മയ്ക്ക് എന്നോട് നിറഞ്ഞ വാത്സല്യമായിരുന്നു. രൈരുവല്യച്ഛന്റെ ഭാര്യയുടെ നിസ്സഹായത ചെറിയമ്മയ്ക്കുണ്ടായിരുന്നില്ല. സ്വന്തമായി ഉണ്ണിയുണ്ടായപ്പോഴും ഞാനവർക്ക് മകൻ തന്നെയായിരുന്നു. എന്നെക്കാൾ എട്ടുവയസുമാത്രം കൂടുതലുള്ള എന്റെ അമ്മ.

എയർക്കണ്ടീഷൻ ചെയ്ത ഫ്ളോറായിരുന്നിട്ടുകൂടി ഞാനാണ് വിയർത്തത്. കേശവനെ കുറച്ചൊരു ആരാധനയോടെ ഞാൻ നോക്കിപ്പോയി. എന്തുമാത്രം സഹിക്കുകയും അനുഭവിക്കുകയും ചെയ്തിരിക്കുന്നു ഈ മനുഷ്യൻ. എങ്കിലും കേശവനു സ്വീകരിക്കേണ്ടിവന്ന പതിനാറു വയസുള്ള പെൺകുട്ടിയുടെ ചുംബനത്തെപ്പറ്റിയും അതിന്റെ സാധ്യമായ തുടർച്ചകളെപ്പറ്റിയും പതിനാറുകൊലപാതകങ്ങളുടെ വിശദാംശങ്ങളെപ്പറ്റിയും പ്രേക്ഷകരെ അറിയിക്കാനായിരുന്നു എനിക്കു തിടുക്കം.

ഇനിയും പറയൂ എന്ന ഭാവത്തിൽ ഞാൻ കേശവനെ പ്രതീക്ഷിച്ചു നിന്നു. അപ്പോഴാണ് ഫ്ളോർ മാനേജർ കടന്നുവന്ന്, മാഡം, പുറത്ത് പൊലീസ് അക്ഷമ കാട്ടുന്നുണ്ട്. അത്ര വലിയ ഇന്റർവ്യൂവൊന്നും വേണ്ട എന്നാണ് അവരുടെ നിലപാടെന്ന് അറിയിക്കുന്നത്. എന്തുവന്നാലും കേശവനു പറയാനുള്ളത് മുഴുവനും ഞാൻ ഷൂട്ട് ചെയ്യും. ജയിൽ ഐജിയുടെയും പൊലീസ് സൂപ്രണ്ടിന്റെയും പ്രത്യേകാനുമതി വാങ്ങിയിട്ടുണ്ടല്ലോ നമ്മൾ, ഡ്യൂട്ടിയിലുള്ള റിസ്ക് കുറയ്ക്കാനായി തിരക്കുണ്ടാക്കുന്ന അവന്മാര് പോയി നശിക്കട്ടെയെന്നു പല്ലു കടിച്ചുപിടിച്ചുകൊണ്ട് ശബ്ദം താഴ്ത്തി ഞാൻ മറുപടിയും പറഞ്ഞു. അപ്പോഴേക്കും കേശവൻ സംസാരിച്ചുതുടങ്ങിയിരുന്നു. എന്തോ പറയാനാഞ്ഞ ഫ്ളോർ മാനേജരെ ഞാൻ കൈയെടുത്തുവിലക്കി.

ഒരു സ്വപ്നം പോലെ ചെറിയമ്മയോടൊത്തുള്ള എന്റെ മൂന്നുവർഷങ്ങൾ കഴിഞ്ഞുപോവുകയും ഞാൻ കോളേജിൽ പഠിക്കുന്നതിനായി നഗരത്തിലേക്ക് മാറുകയും ചെയ്തു. അന്യരുടെ ജീവിതവും വിലപ്പെട്ട വസ്തുക്കളും ഒരു ഒപ്പു കടലാസിലെന്നപോലെ എന്നിൽ പതിയാൻ തുടങ്ങിയത് അക്കാലം മുതലാവണം. നഗരജീവിതത്തിൽ ഞാനാകെ മാറിപ്പോയി. കോളേജ് ലൈബ്രറിയും പബ്ലിക് ലൈബ്രറിയും ഞാൻ ഒരുപോലെ ആക്രമിച്ചു. സമൂഹത്തിൽ അനിവാര്യമായ കൊലപാതകങ്ങളുടെ വ്യത്യസ്തരീതികൾ ഞാൻ മനഃപാഠമാക്കി. പുതിയ പുതിയ മോഷണ തന്ത്രങ്ങൾ മെനയുകയും ഏകാംഗാഭിനയത്തിലൂടെ അവയുടെ ഹ്രസ്വപരിശീലനങ്ങൾ തുടരുകയും ചെയ്തു.

രണ്ടാംവർഷ പ്രീഡിഗ്രിക്ക് ഞാൻ കുറച്ചുകൂടി മികച്ച ഓപ്പറേഷനാണ് നടത്തിയത്. ഞങ്ങളുടെ കോളേജ് പ്രിൻസിപ്പൽ ദത്തൻസാറിന്റെ ജീവിതത്തിലെ ഒൻപതുവയസിനും പതിമൂന്നുവയസിനുമിടയിലായി അദ്ദേഹം നടത്തിയ മൃഗീയവാസനകളുടെ ശരിപ്പകർപ്പുമായിട്ടായിരുന്നു ഞാൻ അരങ്ങേറിയത്. അതൊക്കെ കാൺകെ അദ്ദേഹംപോലും വിളറി

വെളുത്തുപോയി. അത്രയും വർഷങ്ങൾക്കുപിറകിലെ അദ്ദേഹത്തിന്റെ ചെയ്തികളുടെ തൊണ്ടിമുതലുകൾ ഞാൻ വച്ചുനീട്ടിയപ്പോൾ അതൊരു മോഷണമോ വ്യക്തിഹത്യയോ ഒന്നുമായിരുന്നില്ല. പിടിച്ചുപറിയുടെ ശ്രേണിയിൽ പെടുത്താവുന്ന ഒരിനം മാത്രം. മാന്ത്രികവിദ്യയിൽ ചെപ്പും പന്തും പോലെ ഒരു വിദ്യ. അതോടെ എന്നെന്നേക്കുമായി ഞാൻ കോളേജിൽനിന്നു പറത്താക്കപ്പെട്ടു. പിന്നീട് ഞാൻ പഠിക്കാൻ പോയിട്ടേയില്ല.

തന്റെ ജീവിതത്തിന്റെ ഒരു ഭാഗം ഇത്രയുമാണ് എന്ന മട്ടിൽ കേശവൻ പറഞ്ഞുനിർത്തി.

ഷൂട്ടിങ്ങിനിടയിൽ അദ്ദേഹത്തിനു വേണമെങ്കിൽ ബ്രേക്കെടുക്കാവുന്നതാണ്. വെള്ളമോ മറ്റോ കുടിക്കണമെങ്കിൽ ആവാം. റെക്കോർഡ് പ്രോഗ്രാമായതിനാൽ ബ്രേക്കെടുക്കുന്നതിനു തടസമുണ്ടായിരുന്നില്ല. എന്നാൽ കേശവൻ തുടർന്നു.

കോളേജിൽ നിന്നു പുറത്തിറങ്ങി അലഞ്ഞുതിരിഞ്ഞുനടന്ന അഞ്ചു വർഷങ്ങൾ. ഇരുപത്തിമൂന്നാം വയസിൽ ആദ്യമായി ഞാൻ അറസ്റ്റിലായി. ആദ്യത്തെ കൊലയ്ക്കായിരുന്നില്ല എന്റെ ഒമ്പതാമത്തെ കൊലയ്ക്കായിരുന്നു അറസ്റ്റ്. ഒന്നുമുതൽ എട്ടുവരെയുള്ള കൊലപാതകങ്ങൾ അപ്രശസ്തങ്ങളായിരുന്നു. യാചകരെയും വേശ്യകളെയും രോഗികളെയും കൊല്ലുന്നതുപോലെ എന്നു വേണമെങ്കിൽ ഉദാഹരണമായി പറയാം. എന്നാൽ ഒൻപതാമത്തെ എന്റെ കൊല പ്രശസ്തമായി. സമൂഹത്തിൽ അത് പ്രശ്നങ്ങളുണ്ടാക്കി. ഉന്നതർ ഇളകി. ധനവും പ്രൗഢിയും കൈവരുമ്പോൾ മനുഷ്യർ സ്വാഭാവികമായും ഭീരുക്കളാകുക പതിവാണ്. അതുപോലെയുള്ള അനേകം ഭീരുക്കൾ എന്റെ കൈകൊണ്ടുണ്ടായ ജസ്റ്റിസിന്റെ മരണം അന്വേഷിക്കണമെന്നും പ്രതിയെ പിടിക്കണമെന്നും ആവശ്യപ്പെട്ട് രംഗത്തിറങ്ങി. തെളിവുകൾ നശിപ്പിച്ചോ സ്വന്തം ഐഡന്റിറ്റി മറച്ചുവച്ചോ ആയിരുന്നില്ല എന്റെ കൊലപാതകങ്ങൾ എന്നുള്ളത് നിങ്ങൾ പ്രത്യേകം ശ്രദ്ധിക്കേണ്ടതാണ്.

ഓരോ മരണത്തിനും എനിക്ക് എന്റേതായ ന്യായങ്ങളുണ്ടായിരുന്നു. പ്രതിയെന്ന് ഉറപ്പുള്ളയാളിൽനിന്ന് കോഴ വാങ്ങി കേസു മറിച്ചുവിധിച്ചതായിരുന്നു ഞാൻ ജസ്റ്റിസിൽ കണ്ട അന്യായം. എന്റെ കോടതിയിലെ ജഡ്ജും അഭിഭാഷകനും വാദിയും ഞാൻ തന്നെയാകയാൽ ഞാനയാളെ മൃഗീയമായി കൊന്നു. ഹോളിവുഡിലെ പഴയ സിനിമകളും ഡിറ്റക്ടീവ് നോവലുകളും അതിന് എന്നെ തുണച്ചു എന്നത് ശരിയാണ്. ജീവിതാന്ത്യംവരെ നീളുന്ന കഠിനതടവാണ് ഒൻപതുകൊലകൾക്കും കൂടി എനിക്കു ശിക്ഷയായി കിട്ടിയത്. എനിക്കും അത് ആശ്ചര്യമായി തോന്നി. ലഘുവായ വിധി എന്നു ഞാൻ സ്വയം പറയുകയും ചെയ്തു. എന്നാൽ......

ഉയരത്തിലുള്ള ക്രെയിൻ താഴേക്ക് കൊണ്ടുവന്ന് ലോ ആംഗിളിൽ കേശവനെ പിന്തുടരാൻ ഞാൻ നിർദേശിച്ചു. മിക്കവാറും ഇനി പറയാൻ

പോകുന്നത് കൊലപാതകവിവരണങ്ങളായിരിക്കും. ഞാൻ സ്റ്റെഡി ഷോട്ടെടുക്കുന്ന ക്യാമറാമാന്റെ വശത്ത് ഒരു കസേരയിലിരുന്നു.

ജീവപര്യന്തം തടവിന്റെ കാലത്തും എന്റെ ആക്രമണം ജയിൽ ലൈബ്രറിയോടായിരുന്നു. അക്കാലത്ത് നീണ്ട ഒൻപതുവർഷത്തെ തടവിനുശേഷം എനിക്കാദ്യമായി പരോൾ കിട്ടി. പുറത്തുവന്നപ്പോൾ എനിക്കെങ്ങും പോകാനുണ്ടായിരുന്നില്ല. നന്നേ വൃദ്ധനായിക്കഴിഞ്ഞ അച്ഛന്റെയൊപ്പം താമസിച്ച് അദ്ദേഹത്തെ വിഷമിപ്പിക്കാൻ ഞാൻ തയാറായിരുന്നില്ല. ഒരു തടവുകാരനെന്ന നിലയിൽ കയറിച്ചെന്ന് ചെറിയ അനിയനെ ഭയപ്പെടുത്താനും ഞാനൊരുക്കമായിരുന്നില്ല. തന്നെയല്ല, ചെറിയമ്മയുടെ സാന്നിധ്യം എന്നെ സാധാരണജീവിതത്തിലേക്ക് നയിച്ചേക്കുമെന്നും ഞാൻ ഭയന്നിരുന്നു. ധാർമികമായ പിന്തുണകൾ ജനമനസിൽനിന്നും ലഭിക്കാനിടയുള്ള കൊലപാതകങ്ങൾ പരോൾദിനങ്ങൾ തീരുംമുമ്പേ നടത്താൻ ഞാൻ ദാഹിച്ചു.

എന്റെ കൊലകളും അറസ്റ്റുംപോലെ തന്നെ എന്റെ പരോളും പത്രമാധ്യമങ്ങൾക്കു വിരുന്നായിരുന്നു. സ്വകാര്യത നഷ്ടപ്പെട്ട ഞാൻ എന്റെ ഇരളാകേണ്ടവർ സ്വതന്ത്രരായി പുറമെ വിഹരിക്കുന്നതുകണ്ട് അസ്വസ്ഥനായി. പരോൾ തീരുംമുമ്പ് ഞാൻ ഏഴു കൊലകൾകൂടി നടത്തി. ബാലികമാരെ ബലാൽസംഗം ചെയ്തുകൊന്ന മൂന്നു മധ്യവയസ്കർ, അഴിമതി നടത്തിയത് തെളിയിക്കപ്പെട്ടിട്ടും മന്ത്രിസ്ഥാനത്ത് തുടരുന്ന ഒരു കേന്ദ്രമന്ത്രി, ഒരു ബ്ലേഡുപലിശക്കാരൻ തുടങ്ങിയവരൊക്കെയായിരുന്നു എന്റെ ഇരകൾ. ജനങ്ങൾ സഹർഷം എന്റെ ചെയ്തികളെ സ്വീകരിച്ചുവെന്നതു എനിക്കുറപ്പാണ്. ഞാൻ നിർവഹിച്ച ഓരോ നരഹത്യയ്ക്കും പിറകിൽ ദിവസങ്ങളും മാസങ്ങളും വർഷങ്ങളും നീണ്ട തയാറെടുപ്പുകളുണ്ടായിരുന്നു. എന്റെ ജനങ്ങളെ കാര്യകാരണസഹിതം ഞാനതു ബോധ്യപ്പെടുത്തി. എന്റെ പ്രവൃത്തിക്കു നീതീകരണമുണ്ട് എക്കാലത്തും എന്നു ഞാൻ വിശ്വസിക്കുന്നു.

പരോളിലിറങ്ങിയകാലത്തു നടത്തിയ കൊലപാതകങ്ങളാണ് എനിക്ക് വധശിക്ഷ നേടിത്തന്നത്. ഞാനതിൽ പശ്ചാത്തപിക്കുന്നില്ല. എന്നാൽ ഇപ്പോഴെനിക്ക് മറ്റൊരു മനുഷ്യനായി നിലനിന്നാൽ കൊള്ളാമെന്നുണ്ട്.

നാടകീയമായ അർധവിരാമങ്ങൾ ഇടുന്നതിൽ കേശവൻ വളരെ മിടുക്കനാണെന്ന് എനിക്കു മനസിലായി. കേശവൻ ഇപ്പോഴും സ്വന്തം കൈയിലേക്കുനോക്കി മുഖം കുനിച്ചിരിക്കുകയാണ്. നാൽപ്പത്തിയെട്ടു വയസുള്ള ഒരു മനുഷ്യൻ. പക്ഷേ, ശരീരമോ മുഖമോ അയാൾക്കത്ര പ്രായമുണ്ടെന്നു പറയുമായിരുന്നില്ല. ചന്ദനനിറമുള്ള തൊലിയും ചുവന്ന ചുണ്ടുകളും അയാളൊരു ജയിൽപ്പുള്ളിയാണെന്നും പറയില്ല. നമ്മുടെ സാമാന്യധാരണകൾ പലപ്പോഴും ക്ലിപ്തമാണല്ലോ.

കേശവൻ മുഖമുയർത്തി.

പക്ഷേ, ഞാൻ പറഞ്ഞല്ലോ. ആദ്യമായി പരോളിൽ വന്നകാലം.

അന്നെനിക്ക് ഏതാണ്ട് മുപ്പത്തിരണ്ട് വയസുണ്ട്. അപ്പോഴാണ് രണ്ടാം ഘട്ടമായി ഏഴുകൊലകൾകൂടി നടത്തിയതെന്നും ഞാൻ പറഞ്ഞുകഴിഞ്ഞു. അങ്ങനെ ആ നരഹത്യകൾക്കുശേഷം ബാക്കി പരോൾ ദിനങ്ങളെ ഞാൻ വിശ്രമത്തിനായി മാറ്റിവെച്ചു. മാധ്യമങ്ങളിൽ വന്നുകൊണ്ടിരുന്ന പ്രതികരണങ്ങൾ ശ്രദ്ധിച്ചുകൊണ്ട് തികച്ചും ഏകാകിയായി ഒരു വാടക വീട്ടിൽ ഒരു കുന്നിൻപുറത്ത് ഞാൻ താമസമായി. അപ്പോഴാണ് മുളമ്പടി കടന്ന് പതിനാറുവയസുള്ള ഒരു ചെറിയ പെൺകുട്ടി എന്നെക്കാണാൻ വന്നത്.

മാറിലൊരു പുസ്തകം കമഴ്ത്തിപ്പിടിച്ചുകൊണ്ട് അവൾ താഴ്‌വാരത്തിൽ മരങ്ങൾക്കിടയിൽ ഉലാത്തുന്നത് ഞാൻ രണ്ടു ദിവസമായി കാണുന്നുണ്ടായിരുന്നു. അവൾ എന്നെയും കണ്ടിരിക്കണം. എന്തായാലും അവൾ കയറിവന്നു. ഞാൻ ഇരിക്കാൻ പറഞ്ഞപ്പോൾ എനിക്കഭിമുഖമായി ചൂരൽക്കസേരയിൽ ഇരുന്നു. കഷ്ടിച്ചു മുട്ടുമറയുന്ന ഒരു പട്ടുപാവാടയും കൈകളിൽ കസവുതുന്നിയ ഒരു ചുവന്ന പട്ടുബ്ലൗസുമായിരുന്നു അവളുടെ വേഷം. സൂര്യനുനേരെ തൊഴുതുവരുന്ന താമര മൊട്ടുകൾ ചാഞ്ചാടുന്ന നെഞ്ച്. കൈനിറഞ്ഞുകിടക്കുന്ന കരിവളകൾ. എനിക്കു സന്തുഷ്ടി തോന്നി. വിവാഹം കഴിച്ചുവരുമ്പോൾ അച്ഛന്റെ കൂടെയുണ്ടായിരുന്ന ചെറിയമ്മയുടെ ബാലികാരൂപം ഞാനോർത്തുപോയി.

ഞങ്ങൾ സംഭാഷണമാരംഭിച്ചു. ഓർഗാനിക് കെമിസ്ട്രി മുതൽ തീവ്രവാദം വരെ. ഗോവധം മുതൽ മനുഷ്യവധം വരെ. അവൾക്ക് എന്നോടോ അവളോട് എനിക്കോ എന്തെങ്കിലും മതിപ്പു തോന്നിയതായി എനിക്കനുഭവപ്പെട്ടില്ല. അവളുടെ അമ്മ താഴ്‌വാരത്തുനിന്നു വിളിച്ചപ്പോൾ സാധിച്ചാൽ നാളെ വരാമെന്നു പറഞ്ഞ് അവൾ പോകുകയും ചെയ്തു. ഞാൻ മനസിലോർത്തു. എന്റെ സർഗാത്മകകൃത്യങ്ങൾ പുറത്തറിഞ്ഞു കഴിഞ്ഞു. വ്യാപകമായ ശ്രദ്ധയും കിട്ടിക്കഴിഞ്ഞു. ഏതുനിമിഷവും അറസ്റ്റുണ്ടാവാം. എനിക്കിവിടെനിന്ന് അപ്രത്യക്ഷനാവേണ്ടിവന്നേക്കാം. അല്ലെങ്കിൽ അവളുടെ വിടർന്ന മിഴികൾക്കു മുന്നിലൂടെ കൈയാമമിട്ടു തല താഴ്ത്തി നടന്നുപോകേണ്ടിവന്നേക്കാം.

അസ്വസ്ഥനായി ഞാൻ അങ്ങുമിങ്ങും നടന്നു. എനിക്കറിയാത്ത കാരണങ്ങൾമൂലം അന്നു രാത്രിയിൽ ഞാനുറങ്ങിയില്ല എന്നതാണു നേര്. പിറ്റേന്ന് രാവിലെതന്നെ അവൾ വന്നു. എനിക്കൊരു പൂവുതന്നു. നീണ്ട തണ്ടുള്ള ഒരു താമരപ്പൂവ്. ഇതെവിടെനിന്നാണെന്നു ഞാൻ ചോദിച്ചപ്പോൾ തന്റെ അച്ഛനുമമ്മയ്ക്കും താമരപ്പൂവിന്റെ കൃഷിയാണെന്നും കണ്ണെത്താ ദൂരത്തോളം താമരക്കാട് തങ്ങൾക്കുണ്ടെന്നും തനിക്കു സ്ത്രീധനമായി കിട്ടുക ആ താമരക്കാടായിരിക്കുമെന്നും പൂവിനോട് ഇഷ്ടമില്ലാത്തൊരാളാണ് തന്നെ കെട്ടുന്നതെങ്കിൽ തന്റെ കൺമുന്നിൽ പൂക്കാലമില്ലാതാവുമെന്നും അവൾ പറഞ്ഞു. 'താമര' എന്ന മറുപടി പ്രതീക്ഷിച്ച് പേരെന്ത് എന്നു ഞാൻ ചോദിച്ചപ്പോൾ അവൾ 'മാനുഷി' എന്നു പേരുപറഞ്ഞു.

ഇത്രയും നേരത്തെ വിവാഹത്തെക്കുറിച്ചാലോചിക്കുന്നതെന്തിന് എന്നു ചോദിച്ചപ്പോൾ ജീവിതത്തിൽ ഉചിതമായി പെരുമാറണമെന്നാണ് താൻ പഠിച്ചിട്ടുള്ളതെന്നും യോഗ്യനായ ഒരാൾ വന്നാൽ പ്രായവും സന്ദർഭവും നോക്കാതെ സ്വീകരിക്കണമെന്നാണ് തന്റെ ആഗ്രഹമെന്നും അവൾ പറഞ്ഞു. അങ്ങനെ സംഭാഷണം തുടർന്നു.

അത്തരം കൂടിക്കാഴ്ചയുടെ അഞ്ചാംപക്കം അവൾ എന്റെ കവിളിൽ പ്രേമത്തോടെ ചുംബിച്ചു. എന്റെ പതിനാറുകൊലകളുടെയും വിശദാംശങ്ങൾ അടങ്ങിയ ആനുകാലികങ്ങൾ ഞാനവൾക്കു മുന്നിൽ അന്നു വാരിനിരത്തി. അവൾ അവ മറിച്ചുനോക്കിയപ്പോൾ അതിലെല്ലാം എന്റെ ഫോട്ടോയും എന്റെ കൊലപാതകങ്ങളും കണ്ടു. ഇതെന്ത് എന്നു ചോദിച്ചപ്പോൾ അതൊക്കെ ഞാനെഴുതിയതാണെന്ന് ഞാൻ പറഞ്ഞു. വായിച്ചു നോക്കട്ടെ എന്നുപറഞ്ഞ് അതുമായി അവൾ പോയി.

അഭിപ്രായം പറയാൻ പിറ്റേന്ന് അവൾ വരുംമുമ്പ് എന്റെ അറസ്റ്റ് നടന്നു. കൈയായമമിട്ടു ഞാൻ കുന്നിറങ്ങുമ്പോൾ അവൾ കയറിവരികയായിരുന്നു. തിളങ്ങുന്ന കണ്ണുകളോടെ എന്നെ അടുമുടി നോക്കിയിട്ട് പോയി വരൂ എന്നവൾ പറഞ്ഞു.

കേശവൻ നിർത്തി. ഞാൻ അദ്ദേഹത്തെ നോക്കി. നെഞ്ചിൽ അദ്ദേഹത്തിന്റെ പേനയുടെ തിളക്കം. അത് ഫ്രെയിംബ്യൂട്ടിയെ ബാധിച്ചേക്കാനിടയുണ്ട്. കേശവൻ സംസാരം തുടർന്നു.

നിങ്ങളോട് സംസാരിച്ചുകൊണ്ട് ഞാനിവിടെ ഇരിക്കുന്നത് പരോളിലിറങ്ങാൻ കഴിഞ്ഞതുകൊണ്ടാണ്. പുറത്ത് പൊലീസുകാർ എനിക്കായി കാത്തുനിൽക്കുന്നു. അവരെ മുഷിപ്പിക്കാൻ പാടില്ല, നിങ്ങളെയും. ഞാൻ ഹ്രസ്വമാക്കുകയാണ്.

നീണ്ട വർഷങ്ങൾക്കുശേഷം ഞാൻ രണ്ടാമതും പരോളിലിറങ്ങിയപ്പോൾ താഴ്വാരത്തെ വീട്ടിൽ മാനുഷി എന്നെ കാത്തിരിക്കുന്നുണ്ടായിരുന്നു. ഒരു മാസം നീണ്ടുനിന്ന ആ രണ്ടാംപരോളിൽ ഞാൻ കൃത്യമായി താടിരോമങ്ങൾ മുറിക്കാനും കുളിക്കാനും പല്ലുതേക്കാനും ഭംഗിയായി നടക്കാനും എന്റെ വധശിക്ഷ റദ്ദാക്കാനുള്ള അപ്പീലുകൾക്കുപോകാനും തയാറെടുത്തു. എന്നെയും ഞങ്ങൾ ജീവിച്ചിരുന്ന കാലത്തെയും അവൾ തിരിച്ചറിഞ്ഞത് ആ രണ്ടാംപരോളിലാണ്.

വാർഷികപ്പതിപ്പുകളിലും ആനുകാലികങ്ങളിലും ഒരു കഥ പറയുന്നതിന്റെ ഭാഗമായി കഥാപാത്രങ്ങളെ കൊല്ലുന്നതാണോ നിങ്ങളുടെ മേൽ ചുമത്തപ്പെട്ടിട്ടുള്ള കുറ്റമെന്ന് മാനുഷി എന്നോട് ചോദിച്ചു. അതെയെന്നു ഞാൻ സമ്മതിച്ചു. ഇന്നത്തെക്കാലത്ത് അതാണ് ഒരു എഴുത്തുകാരന്റെ വിധിയെന്ന് ഞാൻ പറഞ്ഞത് അവൾ വിശ്വസിച്ചില്ല. എഴുത്തുകാർക്കു വംശനാശം വരുന്നുവെന്നും എഴുത്തുകാരന്റെ ദൃഷ്ടാന്തങ്ങളെ യഥാർഥ പ്രവൃത്തികളായി വളച്ചൊടിച്ച് ഭാവന ചെയ്യാനുള്ള സ്വാതന്ത്ര്യത്തിൽനിന്നു വായനക്കാരായ ജനങ്ങളെ അകറ്റിക്കളയുകയാണ് നിയമവും നിയമപാലകരും അവരുടെ ആശ്രിതരും ചെയ്യുന്ന

തെന്നും ഞാൻ തുടർന്നുപറഞ്ഞുനോക്കി. അടിയന്തരാവസ്ഥയിലല്ലല്ലോ നമ്മൾ ജീവിക്കുന്നതെന്ന് അവൾ തിരിച്ചുചോദിച്ചു. അല്ലെങ്കിലും നിയത മായ നടപ്പുരീതികൾ നമ്മെ പരിശീലിപ്പിക്കുന്നത് ഒരു പ്രത്യേകരീതി യിൽ തയാർ ചെയ്യപ്പെടുന്നതിനാണെന്ന് ഞാൻ പറഞ്ഞു. എഴുത്തുകാ രന്റെ സൃഷ്ടികളിലെ കൊലപാതകങ്ങൾക്ക് എഴുത്തുകാരനെ ക്രൂശി ക്കുന്ന രീതി മാപ്പർഹിക്കുന്നതല്ലെന്നും അത് സമൂഹത്തിലെ യഥാർഥ പ്രതികൾക്കു രക്ഷപ്പെടാനുള്ള കുതന്ത്രമാണെന്നും ഭരണകൂടത്തിന്റെ ഇത്തരം തീരുമാനങ്ങൾ അട്ടിമറിക്കപ്പെടേണ്ടതാണെന്നും അവൾ തുടർന്ന് എന്നെ ധൈര്യപ്പെടുത്തി.

എനിക്കുവേണ്ടി താൻ തന്നെ അപ്പീൽ കൊടുക്കുമെന്നും എല്ലാ വഴികളുമടഞ്ഞാൽ പ്രസിഡണ്ടിന് ദയാഹർജി അയയ്ക്കുമെന്നും അവൾ പറഞ്ഞു. അവളുടെ വാക്കുകൾ ഞാൻ വിശ്വസിച്ചു. ഇപ്പോഴും അവൾക്കു വേണ്ടി ഞാൻ വർഷാവർഷങ്ങളിൽ പരോളിൽ വരുന്നു. എന്റെ എഴു ത്തിനുകിട്ടിയ നിലവിലുള്ള ശിക്ഷയനുസരിച്ച് മരിക്കും വരെ ഞാൻ എന്റെ ജയിലായ ഈ ലോകത്തുകിടക്കും. എന്റെ ജീവപര്യന്തം ഒരിക്കലും തീരി ല്ല. ഇനിയത്തെക്കാലത്ത് ഏതൊരു സത്യസന്ധനായ എഴുത്തുകാര ന്റെയും ജീവിതത്തിന്റെ വിധിയാണിത്. പക്ഷേ, ഒന്നുണ്ട്....

കേശവൻ വീണ്ടും നിർത്തി. ഞാൻ കസേരയിൽ നിന്നെഴുന്നേറ്റു. ഫ്ളോർ മാനേജർ പിന്നെയും കതകുതുറന്ന് കയറിവന്നു. എന്താണ് കേശ വൻ തുടർന്നു പറയുന്നതെന്നറിയാൻ ഞാൻ ശ്വാസമടക്കി കാത്തു നിന്നു.

പതിനാറുവയസുള്ള ഒരു പെൺകുട്ടി നിങ്ങളുടെ കവിളിൽ ചുംബി ക്കുമ്പോൾ നിങ്ങൾ നിങ്ങളുണ്ടാക്കിയ ലോകത്തിന്റെ അതിരുകളാണ് തുറക്കുന്നത്. നിങ്ങൾ എഴുതിയതിന്റെയോ പ്രവർത്തിച്ചതിന്റെയോ വ്യാപ്തി എത്രയോ ആകട്ടെ, അതിനെക്കാൾ വലിയ വ്യാപ്തിയിൽ നിങ്ങൾ ചെന്നു ലയിക്കും. ഈ രാജ്യത്തെ വിചിത്രമായ വിധിയിൽ അക പ്പെടുമ്പോലെ എനിക്കു ദൂരെയൊരിടത്തുള്ള താമരക്കാടിന്റെ സാന്ത്വനം ഒരു പ്രചോദനമാണ്. അവിടെ വലിയ വട്ടത്തോണിയിൽ മാനുഷി താമ രപ്പൂക്കൾ പറിക്കാൻ പോകുന്നതും സമയം കണ്ടെത്തി വക്കീലിന്റെ കൂടെ യിരുന്നു എനിക്കായി ഹർജികൾ തയാറാക്കിക്കൊണ്ടിരിക്കുന്നതും എന്റെ അന്തിമവിധി പറയാനായി കോടതികളിൽനിന്നു കോടതികളിലേക്കു കേസു മാറിക്കൊണ്ടിരിക്കുന്നതും ഒരു എഴുത്തുകാരനെന്ന നിലയിൽ ഞാൻ നടത്തിയ ആത്മാവിഷ്കാരങ്ങളുടെ ആവശ്യകതയെ ശരിവെക്കു ന്നുണ്ട്.

എന്റെ വായനക്കാർക്ക്, ക്ഷമിക്കണം പ്രേക്ഷകർക്കു നന്ദി.

കേശവൻ ക്യാമറകളെ നോക്കി പുഞ്ചിരിച്ചു. പിന്നെ കൈകൂപ്പിയി രുന്നു. ലൈറ്റ്സ് ഓഫ്.

ഞാൻ പറഞ്ഞു. ചുറ്റിനും ഇരുട്ടായി. ഇരുട്ടിൽനിന്ന് ഒരു എഴുത്തു കാരൻ പുറത്തുവിട്ട മാനവീയമായ നിലവിളികൾ മുഴങ്ങിക്കൊണ്ടിരുന്നു.

എ എന്ന കഥയിലെ എ എന്ന നായകനും അനുചരന്മാരും

ഇപ്പോൾ ഞാൻ തനിച്ചാണ്. സിറ്റിയിലെ പ്രധാനഭാഗത്ത് ആറാം നിലയിലെ ഫ്ളാറ്റിൽ ഞാൻ തനിച്ചു ജീവിക്കുന്നു. അനന്യത എനിക്കു ചുറ്റും ഇരിപ്പുറപ്പിക്കുന്നു പകൽ മുഴുവനും.

എന്താണ് ഞാൻ സാധാരണ ചെയ്യുക? വിശേഷിച്ചൊന്നുമില്ല. ലതിക എന്ന സുഹൃത്ത് ഒരിക്കൽ പറഞ്ഞുചിരിച്ചപോലെ, ഒരു കൂറ്റൻ ജീവിതം സ്വയം ചമച്ചു തീർക്കുന്നു. അവൾ അങ്ങനെ പറയാൻ എന്താണ് കാരണം? എനിക്കു മാതാപിതാക്കളില്ലേ? ഉണ്ട്. പക്ഷേ ഞാനവരെ ഉപേക്ഷിച്ചു. ഇരുപത്തിയൊന്നാം വയസിൽ. ഇപ്പോൾ എത്ര വർഷങ്ങൾ കഴിഞ്ഞു? എനിക്കോർമയില്ല. എനിക്കെത്ര വയസായി? അവരെ കണ്ടിട്ടും എത്രയോ വർഷങ്ങൾ ആയി? എന്തിനു കാണണം? എനിക്കു രണ്ടു ചേച്ചിമാരുണ്ടായിരുന്നു. ഇപ്പോൾ പേരോർമയില്ല. കാരണം എന്റെ പേരുപോലെ തന്നെ അസാധാരണമായ പേരുകളായിരുന്നു ചേച്ചിമാർക്കുവേണ്ടിയും അച്ഛൻ ഇട്ടത്. അനുജനുണ്ട്. അവൻ വല്ലപ്പോഴും വരും. കൂടെ ഏതെങ്കിലും പെൺകുട്ടികളുമുണ്ടാകും. എന്റെ മുന്നിൽ വച്ച് കുഴഞ്ഞാടാനും രമിക്കാനും മടിയില്ലാത്തവളാണെങ്കിൽ അവൻ എനിക്കു മറയായി കതകടയ്ക്കാറില്ല. ലൈറ്റ് ഓഫ് ചെയ്യാറില്ല.

ഒരു രാജ്യത്തെ കുത്തഴിഞ്ഞ ഭരണം പോലെയാണ് ചുരുക്കത്തിൽ എന്റെ പാർപ്പിടം. ചിലപ്പോൾ മറ്റു ചില സുഹൃത്തുക്കൾ വരും. മദ്യവും ഇറച്ചിപ്പൊതികളും റഷ്യക്കാരി പെണ്ണുങ്ങളുടെ ബ്ലൂഫിലിമുകളുമായി. അവർക്കും ഞാനിടം കൊടുക്കും. കാരണം അവർ എനിക്കും ഒരിക്കൽ ഇടം തന്നിരുന്നു. അങ്ങനെ ആരിലാരോ ആയിരുന്നു ലതികയും. അത്രമാത്രം.

ഇതാ, ഇന്നലെ രാത്രി ഇവിടെ കൂടിയവർ അലമ്പാക്കിയ തറയും മുന്നിലെ ടീപ്പോയിയും ടിവിയും ഷീവാസ് റിഗലും സവാളക്കൊത്തുകളും

തവളക്കാലുകളും എല്ലാം കാണുന്നില്ലേ? ഇന്നലത്തെപ്പോലെ തന്നെ ഇന്നുമെനിക്ക് എങ്ങും പോകേണ്ടതില്ല. അല്ലെങ്കിൽ അതിന്റെയും തലേന്നത്തെപ്പോലെ എനിക്കെങ്ങും പോകേണ്ടതില്ല. ഞാൻ ഇത്ര സ്വതന്ത്രനാവാൻ കാരണമെന്താണ്? നിങ്ങൾ അങ്ങനെയും ചിന്തിച്ചിട്ടുണ്ടോ? ഒന്നുകിൽ അമിതമായി വിദ്യാഭ്യാസം ചെയ്ത് ചെയ്ത് തലക്കുണ്ടായ അപാരമായ വെളിവിന്മേൽ രൂപപ്പെട്ട ഒരു ഇളക്കം. അല്ലെങ്കിൽ ചെറുപ്പം തൊട്ടേ ഏതെങ്കിലും പെണ്ണിനെ സ്നേഹിച്ചു കാത്തിരുന്നിട്ട് ഒടുവിൽ നിരാശനാകേണ്ടിവന്നതിലെ ഖേദവും വിഷാദവും. അതുമല്ലെങ്കിൽ അമിതമായ മയക്കുമരുന്ന് ഉപയോഗത്തിന്റെ ആലസ്യവും മന്ദതയും. അവളില്ലാതെ ലഭിച്ച സ്വാതന്ത്ര്യത്തിന്റെ അധികാര മത്ത്. ഇനിയും പഴുതുകളടക്കുകയാണെങ്കിൽ കോടീശ്വരനായ ഏതോ സ്പോൺസറുടെ വാത്സല്യം. ചിലപ്പോൾ കോടീശ്വരിയായ ഏതോ സ്ത്രീയുടെ മാംസഭാരം താങ്ങുന്നതിനു ലഭിക്കുന്ന സമ്പന്നത. ഒരുവേള സ്വവർഗഭോഗിയായ ഒരു പുരോഹിതന്റെ പേക്കൂത്തുകൾക്ക് കൂട്ടുകിടക്കുന്നതിനു ലഭിക്കുന്ന വരുമാനം. ആണോ? നിങ്ങൾ ആകാംക്ഷയോടെ ചോദിക്കുമ്പോൾ എനിക്ക് 'അല്ല' എന്നു നേരു പറയേണ്ടിവരുന്നതിൽ വിഷമമുണ്ട്. പക്ഷേ അതാണ് ശരി.

ഞാൻ വീട് ഉപേക്ഷിക്കുമ്പോൾ എനിക്കിതൊന്നുമുണ്ടായിരുന്നില്ല. ഞാനൊന്നും നേടിയിട്ടുമില്ല. ഈ പറഞ്ഞതിലൊന്നും ഞാൻ ഇടപെടുന്നുമില്ല. എന്നിട്ടും എന്റെ ഫ്ളാറ്റ്, എന്റെ സങ്കേതം, നക്ഷത്രങ്ങൾ പുഞ്ചിരിക്കുന്ന ഒരു സ്വർഗസ്ഥിതിയായിരിക്കുന്നു. കാരണം? ഒരു പക്ഷേ ആർക്കും ഇവിടെ വന്ന് എന്തുമാവാം എന്നതുകൊണ്ടായിരിക്കാം.

ദാർശനികഭാരംകൊണ്ടാണ് ഞാനിങ്ങനെ ജീവിക്കുന്നതെന്നു കരുതി എന്റെ വ്യഥകളെ മുതലെടുക്കാൻ ശ്രമിച്ച് ഇവിടെ വന്ന ചിലരുണ്ട്. അവർ ഇവിടെ വന്ന് അടുക്കളയിൽ കയറി ആവശ്യമുള്ളതു ഭക്ഷിക്കുകയും ഇവിടെയുള്ള പോർണോ ശേഖരത്തിൽ നിന്നു ചൂടുമാറാത്ത പുസ്തകങ്ങൾ എടുത്തുവായിച്ച് കുളിമുറിയിൽ കയറി ക്ഷീണിതരായി തിരിച്ചിറങ്ങിവരികയും ചെയ്യും. ചിലർ സി ഡി കണ്ടുകൊണ്ട് ഇരുന്നിടത്തു തന്നെ കാലകത്തി ഇരുന്ന് സ്വയം വാപിളർന്ന്.... അങ്ങനെ വരുന്നവരൊക്കെ ഇവിടെ നിലം തുടയ്ക്കാൻ വരുന്ന പതിനഞ്ചു വയസുള്ള കുമുദത്തിനെ പിടിക്കുന്നതും അവൾ ഞരങ്ങി മൂളി സമ്മതിച്ചുകൊടുക്കുന്നതും ചിലപ്പോൾ അനുസരിക്കുന്നതുമൊക്കെ ഞാനറിയുന്നുണ്ട്. അങ്ങനെ വന്നു താമസിച്ച് ഈ വിധം ലോഭമില്ലാതെ സുഖമനുഭവിച്ചിട്ടുള്ളവരിൽ ചിലർ, അന്യർ കൊണ്ടുവരുന്ന പെണ്ണിനെ അവരുടെ ഉപയോഗശേഷം പങ്കുപറ്റാൻ ശ്രമിക്കുന്നതും അതു ചെറിയ ചെറിയ അടികലശലുകളിൽ എത്തുന്നതും ഞാൻ ശ്രദ്ധിച്ചിട്ടുണ്ട്. പല പെണ്ണുങ്ങളും അപരിചിതരുമായി പെട്ടെന്ന് ഇടപഴകാൻ സമ്മതിക്കാറുണ്ടായിരുന്നില്ല. ഞാൻ അപ്പോഴൊക്കെ എന്റെ കസേരയിൽ ചരടഴിച്ച് അയച്ചിട്ട ബർമുഡയുമായി അലസമായി ഇരുന്ന് നരഭോജികൾ രമിക്കുന്ന ചിത്രം കാണും. അതുമല്ലെങ്കിൽ വല്ല മഹാന്മാരുടെ ആത്മകഥകൾ വായിക്കും. രണ്ടും എനി

ക്കേതാണ്ട് ഒരുപോലെയാണ്. കുറെ കണ്ടു ചെന്നാൽ/ കുറെ വായിച്ചു ചെന്നാൽ രണ്ടും മടുക്കും. ഒരേ മട്ടിലുള്ള ആഖ്യാനങ്ങൾ മാത്രം. ആത്മ കഥകളുടെയും നീലച്ചിത്രങ്ങളുടെയും രീതി അതാണ്. അല്ലെങ്കിൽ ഞാനൊരു ബിയർ പൊട്ടിച്ചു കഴിച്ചുകൊണ്ട് വെറുതെ മനോരാജ്യം കണ്ടു കിടക്കും. മറുവശത്ത് നടക്കുന്നതൊന്നും ഞാൻ പൊതുവെ ശ്രദ്ധിക്കാറില്ല. മുന്നേ പറഞ്ഞല്ലോ, ഒരു രാജ്യത്തെ ജനാധിപത്യഭരണം പോലെയാണിത്. കൈമടക്ക് കിട്ടുന്നുണ്ടോ എന്നതാണ് പ്രധാനം. എന്നാൽ ഞാൻ മുന്നേ പറഞ്ഞ വിധത്തിൽ അനാവശ്യമായും അവിഹിതമായും അനാദരവോടെയും എന്റെ ഫ്ളാറ്റിൽ തങ്ങി മുതലെടുപ്പ് നടത്താൻ ശ്രമിച്ച വിരുതന്മാരെ എന്റെ ഫ്ളാറ്റിൽ സദുദ്ദേശ്യത്തോടെ വരുന്ന സ്നേഹിതർ തന്നെയാണ് തുരത്തിയോടിക്കുന്നതും. കാരണം, അലക്സി പറയുന്നു:

ഇവന്റെയീ അലസത എല്ലാരും മുതലെടുക്കും. ഞാനീ ടൗണിൽ എന്റെ മലേന്ന് നട്ടുണ്ടാക്കിയ അഞ്ചാറു വാനിലയും ഓർക്കിഡും വിൽക്കാനാ വരുന്നത്. വലിയ ലാഭമൊന്നുമുണ്ടായിട്ടല്ല. എന്നാലും എന്റെ പോഴത്തങ്ങൾക്ക് ഇടം തരുന്ന ഇവനു വല്ല സഹായോം ചെയ്യാണ്ട് പോകാനൊക്കുമോ. ഞാനൊക്കെ ഹോസ്റ്റലില് പഠിക്കുമ്പം അങ്ങനാ. കണ്ടറിഞ്ഞ് ഓരോന്ന് ചെയ്യും, റൂം മേറ്റിനുവേണ്ടീട്ട്. വലിഞ്ഞുകേറി ചെല്ലുന്നതു നമ്മളല്ലിയോ! അതുകൊണ്ടു കുമുദം വരുന്ന സമയമാണെങ്കിൽ ഞാൻ അവളോടു ചോദിക്കും. നിനക്കെത്ര മാസത്തെ കാശു കിട്ടാനുണ്ട്. ചെലപ്പം പോയ മാസം ആരും ശ്രദ്ധിച്ചിട്ടുണ്ടാവില്ല. രണ്ടു മാസത്തെ ശമ്പളം. അവളു കൃത്യമായിട്ടു പറയും. ഞാനത് എടുത്തുകൊടുക്കും. ഞങ്ങൾ പരസ്പരം വഞ്ചിക്കാറില്ല. ഇവിടെനിന്ന് പുറത്തേക്ക് പോകുമ്പോൾ ഞങ്ങളിലാരെങ്കിലും ഫ്ളാറ്റിലേക്കു വേണ്ട സാധനങ്ങൾ വാങ്ങും. അതു വച്ചൊണ്ടാക്കാനൊക്കെ ഓരോ ദിവസവും ആരെങ്കിലുമൊക്കെ കാണത്തില്ലേ. കൂടിയിരുന്നു സൊറ പറഞ്ഞ് ഇങ്ങനെ തിന്നേം കുടിക്കേം കിടക്കേമൊക്കെ ചെയ്യുന്നതിനൊരു സുഖമുണ്ട്. അതു ചില എമ്പോക്കികൾക്കറിയില്ല.

ഫ്ളാറ്റിന്റെ വാടകയും ഇതേവിധം കൈയൊഴിവുള്ളവരാണ് കൊടുക്കുക. വന്നുപോകുന്നവർ ഇട്ടിട്ടുപോകുന്ന ജീൻസോ പൈജാമയോ ചുരിദാറോ ഷർട്ടോ ഒക്കെ ഞാനിടും. എനിക്ക് പുറത്തേക്കു പോകുന്നത് ഇഷ്ടമില്ല. ഇവിടെ മറ്റാരുമില്ലെങ്കിൽ ചെറിയ ശബ്ദത്തിൽ വേദന നിറഞ്ഞ പാട്ടുകൾ പാടുന്ന ഗായകരുടെ പാട്ടുകൾ കേൾക്കുന്നതാണ് എനിക്കിഷ്ടം. അതൊരു ലഹരിയാണ്. കുറച്ചു ബിയറോ വിസ്കിയോ ആവാം. അങ്ങനെ ധാരാളം പാട്ടുകൾ കേൾക്കുന്ന ദിവസം ആരോടെങ്കിലുമൊക്കെ ദീർഘമായി സംസാരിക്കണമെന്ന് എനിക്കു തോന്നും. ഇവിടെ തനിയെ ആരും വരാറില്ലാത്തതിനാൽ സംസാരിക്കാനും മറ്റും എനിക്കാരാണ്. അത്തരം ചത്തു മരവിച്ച നിമിഷങ്ങളിൽ എന്നോടുതന്നെ ഒരുതരം അവ

ജ്ഞയും എനിക്കു തോന്നും. ചിലപ്പോൾ സുബോധത്തിന്റെ ഒരു വാൾ ശിരസു പിളർക്കുന്നതായിട്ടുപോലും.

അത്തരം അവസരങ്ങളിൽ ഞാനിട്ടിരിക്കുന്നത് ആരുടെയെങ്കിലും ചുരിദാറോ ലാച്ചയുടെ ഒരു ഭാഗമോ ആണെന്നു ഞാൻ തിരിച്ചറിയും. നാവു നീട്ടി ബോധത്തിന്റെ തിരകൾ അങ്ങനെ തുടച്ചെടുക്കുമ്പോൾ മുഷിഞ്ഞു കിടക്കുന്ന ഫ്ളാറ്റിനെപ്പറ്റി ഓർമവരും. കുറച്ചൊക്കെ ഒന്നു വെടിപ്പായി ജീവിക്കുവാൻ ഞാനാഗ്രഹിക്കും. ഈ ഫ്ളാറ്റിൽ നടക്കുന്നതൊക്കെ കൊള്ളരുതായ്മകൾ മാത്രമാണെന്ന് ഒരുതരം അറപ്പും വെറുപ്പം തോന്നും. സഖ്യകക്ഷികളുടെ നിയന്ത്രണത്തിലും ആജ്ഞയിലും ഫ്ളാറ്റിന്റെ ചുമരുകൾ വിറച്ചുകൊണ്ടിരിക്കുന്നത് ഞാനറിയും. അങ്ങനെയുള്ള ഒരു ദിവസം രാവിലെയാണ് കണിക വന്നത്.

അയൽരാജ്യത്തെ ഒരു വൃദ്ധഗായകൻ ഇടറിയ സ്വരത്തിൽ മരുഭൂമിയിലെ നിലാവുള്ള ഒരു രാത്രിയെക്കുറിച്ച് പാടുകയായിരുന്നു. ഫ്ളാറ്റിന്റെ മുൻകതക് ഞാനൊരിക്കലും അടയ്ക്കാറുണ്ടായിരുന്നില്ല. ഞാനോ എന്റെ നല്ല സ്നേഹിതരോ അവരുടെ ജീവിതമോ ഒരിക്കലും ആരുടെയും സ്വൈര്യജീവിതത്തിനും സ്വകാര്യതയ്ക്കും എതിരായിരുന്നില്ലല്ലോ. കണിക വാതിൽക്കൽ വന്നു നിന്ന് ഒരു ചെറിയ ഒച്ചയിൽ ചോദിച്ചു.

"തനിച്ചാണോ ഇന്ന്?"

ഞാൻ മുഖം തിരിച്ചുനോക്കി. വാതിൽക്കൽ അസാധാരണത്വമൊന്നുമില്ലാത്ത ഒരു യുവതി നിൽക്കുന്നു. മുമ്പു കണ്ടിട്ടില്ല. ഒരുപക്ഷേ, എന്റെ അനുജൻ പറഞ്ഞയച്ചതാവും. എവിടെ നിന്നെങ്കിലും ഉടനെ തന്നെ ഇവിടേക്ക് എത്തിച്ചേരാൻ അവൻ തീരുമാനിച്ചിട്ടുണ്ടാവുമെന്നു വിചാരിച്ച് സന്തോഷത്തോടെ പറഞ്ഞു:

"അതേ.... അകത്തേക്കുവരൂ...."

പെട്ടെന്നു മുഖത്തു മിന്നിയ ഒരു പ്രസന്നതയോടെ അവൾ വാതിലിനു വെളിയിൽ ചെരിപ്പഴിച്ചു വച്ചിട്ട് അകത്തേക്ക് വന്നു. അവളിൽ നിന്നുണ്ടായ ആ പ്രവൃത്തി വളരെ അനായാസവും ചടുലവുമായിരുന്നതിനാൽ എനിക്കു തടയാൻ കഴിഞ്ഞില്ല. മാത്രവുമല്ല, ഞാൻ ചെറിയൊരു അമ്പരപ്പിലുമായിപ്പോയി. കള്ളും തുപ്പലും അടിവസ്ത്രങ്ങളും എച്ചിൽപ്പാത്രങ്ങളും കുത്തഴിഞ്ഞ അശ്ലീല പുസ്തകങ്ങളും ചിതറിക്കിടക്കുന്ന അടുക്കും വെട്ടവുമില്ലാത്ത ഈ ഫ്ളാറ്റിൽ ഇങ്ങനെ ആരും ചെയ്യാറില്ല. എന്റെ ആലോചനയും അമ്പരപ്പും തീരും മുമ്പേ അവൾ വന്ന് എന്റെ മുന്നിൽ ചമ്രം പടിഞ്ഞിരുന്നു. ഞാൻ വീണ്ടും അതിശയിച്ചുപോയി. എനിക്കു തോന്നുകയും ചെയ്തു. ഞാൻ വലുതായി തെറ്റിദ്ധരിക്കപ്പെട്ടിരിക്കുന്നു. ഈ ഫ്ളാറ്റിനെ ഇവൾ അത്രയേറെ തെറ്റിദ്ധരിച്ചിരിക്കുന്നു. എനിക്കു കുറച്ചേറെ അരിശം തോന്നുകയുമുണ്ടായി. ഒരുപക്ഷേ, അനുജൻ പറഞ്ഞയച്ചതല്ലായെങ്കിൽ, ഈ അപ്പാർട്ട്മെന്റ്സിൽ താമസിക്കുന്ന അനേകരിലൊരാളാണെങ്കിൽ, ആ ഒറ്റക്കാരണം കൊണ്ടുമാത്രം ഞങ്ങളുടെ ഈ സങ്കേതത്തിന്റെ രീതികളിൽ തലയിടാനാവുമോ? സ്വജന

പക്ഷപാതത്തിലും വ്യക്തിസുഖത്തിലും താൽപ്പര്യമില്ലാത്തവർക്ക് ഇവിടത്തെ സുഖങ്ങളിൽ എന്തു കാര്യം? ഇനി താൽപ്പര്യമെടുക്കാനാഗ്രഹിക്കുകയാണെങ്കിൽത്തന്നെ അതിന് എന്തുമാത്രം ശുപാർശകളും പിന്തുണകളും വോട്ടെടുപ്പുകളും വേണം.

ഈ അപ്പാർട്ട്മെന്റ്സിനു താഴത്തെ വിശാലഭൂമിയിലൊരിടത്ത് ജനിച്ചു മരിച്ചു തീരുവാൻ, ഒരു വീണപൂവാകുവാൻ മാത്രം കഴിയുന്ന ഈ പെണ്ണിനെ തിരിച്ചറിയുകയും സൂക്ഷിക്കുകയും ചെയ്യേണ്ടതുണ്ട്.

“എന്താ പേര്?” സംശയത്തോടെ ഞാൻ ചോദിച്ചു.

“കണിക” ആലോചിക്കാതെ അവൾ പറഞ്ഞു.

കുറേക്കാലം മുൻപ് എന്റെ കുറെ സ്നേഹിതർ വന്ന് ബെഡ്റൂമിന്റെ ചുമരിന് ഒരു കാടിന്റെ പശ്ചാത്തലം നൽകി, നിലത്ത് പച്ച വെൽവെറ്റിന്റെ തറയൊരുക്കി, കാലിൽ ഒറ്റ തളയും കാതിൽ ചുറ്റുചുറ്റായി വെള്ളി വളയങ്ങളും കഴുത്തിൽ കല്ലുമാലയുമണിയിച്ച ഒരുവളെ കൊണ്ടുവന്ന് കാമറയുമായി കുറച്ച് ലൈംഗികരംഗങ്ങൾ ഷൂട്ട് ചെയ്തു കൊണ്ടുപോയിരുന്നു. അന്നു വന്നത് ഇവളായിരുന്നുവോ എന്നു സംശയിച്ചു ഞാൻ പിന്നെയും ചോദിച്ചു.

“മുമ്പിവിടെ വന്നിട്ടുണ്ടോ, ഷൂട്ടിങ്ങിന്?”

“ഇല്ലല്ലോ.” മറുപടിയും പെട്ടെന്നായിരുന്നു. എന്തു ഷൂട്ടിങ് എന്നു ചോദിച്ചതുമില്ല. ഞാൻ അസ്വസ്ഥനായി. എന്റെ അനുജന്റേതടക്കം എന്റെ പല സ്നേഹിതരുടെയും പേരുകൾ ഞാൻ നാവിൽ തിരഞ്ഞു. പലതും കിട്ടിയില്ല. ഞാൻ ചോദിച്ച പേരുകളൊന്നും അവൾ കേട്ടിട്ടുമില്ലായിരുന്നു. അങ്കലാപ്പിലായ ഞാൻ തുറന്നു ചോദിക്കാൻ നിർബന്ധിതനായി.

“ആരു പറഞ്ഞിട്ടാണു നീയിവിടെ വന്നിരിക്കുന്നത്?”

അവൾ മനോഹരമായി ചിരിച്ചു. എന്നിട്ട് എന്നെ അതിശയിപ്പിക്കുന്ന ഒരു ശാന്തതയോടെ പറഞ്ഞു.

“ഞാൻ തൊട്ടുതാഴത്തെ നിലയിൽ പുതുതായി താമസിക്കാൻ വന്ന ആളാണ്. പകൽ ഇവിടെ ഈ ഒരു ഫ്ളാറ്റിൽ മാത്രമേ ആളുകളെ കാണാറുള്ളൂ. പകലൊക്കെ ഞാനും തനിച്ചാണ്. എന്തെങ്കിലും മിണ്ടിപ്പറഞ്ഞിരിക്കാമല്ലോ എന്നു കരുതി വന്നതാണ്.”

കണികയുടെ വർത്തമാനം എന്നെ കുഴക്കി. നിഷ്കളങ്കത ചികിത്സിക്കേണ്ട ഒരു രോഗമായിട്ടാണ് ഞാൻ കാണുന്നത്. നിഷ്കളങ്കരുടെ മൗഢ്യം ബാധിച്ച ഒരിരിപ്പ് എനിക്ക് തീരെ ഇഷ്ടമായിരുന്നില്ല. വെറുപ്പോടെ ഞാൻ പറഞ്ഞു.

“പൊക്കോളൂ. നീ ആഗ്രഹിക്കുംവിധം എന്തെങ്കിലും സംസാരിക്കാൻ എനിക്കു തോന്നുന്നില്ല. നേരവുമില്ല.”

“അതെന്താ അങ്ങനെ? എനിക്കാണെങ്കിൽ പകൽ ഒരുപാട് നേരം. താങ്കളാണെങ്കിൽ എവിടേക്കെങ്കിലും പോകാനുള്ള തയാറെടുപ്പിലുമല്ല. കാര്യമായി എന്തെങ്കിലും ഇവിടെ ചെയ്തുകൊണ്ടിരിക്കുകയാണെന്നും തോന്നുന്നില്ല. ശരിയല്ല. എന്നെ ഒഴിവാക്കാനാണെങ്കിൽ........”

“അതെ. ഒഴിവാക്കാൻ തന്നെ.”

ഞാൻ തറപ്പിച്ചു മറുപടി കൊടുത്തു. പക്ഷേ, കണിക അനാവശ്യമായി വീണ്ടും ചിരിച്ചിട്ട് യാചനപോലെ ചോദിച്ചു.

“കുറച്ചുനേരം ഞാനിവിടെ ഇരിക്കുന്നതിൽ നിങ്ങൾക്കെന്താ ചേതം? വേണമെങ്കിൽ ഞാൻ മിണ്ടാതിരുന്നോളാം.”

കുറെ മുമ്പു കേട്ട പാട്ടുകളുടെ വേദനിപ്പിക്കുന്ന ഈണങ്ങൾ എനിക്ക് ഓർമ വരാൻതുടങ്ങി. ഞാൻ അവ മനസിൽ ആവർത്തിച്ചു. അതെല്ലാം നിഷ്ഫലമായി. കുറച്ചു മദ്യപിക്കാമെന്നു കരുതി കൈയെത്തിച്ച് കുപ്പിയെടുത്തു വികൃതമായി കുടിച്ചു. പിന്നെ ഇരുന്നുകൊണ്ട് തന്നെ ബർമുഡ ഉരിഞ്ഞുക്കളഞ്ഞു. ഭീമാകാരമായ എന്റെ ശരീരത്തിലെ കൃശമായ നഗ്നത കണ്ട് അസ്വസ്ഥത തോന്നിയാലെങ്കിലും അവൾ പോകുമല്ലോ എന്നു കരുതി. അവൾ അതൊന്നും കണ്ടതായിക്കൂടി നടിച്ചില്ല.

ഞാൻ കണികയെ വിലയിരുത്താൻ ശ്രമം തുടങ്ങി. മുപ്പതു വയസ്സു തോന്നിക്കില്ല. വിവാഹിതയാണോയെന്നും മനസിലാവുന്നില്ല. നെറുകയിൽ കുങ്കുമമോ കഴുത്തിൽ താലിയോ ഒന്നും കാണാനില്ല. അതൊക്കെത്തന്നെ ഒരു വിവാഹിതയുടെ പ്രത്യക്ഷമായ അടയാളങ്ങളല്ലെന്ന് എനിക്ക് എങ്കിലും തീർച്ചയുണ്ടായിരുന്നു. എന്നിട്ടും ഞാനവയ്ക്കായി പരതി. അവിവാഹിതനും അസൂയക്കാരനുമായ ഒരു ചെറുപ്പക്കാരനെപ്പോലെയായിരുന്നു ഞാനന്നേരം. ചേറിൽ കുതിർന്ന ഒരു പന്നി തീറ്റയ്ക്കുവേണ്ടി മുക്രയിടുന്നതുപോലെ ഞാൻ അകമേ നിലവിളിച്ചുകൊണ്ടിരുന്നു.

അസാന്മാർഗിക ജീവിതത്തിനു പ്രേരിപ്പിക്കുന്ന എന്റെ ഗ്രന്ഥാലയത്തിനു ചുവടെ ഏടുകൾ പോയ ഒരു പുസ്തകം വാരിപ്പിടിച്ചുകൊണ്ട് അവൾ നിൽക്കെ എനിക്കു തോന്നി, ഈ ഫ്ളാറ്റിൽ രാഷ്ട്രീയക്കാരെയും ഉന്നതോദ്യോഗസ്ഥന്മാരെയും കാണുവാൻ വേണ്ടി ഭർത്താവിന്റെയും മക്കളുടെയും മാതാപിതാക്കളുടെയും സമ്മതത്തോടെ വന്നു നിരങ്ങിപ്പോകുന്ന എത്രയോ കുടുംബിനികൾ, വിധവകൾ, കുമാരിമാർ... ഒരു ജോലിക്കോ സ്ഥാനമാനത്തിനോ ഭർത്താവിന്റെ കടം വീട്ടാനോ വേണ്ടി അപരപ്രീതി ചെയ്യുന്ന സന്തോഷവതികളായ അത്തരം ആയിരങ്ങളിൽ ഒരുവളായിരിക്കാം കണികയും. ഒരുപക്ഷേ, എന്റെ ഏതെങ്കിലുമൊരു ചേച്ചി തന്നെ ആയിരിക്കുമോ...? അതുമല്ല, ഞാൻ ആദ്യമേ സംശയിച്ചതുപോലെ തികച്ചും ഭ്രാന്തുപിടിച്ച ഒരു നിഷ്കളങ്ക തന്നെയാണ് ഇവളെങ്കിൽ, ചിലപ്പോൾ ....

വിളിക്കാതെ കയറിവന്നതായതിനാൽ എന്റെ ഫ്ളാറ്റിനെപ്പറ്റി ഒരു സൂചന കൊടുക്കേണ്ട കാര്യമൊന്നും എനിക്കില്ല. എങ്കിലും അത്രയും കുറഞ്ഞ സമയത്തിനിടയ്ക്കുതന്നെ പതിവില്ലാതെ ചില ചില്ലറ നിമിഷങ്ങളിൽ ഞാൻ അവളെപ്പറ്റി എന്തിനോ എന്റെ ഹൃദയവുമായി ശണ്ഠകൂടിയിരുന്നു.

കുറച്ചുനേരംകൂടി കഴിഞ്ഞപ്പോൾ അവൾ ഒരു സി ഡി എടുത്തു പ്ലേ ചെയ്തു. മരുഭൂമിയിൽവെച്ചെടുത്ത ഒരു നീലച്ചിത്രം സ്ക്രീനിൽ തെളിഞ്ഞു. ഞാനൊന്നും പറയാൻ പോയില്ല. അൽപ്പനേരം നോക്കിനിന്നിട്ട് അവളതെടുത്ത് കൈയിൽ വച്ചു. പിന്നെ നേർത്ത സ്വരത്തിൽ ഒരു സ്വയം ഗാനവുമായി അകത്തെ മുറികളിലെല്ലാം അവൾ കയറിനോക്കി. അവൾ പോയ തക്കത്തിന് ഞാൻ എന്റെ നഗ്നത ഏതോ ഒരാളുടെ ജീവചരിത്രമെടുത്ത് മൂടിവെച്ചു. വായന മടുത്തപ്പോൾ പുസ്തകം മടിയിൽ കമഴ്ത്തി വച്ചതുപോലെ.

അധികാരത്തിന്റെയും സ്വാതന്ത്ര്യത്തിന്റെയും ഇടനാഴികളിൽ നിന്നിറങ്ങി വന്ന കണിക 'നാളെ തന്നാൽ പോരേ' എന്നു ചോദിച്ചിട്ട് ആ സി ഡി യുമായി സാവധാനം ഇറങ്ങിപ്പോയി. ആ നിമിഷം എന്റെ ഫ്ളാറ്റിൽ വലിയൊരു ഏകാന്തത വന്നു നിറഞ്ഞു. ഞാൻ തനിച്ചാണെന്ന് എന്നെ ആദ്യമായി തോന്നിപ്പിച്ച നിമിഷമായിരിക്കണം അത്. ജീവിച്ച കാലത്തിന്റെ ഭാരം മുഴുവൻ ശൂന്യമായ ഒരു കലത്തിൽ നിറഞ്ഞ വായുവിനെപ്പോലെ ചത്തുകെട്ട് എന്റെ തലയിലടിഞ്ഞു. പക്ഷേ, തല കുടഞ്ഞുകൊണ്ട് ഞാനാ വിചാരങ്ങളെ തട്ടിമാറ്റി. അൽപ്പനിമിഷങ്ങൾക്കകം സ്വവർഗ സ്നേഹികളായ രണ്ടുപെൺകുട്ടികൾ ആതുര ശുശ്രൂഷയിൽ മുഴുകി മറ്റുള്ളവർക്കായി ജീവിതം അവസാനിപ്പിച്ച ഒരു വ്യക്തിയുടെ ആത്മകഥയുമായി വന്നതിനാൽ തൽക്കാലം ഞാൻ അനാവശ്യ ചിന്തകളിൽ നിന്നൊഴിവാക്കപ്പെട്ടു.

ഈ ഫ്ളാറ്റിന്റെ കതക് ഞാനൊരിക്കലും അടയ്ക്കാറില്ലല്ലോ. കഴിക്കാനായി ഫ്രിഡ്ജിൽ ഒന്നുമില്ലെങ്കിൽ ഞാൻ പറയാതെ തന്നെ കുമുദം വല്ലതും ഉണ്ടാക്കിവയ്ക്കാറുണ്ട്. അല്ലെങ്കിൽ ഇവിടെ എത്തുന്ന മറ്റാരെങ്കിലും ഭക്ഷണമുണ്ടാക്കും. ഫ്ളാറ്റിൽ പതിവായി വരാറുള്ള ഒരു ഡോക്ടർ ഈയിടെ പറഞ്ഞപ്പോഴാണ് ഞാനെന്റെ കസേരയിൽ നിന്ന് അധികമിളകാത്ത ശരീരത്തെപ്പറ്റി ബോധവാനായത്. വല്ലാതെ തടിച്ചുപോയിരുന്നു ഞാൻ. പോകാൻ നേരം ഒഴിവാക്കേണ്ട ഭക്ഷണസാധനങ്ങൾ ഡോക്ടർ പറഞ്ഞുതന്നു. കുറെ ടാബ്ലറ്റുകളും എടുത്തുവച്ചു.

ഡോക്ടർമാർ, നേഴ്സുമാർ, പൊലീസുകാർ, രാഷ്ട്രീയക്കാർ, കച്ചവടക്കാർ..... ആരൊക്കെയാണ് എന്റെ സുഹൃത്തുക്കൾ. ജീവിതത്തിലെ ഏറ്റവും വലിയ നേട്ടം സുഹൃത്തുക്കളാണ്. അതിനെപ്പറ്റിയാണ് രണ്ടാമതു വന്നപ്പോൾ കണിക പ്രധാനമായും പറഞ്ഞത്.

"സൗഹൃദം എന്നത് ഒരു നല്ല ലൈബ്രറി പോലെയാണ്. അനേകം പുസ്തകങ്ങൾ. വീണ്ടും വീണ്ടും വായിക്കേണ്ടവ. വായിച്ചാൽ മടുക്കാത്തവ. ഒരിക്കലും ഉപേക്ഷിക്കാൻ തോന്നാത്തവ."

ആ നിമിഷം മുതൽ കണികയുടെ സൗഹൃദത്തെയും ഞാൻ ആഗ്രഹിച്ചുതുടങ്ങി. ഒരു സന്ധ്യയ്ക്ക് മാസങ്ങൾക്കുശേഷം ആദ്യമായി മഴ പെയ്തപ്പോൾ ഫ്ളാറ്റിൽ ഞാനും കണികയും തനിച്ചായിരുന്നു. മഴ തുടങ്ങി അൽപ്പം കഴിഞ്ഞപ്പോൾ കറന്റ് പോയി. ഞാൻ കണികയുടെ

ചുമലിൽ പിടിച്ചു നടന്ന് ജനലിനടുത്തുപോയി നിന്നു. എന്റെ കാലുകൾ എന്റെ ഭാരം താങ്ങാൻ കഴിയാത്തവണ്ണം തളർന്നുതുടങ്ങിയിരുന്നു. ഭാരം പേറേണ്ടത് എങ്ങനെയാണ് എന്ന് എന്റെ കാലുകൾ മറന്നതുപോലെ. കുറേനേരം കഴിഞ്ഞ് കണിക പോകുമ്പോൾ മഴ ശമിച്ചിട്ടുണ്ടായിരുന്നില്ല.

മഴ അധികമായപ്പോൾ എന്റെ സ്നേഹിതരുടെ വരവു കുറഞ്ഞു. എല്ലാ മഴക്കാലത്തും അതു പതിവുള്ളതാണ്. മനസിനിഷ്ടം തോന്നുന്ന ഒരിടത്തേക്ക് ഞാൻ യാത്ര പോവുക അങ്ങനെയുള്ള കാലത്താണ്. അതിനുമുമ്പ് എനിക്കൊരു പതിവുണ്ട്. മറ്റൊരുവിധത്തിൽ പറഞ്ഞാൽ ആ കൊല്ലവർഷപരീക്ഷയ്ക്കുവേണ്ടി മാത്രമാണ് എന്റെ നിശ്ചലത മുഴുവനും. അതിനുവേണ്ടി നിർമലയെ വിളിക്കാൻ പുറത്തേക്കിറങ്ങിതായിരുന്നു ഞാൻ.

എത്രയോ മാസങ്ങൾക്കുശേഷമാണ് ഫ്ളാറ്റിൽനിന്നു ഞാൻ പുറത്തിറങ്ങുന്നത്. മുട്ടൊപ്പം ചെളിയിൽ പന്നികൾ മേയുന്ന ചേരിയിലെ ചോർന്നൊലിക്കുന്ന ഇടങ്ങളിലൊരിടത്ത് ആദ്യമഴ വീണ അന്നുമുതൽ നിർമല പുത്തൻ സാരിയുടുത്ത് മറ്റാരെയും കാണാതെ കാത്തിരിക്കുന്നുണ്ടാവണം. പതുക്കെ പടികളിറങ്ങി താഴേക്ക് ചെല്ലുമ്പോൾ താഴത്തെ നിലയിൽ വരാന്തയിൽ ഒക്കത്ത് ഒരു കുട്ടിയേയുമേന്തി നിൽക്കുകയായരുന്ന കണിക എന്റെ പ്രത്യക്ഷപ്പെടൽ കണ്ട് വാ പൊളിച്ചു. അവരുടെ ഒക്കത്തിരുന്ന കുഞ്ഞ് എന്നെ കണ്ട് കരഞ്ഞുകൊണ്ട് മുഖംതിരിച്ചു. ഞാനും ഒന്നു വിളറി. കണിക എടുത്തിരിക്കുന്ന കുഞ്ഞ് ആരുടേതാണ്?

അതിശയോക്തിയോ അമ്പരപ്പോ മറച്ചുവച്ച് നിഷ്പ്രയാസം സംസാരിക്കാൻ ചില മനുഷ്യർക്ക് എളുപ്പം കഴിയും. കണിക ചോദിച്ചു.

"നല്ല മഴയാണ്. നോക്കൂ..... ഇപ്പോൾത്തന്നെ പുറത്തേക്ക് പോകണമെന്നുണ്ടോ?"

ഞാൻ വിളറിയ ചിരി തുടർന്നു. എനിക്കെന്നെത്തന്നെ ക്ഷണനേരത്തേക്കു മനസിലായില്ല. എന്തിനാണ് എന്റെ ഭാവം. പന്ത്രണ്ടുമാസം കഴിഞ്ഞ് കാലവർഷം വീണ്ടും തിടമ്പെടുക്കുമ്പോഴാണ് ഞാനൊരു സ്ത്രീയെ അറിയാറ്. ഒരു പരീക്ഷ പോലെ കൊല്ലത്തിലൊരിക്കൽ മൂന്നു ദിവസം മാത്രം എന്റെ രതിജീവിതം ആഘോഷിക്കപ്പെടുന്നു. കണികയോടു പറയേണ്ടതുണ്ടോ അതെല്ലാം? അവളുടെ വിചാരം എന്റെ ഫ്ളാറ്റിൽ വരുന്നവരും പോകുന്നവരുമായവരിൽനിന്ന് സ്ത്രീവിഷയത്തിൽ മാറി നിൽക്കുന്നത് ഞാൻ മാത്രമാണെന്നാണ്. അക്കാര്യമാവട്ടെ അവളെ ആനന്ദിപ്പിക്കുകയോ എന്നോടു പ്രത്യേകമൊരുമമത തോന്നിപ്പിക്കുകയോ ചെയ്തുവെന്ന് ഞാൻ കരുതുന്നുമില്ല. ഇന്നു പുറത്തേക്ക് പോയി നിർമലയെ കൂട്ടി കണികയുടെ മുന്നിലൂടെ വരണോയെന്ന് ബാലിശമായി ഞാനൊന്നു ചിന്തിച്ചു. എന്റെ തടിയുടെ വേദന കാലുകളിൽ ഉരുണ്ടുകൂടുന്നതറിഞ്ഞ് ഞാൻ ഇടുപ്പിൽ കൈയൂന്നി നിന്നു. എന്റെ ആലോചനകളെ മുറിച്ചുകൊണ്ട് ഒരു വെളിച്ചംപോലെ കണിക ചോദിച്ചു.

"എന്റെ മോളെ കണ്ടില്ലേ, എന്താ അവളോടൊന്നും ചോദിക്കാത്തത്."

അനാവശ്യമായി ഞാൻ വീണ്ടും പതറി. ഒരു പ്രജാപതിയെപ്പോലെ ജീവിക്കുന്ന ഞാൻ ഒരുവെറും പെണ്ണിനും അവളുടെ ഇത്തിരിപ്പോന്ന കുഞ്ഞിനും മുന്നിൽ പതറേണ്ട ആവശ്യമെന്ത്? കണിക വിവാഹിതയും ഒരു കുഞ്ഞിന്റെ അമ്മയുമായിരുന്നുവെന്ന് എനിക്കു വിശ്വസിക്കുവാൻ താൽപ്പര്യമുണ്ടായിരുന്നില്ല. എന്തുകൊണ്ടോ അങ്ങനെ വിചാരിക്കുവാൻ ഇതിനുമുമ്പ് ഞാൻ ധൈര്യപ്പെട്ടിരുന്നില്ല. അവരുടെ ഭർത്താവ് കൂടെയുണ്ടോ എങ്കിൽ ആരാണയാൾ എന്നീ ചോദ്യങ്ങളും എന്നെ ഉലച്ചു. അവർക്കു രണ്ടാൾക്കും കാണാൻ വേണ്ടിയാവുമോ അവൾ മുകളിൽ വന്ന് കാസറ്റുകളും പുസ്തകങ്ങളും താഴേക്ക് കൊണ്ടുവന്നിരുന്നത്. ഒന്നും ഞാൻ ചോദിച്ചിരുന്നില്ല എന്നതു ശരിയാണെങ്കിലും ഇതൊക്കെ അവൾക്കു മുന്നേ പറയാമായിരുന്നു. മഴക്കാലത്തിന്റെ തണുപ്പിലും ഒരു തമാശപോലെ ഞാൻ വിറയ്ക്കുന്നുണ്ട്. രാജ്യത്തെ അഭിസംബോധന ചെയ്തുകൊണ്ട് നിർണായകമായ പ്രസംഗം നടത്തുവാൻ തയാറെടുക്കുന്ന പ്രധാനമന്ത്രിയെപ്പോലെ ഞാൻ എന്തിനോ വേണ്ടിയുള്ള തയാറെടുപ്പുകൾ തുടങ്ങി. അവളുടെ കുഞ്ഞിനെ നോക്കുവാൻ എനിക്കു ഭയമായിരുന്നു. പിന്നെ കണികയുടെ നിശ്ശബ്ദമായ ഉത്തരങ്ങൾക്കു ചോദ്യം കണ്ടെത്തുവാൻ ശ്രമിക്കാതെ, അവളുടെ മകളെ തൊട്ടുനോക്കാൻ മടിച്ച് ഞാൻ തിരിച്ചു പടി കയറി. എന്തിനാണ് അങ്ങനെ ചെയ്തതെന്ന് എനിക്കറിയില്ല. ഫ്ളാറ്റിലെത്തിയപാടെ ഞാൻ പതിവില്ലാതെ കതകടച്ചു.

നിർമലയെ ഞാൻ മറന്നുപോയി. ലോകത്തിന്റെ യാഥാസ്ഥിതികമായ വർഷകാലത്തിലെ അവളുടെ രാജയോഗമാണ് ഈ തിരിച്ചെത്തലിലൂടെ ഞാൻ തകർത്തിരിക്കുന്നത്. എന്റെ കസേരയിൽ ഞാൻ ശരീരത്തെ വിശ്രമിപ്പിച്ചു. അപ്പോഴും കതകിൽ തട്ടുന്നതു കേൾക്കാമായിരുന്നു. കണികയാവാം, സങ്കടപ്പെട്ടുകൊണ്ട് ഇടതുകൈ ചുരുട്ടിവായോട് ചേർത്തുപിടിച്ച് നിർമലയാവാം. മൊബൈൽ ഫോൺ മുതൽ കാളിങ്ബെൽ വരെ നിലവിളിച്ചിട്ടും ഞാൻ അതേ കിടപ്പിൽ കിടന്നു.

കുറച്ചു മുമ്പ് താഴേക്കിറങ്ങിച്ചെന്നപ്പോൾ ഏതു കാഴ്ചയിൻമേലാണ് ഞാൻ യാഥാർഥ്യത്തിനു കീഴ്പ്പെട്ടുപോയത്? വരുന്ന തലമുറയുടെ മുഴുവൻ പ്രതിനിധിയായ ഒരു കുഞ്ഞിനെ, ഈ രാജ്യത്തിന്റെ വ്യവസ്ഥയെയാകെ മാറ്റിമറിക്കുവാൻ ധാരാളമായ ആ പെൺകുഞ്ഞിനെ ഞാൻ ഭയക്കുന്നതെന്തിനാണ്? ഒരു രാജ്യത്തെ കോടിക്കണക്കിനു മനുഷ്യരിലൊരാൾ മാത്രം പ്രധാനമന്ത്രിയാകുന്നതുപോലെയാണ് ഞാനീ ഫ്ളാറ്റിന്റെ ചുമതലകളിൽ ഉത്തരവാദിത്വമേൽക്കുന്നത്. എനിക്കുമുന്നേ പലരും ഈ ഫ്ളാറ്റിനെ ഇതേ വിധം സൂക്ഷിച്ചിട്ടുണ്ട്. ഓരോരുത്തർക്കും ശേഷം ഓരോരുത്തർ വന്നു. നിയോഗംപോലെ ചിലപ്പോൾ തിരഞ്ഞെടുപ്പിലൂടെ. എന്റെ യാഥാർഥ്യമെന്നത് പ്രൗഢിക്കുതാഴെ വെറും കൗപീനാഗ്രം പോലെ ഒരിത്തിരി നിസ്സഹായത മാത്രമാണെന്ന് ഏതൊരു ഭരണാധികാരിയെയും പോലെ ഞാനും തിരിച്ചറിയുന്നു. അതിനാൽ എന്റെ ഫ്ളാറ്റ്, എന്റെ സാമ്രാജ്യം. വരുന്നവനും പോകുന്നവനും വീഥിയൊരുക്കിയ എന്റെ ഭര

ണം. പലരും വായിച്ച എന്റെ ആത്മകഥാഗ്രന്ഥം ഇനി എനിക്കാവശ്യമുണ്ടോ എന്നു ഞാൻ ചിന്തിക്കാൻ തുടങ്ങി. വേറിട്ടുനിൽക്കുവാനോ മറ്റൊരു ഭരണം നടത്തുവാനോ കഴിയുന്നില്ലെങ്കിൽ ഞാൻ എന്റെ യാഥാർഥ്യത്തെ മറ്റുള്ളവരിൽനിന്നു മറച്ചുവച്ചുകൊണ്ട് പുതിയൊരു അസ്തിത്വത്തിൽ നിലനിൽക്കുന്നതാണ് നല്ലത്.

രാത്രി തുടർച്ചയായി മഴ പെയ്തുകൊണ്ടിരുന്നത് അതേ കിടപ്പിൽ കിടന്നുകൊണ്ട് ഞാനറിഞ്ഞു. അത്യാഗ്രഹം പ്രവർത്തിക്കുന്നവർക്കും സന്മാർഗികൾക്കും ഒരുപോലെ കുളിരു തോന്നിക്കുന്ന മഴയിലേക്കിറങ്ങി പുലർച്ചയ്ക്കു മുമ്പായി ഞാൻ നടന്നു. ചാരനിറം പൂണ്ട തെരുവിലൂടെ ഒരു ഹിമക്കരടി നടന്നുപോകുന്നതു പോലെയായിരുന്നിരിക്കണം അത്. കെട്ടിക്കിടക്കുന്ന വെള്ളത്തിൽ ചിലപ്പോൾ എനിക്കെന്നെ മുഴുവനായും കാണാമായിരുന്നു. എന്നിട്ടും അവിടെയൊന്നും നിൽക്കാതെ ഞാൻ നടന്നു.

എന്റെ അനുചരന്മാരാൽ എന്റെ ഭരണകാലം നിറവേറ്റപ്പെടുകയോ പുനഃസ്ഥാപിക്കപ്പെടുകയോ ചെയ്യട്ടെ എന്ന് അതിയായി ആഗ്രഹിച്ചുകൊണ്ടുതന്നെ.

മറ്റൊരാൾ വരുന്നത് ഒളിച്ചുനിന്ന് നോക്കുമ്പോൾ

“തനിക്കൊരു പ്രസവം കാണണമോ?”

വളരെ സ്വകാര്യമായി ഇങ്ങനെ ചോദിക്കുവാനാണോ അത്യാവശ്യമായി കാണണമെന്നാവശ്യപ്പെട്ട് രാജേന്ദ്രൻ തന്നെ വിളിച്ചിറക്കിയതെന്ന് ശിവദാസൻ അതിശയിച്ചു. തിരക്കിട്ട ജോലികളുടെയിടയിൽനിന്നും മറ്റുള്ളവരെ വെറുപ്പിച്ചുകൊണ്ട് ഇറങ്ങിവന്നതിന്റെ നീരസമത്രയും രാജേന്ദ്രനുമേൽ ഇടിച്ചിറക്കാനാണ് ആദ്യം തോന്നിയത്. നീളൻ ചെവിയും വട്ടമുഖവും നീണ്ടിറങ്ങിയ മെലിഞ്ഞ മീശയ്ക്കുതാഴെ ചുഴി മറച്ചുവെച്ചിരിക്കുന്ന ചെറിയ താടിയുമുള്ള രാജേന്ദ്രൻ ലോകത്തിന്റെ മുന്നിൽനിന്നു തന്നെ എന്തോ ഒളിച്ചുവെക്കാൻ ശ്രമിക്കുന്നുണ്ടെന്ന് ശിവദാസന് തോന്നി.

“ഞാൻ തനിക്കൊരു പ്രസവം കാണിച്ചുതരാം. ഇതൊക്കെ അപൂർവമായിട്ട് കിട്ടുന്ന അവസരങ്ങളല്ലേ, വിട്ടുകളയരുത്. എന്റെ കൂടെ താനൊന്നു വരില്ലേ?”

രാജേന്ദ്രന്റെ ഇപ്പോഴത്തെ ചോദ്യം തോളിൽ ശക്തിയായി പിടിച്ചുകൊണ്ടാണ്. സ്പർശനം ചോദ്യങ്ങളെ ഗ്രഹിക്കുന്നത് സുഗമമാക്കും.

താനും മീരയുമായി കരിമ്പനക്കാടുകൾക്കിടയിലെ ഊടുവഴിയിൽവെച്ച് വർഷങ്ങൾക്കു പിറകിൽ ആവേശത്തോടെ സംസാരിച്ചതത്രയും രാജേന്ദ്രൻ കേട്ടിരുന്നോ എന്നാണ് സംശയിച്ചത്. അന്നൊന്നും രാജേന്ദ്രനെ പരിചയമുണ്ടായിരുന്നില്ല. എന്നിട്ടും അങ്ങനെയൊരു ഭയമുണ്ടായി. അതുകൊണ്ടുതന്നെ എടുത്തുചോദിച്ചു.

“എന്റെ മനസിലിരിപ്പൊക്കെ തനിക്കെങ്ങനെ അറിയാം?”

രാജേന്ദ്രൻ തലകുനിച്ചു. തന്നെ ചെറുതായി വിറയ്ക്കുന്നുണ്ടെന്ന് ശിവദാസന് തോന്നി. മനുഷ്യജീവിതത്തിന്റെ കുഴപ്പക്കാർ ഓർമകളാണ്. അല്ലെങ്കിൽ ഇപ്പോൾ മറുചോദ്യത്തിലൂടെ രാജേന്ദ്രനോട് നീരസം ഭാവിക്കേണ്ട ആവശ്യമില്ല. എന്തെല്ലാമായിരുന്നാലും ഇത്രയും തിരക്കു

പിടിച്ച് അയാൾ കാണാൻ നിർബന്ധിച്ചതിലും ഇങ്ങനെ ഒരാവശ്യം പറഞ്ഞതിലും എന്തോ ഒരു പൊരുൾ മറഞ്ഞിരിപ്പുണ്ടെന്ന് ശിവദാസനറിയാമായിരുന്നു. ഒരു സമാധാനിപ്പിക്കൽപോലെ രാജേന്ദ്രൻ പറഞ്ഞു:

"വാ... ശിവാ... ഓരോ ചെറുത് കഴിച്ചോണ്ട് വിശദമായി സംസാരിക്കാം."

മടിച്ചുനിന്ന അയാളെയും കൂട്ടി രാജേന്ദ്രൻ ബൈക്ക് സ്റ്റാന്റിൽ നിന്നിറക്കി. പിന്നെ ഒരു കഥയുടെ മറവുകളിലേക്ക് സിറ്റിവാക്കിന്റെ ഷൂസുമിട്ട് രാജേന്ദ്രൻ ബൈക്കോടിച്ചു.

"മൂക്കാരിക്കടവില് ചെറിയച്ഛന്റെ വീടിനടുത്ത് ഒരു ഭ്രാന്തി വയറും നിറഞ്ഞിരിപ്പുണ്ട്. ഒരാഴ്ചയായി ഞാൻ ശ്രദ്ധിക്കുന്നു. സംഗതി രഹസ്യമാണ് ഇതേവരെ...."

നേർത്ത ഇരുട്ടിൽ രാജേന്ദ്രന്റെ മുഖം വേണ്ടത്ര വ്യക്തമല്ല. മനഃപൂർവമാണോ ഇവിടേക്കുതന്നെ കഥ പറയാൻ വന്നത്. ശിവദാസന്റെ സംശയങ്ങൾക്കൊരു വിശദീകരണംപോലെ രാജേന്ദ്രൻ കൂട്ടിച്ചേർത്തു.

"നമ്മുടെയൊക്കെ വൈവാഹിക ജീവിതത്തിലെ പല കാരണം കൊണ്ടും നമുക്കതിന് കഴിഞ്ഞൂന്ന് വരില്ല. മനസിലെ ആശ മരിക്കും വരെ നിറവേറ്റപ്പെടാതെ കിടക്കേം ചെയ്യും. ഇതാവുമ്പം ധൈര്യമായിട്ടു നിന്ന്... നമ്മളല്ലാതെ ആരുമറിയാനും പോണില്ല."

വിസ്കിയുടെ സ്വർണനിറത്തിൽ ഐസ് അലിഞ്ഞുതീരുന്നു. ഭിത്തികളിൽ തട്ടിത്തെറിക്കുന്ന ശബ്ദഘോഷങ്ങൾ. ആളുയരത്തിൽ നിലത്തു വെച്ചിരിക്കുന്ന ഫാനിന്റെ കറുത്തദളങ്ങൾ നരകവാരിധിയിലെന്നപോലെ കൊടുങ്കാറ്റുയർത്തുന്നു.

അയാൾ മീരയെ ഓർത്തു. അന്ന് ഇതേ കമ്പനിയുടെ കുന്നത്തൂർമേട് ബ്രാഞ്ചിലായിരുന്നു ജോലി. വെള്ളമില്ലാത്ത പഴയ ചതുരൻകുളത്തിന്റെ കൽപ്പടവുകളിരിക്കുമ്പോൾ ഞെരിയുംവിധം കൈവിരലിൽ പിടിച്ചുവലിച്ചടുപ്പിച്ചുകൊണ്ട് അവൾ ഒരുദിവസം പറഞ്ഞു:

"സമയമാകുമ്പോൾ എന്റെ കൂടെ ശിവു വരണം. എനിക്ക് തനിച്ചു വയ്യ. നമുക്ക് വിജനമായ എവിടെയെങ്കിലും പോകാം. എന്നിട്ട് .... കഴിയുംവരെ എന്റെ കൈയിൽ കൈയിൽ പിടിച്ചുകൊണ്ടിരിക്കണം."

ആ അനുഭവത്തിന്റെ സ്നിഗ്ധയിൽ കുളിരുകോരി ശിവദാസൻ വർഷങ്ങൾക്കുശേഷം വിറച്ചു. മീരയുടെ അന്നത്തെ വിചാരങ്ങളിൽ അവൾ പ്രസവിക്കുന്നത് തുറസ്സായ ഒരു സ്ഥലത്തുവെച്ച് ഏതോ പൗർണമി രാത്രിയിലായിരിക്കും. അങ്ങനെ പറഞ്ഞുറപ്പുവാങ്ങിയ മീര ഇന്നെവിടെയാണ്? തർക്കം പതിവായിരുന്നതിനാൽ അയാളന്ന് ചോദിച്ചിരുന്നു:

"അപ്പോൾ മീര, നമ്മളീ കേൾക്കുന്ന കോംപ്ലിക്കേഷനൊക്കെ?"

"ഒക്കെ വെറുതെ. രോഗമല്ലല്ലോ പ്രസവമല്ലേ? ഏതിനും ശിവു കൂട്ടുനിന്നാൽ മതി."

സംസാരിച്ചു തുടങ്ങിയാൽ മീരയ്ക്ക് അതിരുകളെ എത്തിപ്പിടിക്കാൻ കഴിയുകയില്ല. നാവഴിഞ്ഞു ചിതറും. ശിവദാസൻ അത്രയും നേരം പിടിച്ചു നിൽക്കാറില്ല. സ്വതസിദ്ധമായ ഭയത്തോടെ അയാൾ ശണ്ഠ കൂട്ടും.

"നിന്റെ തോന്ന്യാസത്തിന് തുള്ളാൻ എനിക്ക് വയ്യ. നല്ല ഗൈനക ളുണ്ട് ഈ നാട്ടിൽ. നല്ല നല്ല പ്രൈവറ്റാശുപത്രികളുമുണ്ട്. അതൊക്കെ മതി എന്റെ മീരയ്ക്കും."

കുറച്ച് മലർപ്പൊടി കിട്ടിയപ്പോൾ നിലമറന്ന് സ്വപ്നംകണ്ട പഴയ ഭിക്ഷുവിനെപ്പോലെ ഏതാനും മിഥ്യകൾ. ഒരു കുഞ്ഞ് എന്നത് വലിയൊരു ജീവിതാവസ്ഥയുടെ താക്കോലാണ്. കള്ളത്തരമില്ലാത്ത ഒരു പൂട്ടിന്റെ താക്കോൽ.

"ശിവദാസൻ എന്താ ആലോചിക്കുന്നത്? നമ്മളിപ്പോൾ ഒന്നുപോയി നോക്കുവല്ലേ?"

പറഞ്ഞുവന്നതിന്റെ തുടർച്ച കിട്ടാതെ ശിവദാസൻ എടുത്തു ചോദിച്ചു.

"എന്ത്?"

"മിക്കവാറും മറ്റന്നാൾ. വയറുകണ്ടിട്ട് എന്റെയൊരു കണക്കുകൂട്ടൽ അങ്ങവനെയാണ്."

"ഞാൻ ഇതിനൊന്നും വരില്ല രാജേന്ദ്രാ...."

അത്രയും പറഞ്ഞ് മദ്യപിക്കുന്നവർ ഉണ്ടാക്കിക്കൊണ്ടിരിക്കുന്ന മഹാ ശബ്ദങ്ങൾക്കിടയിൽ ചെറിയ ഒച്ചയിൽ ഗ്ലാസ് മേശപ്പുറത്തുവെച്ച് നേർത്ത ഇരുട്ടിലൂടെ ശിവദാസൻ പുറത്തേക്ക് വേഗത്തിൽ നടന്നു. ബില്ലുകൊ ടുത്ത് രാജേന്ദ്രൻ ഇറങ്ങുമ്പോഴേക്കും പത്തുമിനിറ്റെങ്കിലും കടന്നുപോ കും. അതിനുമുമ്പായി രക്ഷപ്പെടണം.

നഗരത്തിന്റെ നിശ്ചയങ്ങൾക്ക് ഒരു സ്ഥിരതയുണ്ട്. മൈതാനം, കടൽ, ബാർ, ബസ്സ്റ്റോപ്പ്. മറ്റൊരാളെ സംബന്ധിച്ച് മറ്റുപലതുമാകാം ഈ നിശ്ചയങ്ങൾ. എന്തുവന്നാലും ഇതിനപ്പുറമൊരിടത്തേക്ക് പോകാൻ ശിവദാസന് കഴിയില്ല. മുമ്പ് ജീവിതത്തിന്റെ നിശ്ചയം എന്ന് സ്ഥിരപ്പെടു ത്തിയിരുന്നത് 'മീര' എന്നു മാത്രമായിരുന്നു. 'അതിർത്തി' എന്നർഥം വരുന്ന ഒരു പേര്. അല്ലെങ്കിൽ ജീവിതം 'മീരവരെ' എന്നു പറയാവുന്ന ഒരെളുപ്പം.

കടൽ. രാജേന്ദ്രനിൽ നിന്നൊളിച്ച് അയാൾ ചെല്ലുമ്പോൾ അവിടെയും സന്ധ്യയാകാറായിരുന്നു. മണലിൽ പിച്ചനടക്കുന്ന ഞണ്ടിൻകുഞ്ഞുങ്ങൾ. കടപുഴകിയ മരങ്ങളുടെ കുറ്റികൾ മണലിലുറച്ചുകിടപ്പുണ്ടായിരുന്നു. ഒരി ക്കലും അവ നശിക്കുകയില്ലെന്നു തോന്നി. മുന്നിൽ തിരകളോട് തിര കൾ തന്നെ.

രാജേന്ദ്രൻ പറഞ്ഞ ഭ്രാന്തിപ്പെണ്ണിനെപ്പറ്റി ഓർത്തു. ഇത്തരം സാഹ ചര്യങ്ങളിൽ നാട്ടുകാരോ സന്നദ്ധസംഘടനകളോ ഇടപെട്ട് അങ്ങനെ യുള്ളവരെ പുനരധിവസിപ്പിക്കാറുണ്ടല്ലോ. ഒരുപക്ഷേ, ഈ ഭ്രാന്തി എല്ലാ വരിൽനിന്നുമകന്ന് ഒളിച്ചുകഴിയുകയായിരിക്കാം. എങ്കിൽ അതൊരു ശരി

യായ ഭ്രാന്തിയായിരിക്കില്ല. അല്ലെങ്കിൽ ഭ്രാന്തഭിനയിച്ച് തെരുവിൽ കഴിഞ്ഞുകൂടുന്ന ഒരു അനാഥയായിരിക്കാം.

കുറേനേരം ഒന്നുമാലോചിക്കാതെ വെറുതെ നടന്നു. അപ്പോൾ തെറുത്തുവെച്ച ജീൻസിനുതാഴെ സ്വന്തം കാലുകൾക്കപ്പുറത്ത് താഴ്ഭാഗം കടൽ നക്കിയ ജീൻസുമായി മറ്റാരുടെയോ കാൽപ്പാദങ്ങൾ എതിരെ വന്നുനിൽക്കുന്നതറിഞ്ഞ് ശിവദാസൻ തലയുയർത്തി. മുന്നിൽ യാചന നിറഞ്ഞ ഒരു ചിരിയോടെ രാജേന്ദ്രൻ. കണ്ണുകൾ വല്ലാതെ ചുവന്നിട്ടുണ്ട്. വേണ്ടാത്ത ആലോചനകളോടൊപ്പം അവൻ കൂടുതൽ കഴിച്ചിരിക്കണം.

“ശിവാ... ഞാൻ പറയുന്നത് കേൾക്ക്....”

രാജേന്ദ്രൻ അയാളുടെ കൈകളിൽ പിടിച്ചു.

“എന്റെയൊരു ആശയാണ് ശിവാ. അവള് മിക്കവാറും നാളെത്തന്നെ പ്രസവിക്കും. കാണാനിഷ്ടമില്ലെങ്കിൽ നീ കാണണ്ട. എന്നാലും എന്റെ ഒരു ധൈര്യത്തിന് നീ എന്റെ കൂടെ വാ....”

രാജേന്ദ്രനോട് പറയാൻ അയാളൊരു സമാധാനം പെട്ടെന്ന് കണ്ടെത്തി. ഭ്രാന്തിനും തോൽപ്പിക്കാനാവാത്ത സ്ത്രൈണജാഗ്രതയോടെ ആരും വരാത്ത ഒരിടം ഭ്രാന്തി ഇപ്പോൾ കണ്ടെത്തിയിട്ടുണ്ടാകാം. തനിക്ക് ഉറപ്പുള്ള ഒരു കാര്യംപോലെ അയാളങ്ങനെപറഞ്ഞപ്പോൾ രാജേന്ദ്രൻ നിഷേധിച്ചു.

“മൂന്നു ദിവസമായി ഞാനതെല്ലാം നോക്കുന്നുണ്ട്. അവളുടെ തുണിക്കെട്ടും സാരിപ്പുതപ്പും കൂനിക്കൂടിയുള്ള ഇരിപ്പും നടപ്പുമൊക്കെ കാരണം അവൾ ഗർഭിണിയാണെന്ന് ഒരാളും മനസിലാക്കിയിട്ടില്ല.”

ശിവദാസന് തോന്നി. പുറമേയ്ക്ക് മറ്റാർക്കും സംശയം തോന്നിക്കാത്ത ഒരു വയറിനെ രാജേന്ദ്രൻ എങ്ങനെയാണ് കണ്ടത്? നഗരത്തിലെത്തുന്ന മറുനാട്ടുകാർക്ക് പലപ്പോഴും ഒരു ഉപകാരിയുമാണ് രാജേന്ദ്രൻ. ശിവദാസൻ ഇവിടെ എത്തിയകാലത്ത് വളരെ ചെലവുകുറഞ്ഞ ലോഡ്ജ് കാണിച്ചുകൊടുത്തതും സ്ഥിരമായ ഭക്ഷണത്തിന് ഏർപ്പാട് ചെയ്തതും രാജേന്ദ്രനായിരുന്നു. മൂന്ന് വർഷങ്ങൾക്കുമുമ്പ് അങ്ങനെ ആരംഭിച്ചതാണ് അവരുടെ ബന്ധം. സംശയം മറച്ചുവെക്കാതെ നേരിട്ടു ചോദിച്ചപ്പോൾ ഒരു നാണത്തോടെ രാജേന്ദ്രൻ വെളിപ്പെടുത്തി.

“ചെറിയച്ഛന്റെ വീട്ടിൽ പോയതായിരുന്നു കഴിഞ്ഞാഴ്ച. എന്റെ വണ്ടി പണിക്കുകൊടുത്തിരുന്നതിനാൽ എളുപ്പവഴിക്ക് നടന്ന് ഞാനൊരു കൈതക്കൂട്ടത്തിനടുത്തെത്തി. അവിടെ ചെറിയൊരു വെള്ളക്കുഴിക്ക് അടുത്തിരുന്ന് അവളെന്തോ ചെയ്യുകയായിരുന്നു. നിവർന്നപ്പോൾ ഞാൻ ശരിക്കും വയറ് കണ്ടു. അത്രയും വലിയ വയറ് പത്തുമാസത്തിന്റേതു തന്നെ.....”

മീരയുടെ നൂറായിരം വാക്കുകളിൽ ചിലത്:

“ശിവു ഒരു ഡോക്ടറായിരുന്നെങ്കിൽ....”

“എങ്കിൽ....?”

"....ഒന്നുമില്ല."

"പിന്നെന്തിനാ തുടങ്ങിവെച്ചത്, നിർത്താതെ ബാക്കികൂടി പറയൂ..."

"ഇല്ല.... ഒന്നുമില്ല."

അങ്ങനെ പറഞ്ഞ് കുറെ നാളുകൾ കൂടി കഴിഞ്ഞപ്പോൾ അവ്യക്തമായ കാരണങ്ങളോടെ മീര സ്വയം തണുത്തടങ്ങി. "ഇല്ല, ഒന്നുമില്ല" എന്ന വാചകങ്ങളോടെ പിരിഞ്ഞു. ലേഡീസ് കമ്പാർട്ട്മെന്റിന്റെ വലതുവശത്തെ വാതിലിനരികിൽ തോൾവള്ളികളിൽ പലനിറത്തിലുള്ള കുറച്ച് മരക്കട്ടകളിട്ട ചണനൂലിന്റെ സഞ്ചിയുമായി മീര സ്വന്തം നാട്ടിലേക്ക് പോയി. കൺമറയുംവരെ കൈവീശിക്കൊണ്ടിരുന്നു. പോയിക്കഴിഞ്ഞപ്പോൾ സ്വയം ചോദിച്ചു. വിവാഹം കഴിക്കാമെന്നുവരെ തീരുമാനിച്ചിരുന്നിട്ട് എന്തിനാണ് മീര പോയത്? യാത്ര പറയാൻനേരം വീണ്ടും "ഇല്ല..... ഒന്നുമില്ല" എന്ന് മീര പറഞ്ഞതുപോലെ നിന്ന നിൽപ്പിൽ സ്വയം മറുപടി കൊടുത്തു. അങ്ങനെതന്നെ. ആ ഉത്തരത്തിൽ സ്വയം തൃപ്തനാവാൻ കഴിമോ എന്നന്വേഷിക്കാതെ.

നെടുനേരത്തെ ആലോചനകൾക്കൊടുവിൽ രാജേന്ദ്രന്റെ നിർബന്ധത്തിനു വഴങ്ങി ആയാൾ പോകാനുറച്ചു.

പിറ്റേന്ന് ഉച്ചതിരിഞ്ഞ് അവർ മുക്കാരിക്കടവിലെത്തി. ബൈക്കോടിക്കുമ്പോൾ രാജേന്ദ്രന്റെ മുഖം വലിഞ്ഞുമുറുകിയിരുന്നു. ശിവദാസൻ കാര്യമായൊന്നും സംസാരിച്ചില്ല. സംസാരിക്കാൻ ശ്രമിച്ചപ്പോഴാകട്ടെ മറുപടികൾ വെറും മൂളലിൽ രാജേന്ദ്രൻ ഒതുക്കി. അവിവാഹിതരായ രണ്ടുപേരുടെ ജീവിതത്തിലെ കുത്സിതമായ ഒരു രാത്രി എന്ന് ശിവദാസൻ ആ രാത്രിയെ വിശേഷിപ്പിക്കാനാഗ്രഹിച്ചു.

അങ്ങാടിയിൽ അവരെത്തുമ്പോൾ വൈകുന്നേരമായി. ഭ്രാന്തി ഉണ്ടാവുമെന്ന് വിചാരിച്ച് ചിരപരിചിതരെപ്പോലെ രാജേന്ദ്രൻ ചെന്ന മുക്കുകളിലൊന്നും എന്നാൽ അവളുണ്ടായിരുന്നില്ല. രാജേന്ദ്രന്റെ കണക്കുകൂട്ടലുകൾ തെറ്റിച്ച് അവൾ പകലിലോ മറ്റോ പ്രസവിച്ചുകഴിഞ്ഞിട്ടുണ്ടാകുമെന്ന് ശിവദാസൻ വിചാരിച്ചു. അല്ലെങ്കിൽ ആരെങ്കിലും ഏതെങ്കിലും അഭയകേന്ദ്രത്തിലായിരിക്കാം. അതുമല്ലെങ്കിൽ അവൾ എവിടേക്കെങ്കിലും ഓടിപ്പോയിരിക്കാം. ഒരു പക്ഷേ, ആരെങ്കിലും നിഷ്പ്രയാസം കൊന്നുകളഞ്ഞിട്ടുണ്ടാകാം.

"അവൾക്ക് എത്ര വയസുണ്ടാകും?" അയാൾ ചോദിച്ചു.

"ഒരു മുപ്പത്...." രാജേന്ദ്രൻ ഊഹം പറഞ്ഞു.

ഉള്ളിൽ നിറയുന്ന സംശയങ്ങൾ മറച്ചുവെക്കാൻ ശിവദാസന് കഴിഞ്ഞില്ല.

"ഒന്നു പ്രസവിക്കുന്നതുവരെ ഭ്രാന്തഭിനയിക്കാൻ തീരുമാനിച്ച ആരെങ്കിലുമാണെങ്കിലോ? എന്നാൽ കുഞ്ഞിനെ വെച്ചേക്കില്ല കൊന്നുകളയും."

മുഖത്ത് ഇരച്ചുകയറിയ ദേഷ്യത്തോടെ രാജേന്ദ്രൻ അയാളെ ശാസിച്ചു.

"ഒന്നുമിണ്ടാതിരിക്ക് ശിവാ..." അൽപ്പം കഴിഞ്ഞ് ശിവദാസൻ പിന്നെയും ചോദിച്ചു.

"ഭ്രാന്തിയാണെന്നറിഞ്ഞുകൊണ്ട് പിന്നാലെ കൂടിയ ഏതെങ്കിലും നാടൻ മനോരോഗിയുടേതായിരിക്കുമോ അവളുടെ ചീർത്ത വയർ."

രാജേന്ദ്രൻ ഉഗ്രമായി ഒന്നുനോക്കി. അതെന്തൊരു നോട്ടമായിരുന്നു എന്ന് ശിവദാസൻ വിചാരിച്ച നിമിഷത്തിൽ ശാസിക്കുംപോലെ രാജേന്ദ്രൻ പറഞ്ഞു:

"നമുക്കറിയാമോ അവൾക്കെന്താ സംഭവിച്ചിരിക്കുന്നതെന്ന്? ഇവിടെ ഇടക്കിടെ വന്നുപോകുന്ന ഞാൻതന്നെ അവളെപ്പറ്റി അന്വേഷിച്ചാൽ.... എന്റെ ശിവാ, അവൾക്കെന്തേലും കുഴപ്പമുണ്ടായിട്ടുണ്ടെങ്കിൽ പിന്നെ നമ്മളാകും കുറ്റക്കാർ..."

ഒരു സുഹൃത്തിനുവേണ്ടി തനിക്ക് ചെയ്യാൻ കഴിയുന്ന സഹായമെന്നേ അയാൾ ആ ഉദ്യമത്തെപ്പറ്റി കരുതിയുള്ളൂ. മുഖമുയർത്തി അയാൾ മാനത്തേക്ക് നോക്കി. ഏതുപക്ഷമാണെന്ന് വ്യക്തമാകുന്നില്ല. ഭൂമിയിലെ എല്ലാ ഭ്രാന്തിമാരുടേയും പ്രസവം കറുത്തവാവിനും വെളുത്തവാവിനുമിടയിലായിരിക്കുമോ? പോകപ്പോക അയാൾക്ക് ലാഘവം തോന്നി.

"ഭ്രാന്തു നയിച്ച വഴിയേ അവളും പോയിക്കാണും രാജേന്ദ്രാ... നമുക്ക് തിരിച്ചുപോകാം."

ശിവദാസൻ പറഞ്ഞതുകേട്ട് തിരിഞ്ഞുപോലും നോക്കാതെ ഒരു വേഗത സൂക്ഷിച്ച് രാജേന്ദ്രൻ നടക്കുക മാത്രം ചെയ്തു. പിന്നെപ്പിന്നെ പരിഭ്രാന്തമായ ചില പിറുപിറുക്കലുകളും ഇടറിയ നടത്തവും രാജേന്ദ്രൻ തന്നിലേക്ക് സ്വീകരിച്ചു. ഭ്രാന്തിയെ കണ്ടെത്താനുള്ള സാധ്യതകൾ അടഞ്ഞടഞ്ഞുവന്നതോടെ രാജേന്ദ്രനും ഭ്രാന്തോളമെത്തുന്നത് ശിവദാസൻ തിരിച്ചറിഞ്ഞു. ആ രാത്രി അങ്ങനെ നീളാൻ തുടങ്ങി. മുന്നേ പരിശോധിച്ച മുക്കും മൂലയും വീണ്ടും അവർ പറഞ്ഞു. അതിനിടയിൽ രാജേന്ദ്രന് സംഭവിച്ചുകൊണ്ടിരിക്കുന്ന സ്വഭാവപരിണാമങ്ങളിലേക്ക് താനും ചേർന്നുപോകുന്നതായി ശിവദാസൻ ഭയപ്പെട്ടു. ദൂരെ കടലിൽനിന്ന് തണുപ്പുചേർന്ന കാറ്റുവീശി. കൈതപ്പൊന്തകൾ മുള്ളുകൾ തമ്മിലുരച്ച് ഒന്നുലഞ്ഞു. ഒടുവിൽ നടന്നുനടന്ന് കാലുകഴച്ചു പൊട്ടിയപ്പോൾ ശിവദാസൻ വഴിയിലൊരിടത്ത് നിന്നു. ഇനിയൊരൽപ്പം നടക്കാൻ ശിവദാസൻ തയാറല്ലെന്ന് കണ്ടപ്പോൾ മാത്രം രാജേന്ദ്രൻ മറ്റെല്ലാം മറന്ന് സംസാരിക്കാൻ തയാറായി. അതൊരു യാചനയായിട്ടാണ് പുറത്തുവന്നത്.

"ഞാൻ നിന്റെ കാലുപിടിക്കാം ശിവാ.... അവിടെയൊരു കെട്ടിടം കുറെയായി പണിമുടങ്ങിക്കിടക്കുന്നുണ്ട്. എനിക്കൊറപ്പാ, അവളവിടെ കാണും."

സംഭവിക്കാനുള്ളതെല്ലാം സംഭവിച്ചുതന്നെ ആ രാത്രി തീരട്ടെ എന്ന് വിചാരിച്ച് അയാൾ ഒപ്പം ചെല്ലാൻ തീരുമാനിച്ചു. തിടുക്കത്തിലുള്ള നടപ്പിനിടയിൽ ദൂരെ എവിടെയോ നിന്ന് ഒടുവിൽ നേർത്ത ഞരങ്ങലുകൾ കേട്ടപ്പോൾ രാജേന്ദ്രൻ ആദ്യം നടത്തം നിറുത്തി. രാജേന്ദ്രന്റെ നീണ്ട

ചെവികൾ കുടപോലെ വിടരുകയും മുഖം ക്ഷണനേരം പ്രസന്നമാവുകയും ചെയ്യുന്നത് ഇരുട്ടിലും അയാൾ കണ്ടു. മനുഷ്യഗന്ധത്തിന്റെ മാസ്മരികാനുഭവം തെങ്ങുകൾക്കിടയിൽനിന്നും പൊന്തകൾ വകഞ്ഞു മാറ്റിവരികയായിരുന്നു.

ഭ്രാന്തി തറയിൽ മലർന്നുകിടക്കുകയായിരുന്നു. പിറകിൽ നടുകൂനിയിരിക്കുന്ന ഒരു വൃദ്ധയെപ്പോലെ പണിതീരാത്ത വീടിന്റെ നിഴൽ. നേർത്ത ഇരുട്ടിൽ സ്ത്രീരൂപത്തിന്റെ വിശദാംശങ്ങളൊന്നും വ്യക്തമായിരുന്നില്ല. തന്റെ വയറിന്റെ പിറകിലെവിടെയോ നിന്ന് ഒരു തണുത്ത വേദന മെല്ലെ മെല്ലെ തൊണ്ടക്കുഴിയോളം തലനീട്ടുന്നതുമാത്രം ശിവദാസൻ അറിഞ്ഞു. അയാൾ അനുഭവിച്ച അതേ നിമിഷത്തിന്റെ ആഴവും ദൈർഘ്യവും കൂട്ടിക്കൊണ്ട് ഇടുപ്പിൽനിന്ന് നീളമുള്ള ടോർച്ചും കഠാരയും രാജേന്ദ്രൻ പുറത്തേക്കെടുത്തു. കത്തിയുടെ ഇരുതലയും അരണ്ട വെട്ടത്തിലും നന്നായി തിളങ്ങുന്നുണ്ടായിരുന്നു. 'മിണ്ടരുത്' എന്ന് രാജേന്ദ്രൻ ആംഗ്യം കാണിച്ചപ്പോൾ അയാൾ തന്നിലേക്കുതന്നെ ചെറുതായി.

"സ്വയരക്ഷക്കാണ്. ചെറിയച്ഛന്റെ വീടെത്തുംവരെ.."

രാജേന്ദ്രൻ പിറുപിറുത്തു. എന്തുകൊണ്ടോ ശിവദാസന് കുറച്ച് സമാധാനം തോന്നി. ആ സമയത്താണ് അതുവരെ മറഞ്ഞുനിന്നിരുന്ന വിളർത്ത ചന്ദ്രൻ പുറത്തേക്കിറങ്ങിയത്. തെങ്ങിൻനിഴലുകൾ പുല്ലിൻമെത്തമേൽ കെട്ടിപ്പുണർന്ന് ശയിക്കുന്നത് അന്നേരം കാണാൻ കഴിഞ്ഞു. വല്ലാത്ത ഒരു ശയനം. കുറച്ചുനേരംകൂടി കഴിഞ്ഞപ്പോൾ കരൾ മുറിക്കുന്ന ഒരു രോദനം അവ്യക്തമായ വാക്കുകൾ തള്ളിക്കൊണ്ട് ഭ്രാന്തിയിൽനിന്നും ഉയർന്നു. ശരീരത്തിന്റെ കറകളെ ഒഴുക്കിക്കളയാൻ അവൾ വസ്ത്രത്തിന്റെ തട ഭേദിക്കുന്നത് അവർ കണ്ടു. ഒന്ന് ഇടഞ്ഞുചരിഞ്ഞ് മലർന്നപ്പോൾ, ശല്യക്കാരിയായ പൂച്ചക്കുഞ്ഞിനെ ഒളിപ്പിച്ചുവെച്ച ചെറിയ ചൂരൽക്കൊട്ടപോലെ നേർത്ത നിലാവിൽ ഭ്രാന്തിയുടെ വയർ നഗ്നമായി. അതു കണ്ടപ്പോൾ എവിടേക്കെങ്കിലും ഓടിപ്പോകാനാണ് ശിവദാസന് തോന്നിയത്. ചുറ്റിപ്പിണഞ്ഞു കിടക്കുന്ന നിഴലുകൾ അലസനിദ്ര വിട്ടുണരുമെന്നും അവരറിയാതെ ഇനി ഒരടി നീങ്ങാൻ കഴിയുകയില്ലെന്നും അയാൾക്ക് ഭയം തോന്നി.

മീരയുടെ മിനുസമുള്ള വെള്ളക്കൈത്തണ്ടകൾ ഇടിമിന്നൽപോലെ ഓർമയിലെത്തി മീരയുടെ വിചാരങ്ങൾ. ഭ്രാന്തിയുടെ അമർത്തിയ കരച്ചിലുകൾ.

ഇരുട്ടിലും വെളിച്ചത്തിലുമായി വിടർന്നിരിക്കുന്ന ഭ്രാന്തിയുടെ വയർച്ചരിവിലേക്ക് ശിവദാസൻ കണ്ണുതുറപ്പിച്ച് നോക്കി. തരിമ്പുപോലും ഉത്തേജിപ്പിക്കാത്ത നഗ്നത. നനഞ്ഞ ഒരു ശിരസ്സ് ഇറങ്ങിവന്ന് തിളങ്ങുന്നുണ്ടോ? ഏതൊക്കെയോ ഓർമകൾക്കുമുന്നിൽ പിടിച്ചുനിൽക്കാനാവാതെ അയാൾ തലതാഴ്ത്തി. രാജേന്ദ്രൻ എന്തെടുക്കുന്നു എന്ന് ശ്രദ്ധിച്ചില്ലല്ലോ എന്നോർത്തത് അന്നേരമാണ്.

എന്തുകൊണ്ടോ കണ്ണടച്ച് കൈകൾകൂപ്പി ഇരിക്കുകയായിരുന്നു

രാജേന്ദ്രൻ. രാജേന്ദ്രന്റെ ഇടത്തും വലത്തുമായി നിലത്തുവെച്ചിട്ടുള്ള കത്തിയും ടോർച്ചും പ്രാർഥനയുടെ ആർദ്രതയിൽ സ്വയം മറയുന്നതായി ശിവദാസന് തോന്നി. എന്തിനാണ് ആരുമില്ലാത്ത ഒരാൾക്കുവേണ്ടി അയാളങ്ങനെ പ്രാർഥിക്കുന്നതെന്ന് വിചാരിച്ച നിമിഷത്തിൽ ഉഗ്രമായ ഒരു നിലവിളി ഭ്രാന്തിയിൽനിന്നുയരുകയും അന്നേരം രാജേന്ദ്രൻ ഒരു ഞെട്ടലോടെ കത്തി കൈയിലെടുക്കകയും ചെയ്തു.

"നമുക്ക് പോകാം...." അസ്വസ്ഥനായി ശിവദാസൻ കെഞ്ചിയത് രാജേന്ദ്രൻ കേട്ടില്ല. ഇനിയും നിർബന്ധിച്ചാൽ അയാൾ തന്റെ നേരെയാവും കത്തി തിരിക്കുകയെന്ന് ശിവദാസൻ ഭയന്നു. അത്രമാത്രം അപരിചിതത്വം നിറഞ്ഞതായിരുന്നു പിന്നീടുള്ള രാജേന്ദ്രന്റെ ചലനങ്ങൾ. ജനനമരണങ്ങൾക്കിടയിലെ ഒരു കണ്ണിയായതിനാൽ ഭ്രാന്തിക്കും കുഞ്ഞിനും വേണ്ടി ഒടുവിൽ ശിവദാസനും പ്രാർഥിക്കാൻ തുടങ്ങി. പിന്നെ രാജേന്ദ്രന്റെ പിറകിലേക്ക് നിരങ്ങിനീങ്ങി നിഴലുകൾക്കിടയിൽ കുന്തിച്ചിരുന്നു.

പിന്നീട് എത്രയോ നേരം കഴിഞ്ഞ് രാജേന്ദ്രൻ വന്നുതൊടുമ്പോൾ സമയമെത്ര കഴിഞ്ഞു എന്നും പ്രസവമെന്തായി എന്നും ഒന്നുമറിയില്ലായിരുന്നു. ശാന്തഗാംഭീര്യമുള്ള ഒരു പുരോഹിതനെപ്പോലെ ചെറിയ സ്വരത്തിൽ രാജേന്ദ്രൻ പറഞ്ഞു:

"പോകാം. കഴിഞ്ഞു."

ശിവദാസൻ ഞെട്ടിത്തിരിഞ്ഞുനോക്കി. അരണ്ട നിലാവിൽ മലർന്ന് നിശ്ചലയായി കിടക്കുന്ന ഭ്രാന്തി. അവളുടെ നെഞ്ചിൽ പറ്റിക്കിടക്കുന്ന ഒരു കൈക്കുമ്പിൾ ഇരുട്ട്. ഇരുട്ടിന്റെ ചെവികൾക്ക് അസാധാരണമായ നീളം. അവിടെയെന്താണ് സംഭവിച്ചത്? ഒരു ചെറുമരണമോ അതോ വലിയ മരണമോ?

രാജേന്ദ്രൻ നടന്നുതുടങ്ങിയിരുന്നു. അയാൾക്ക് രാജേന്ദ്രന്റെ പിറകിൽ നടക്കാൻ ചെറുതല്ലാത്ത ഒരു ഭയം തോന്നിത്തുടങ്ങി.

പകൽപ്പൂരം

ഒരു നോവൽ എന്നുമാത്രം ആലോചിച്ചുകൊണ്ട് മെല്ലെ നടന്ന് തിരക്കില്ലാത്ത ഒരിടം കണ്ടെത്തി. മേശയിലെ മാർബിൾപ്പലക തുടച്ചു വൃത്തിയാക്കിയിട്ടുണ്ടെങ്കിലും കൈയൂന്നിയില്ല. കുറെനാളായി, മനസിൽ കിടന്ന് വിങ്ങുന്നതാണ് ഒരു നോവൽ എഴുതുക എന്ന സ്വപ്നം. ശരിക്കും പറഞ്ഞാൽ രണ്ട് വർഷംമുമ്പ് ഗൗരി പോയിക്കഴിഞ്ഞതിനുശേഷം അങ്ങനെ ആലോചിച്ചുകൊണ്ട് അയാൾ മേശയിൽ കൈവയ്ക്കുകതന്നെ ചെയ്തു.

ഭിത്തിയരികിലെ മേശയായിരുന്നതിനാൽ മൈതാനം നിറഞ്ഞൊഴുകുന്ന ജനത്തെ കാണാമായിരുന്നു. ഇത്രയും കടുത്ത ചൂടിൽ കുട്ടികളെയും കൂട്ടി ആൾത്തിരക്കിനിടയിലൂടെ നടക്കുന്ന സ്ത്രീപുരുഷന്മാരുടെ ഉത്സാഹത്തോട് അമ്പരപ്പുതോന്നി. ഒരുപക്ഷേ രാത്രികാലങ്ങളിൽ മാത്രം ആഘോഷങ്ങളുള്ള അതും നാടകമോ ബാലെയോ നൃത്തങ്ങളോ നിറഞ്ഞുനിൽക്കുന്ന ഉത്സവപ്പറമ്പുകളെ മാത്രം കണ്ടിട്ടുള്ള നാട്ടിൽനിന്നും വന്നതിനാലാകാം അയാൾക്ക് ആ തിമിർപ്പുകളിൽ ലഹരി കണ്ടെത്താൻ കഴിഞ്ഞിരുന്നില്ല. അതുകൊണ്ടുതന്നെയാണ് പതിനൊന്നുമണിവരെ കിടന്നുറങ്ങിയശേഷം എഴുന്നേറ്റ് ഭക്ഷണം കഴിച്ച് പൂരത്തിന്റെ അവസാന തിമിർപ്പുകളറിയാൻ ഇറങ്ങിയ അയാൾ അധികം ചുറ്റിനടക്കാതെ എ സി റസ്റ്റോറന്റിന്റെ മുകൾനിലയിലേക്ക് രക്ഷപ്പെട്ടത്.

നോവൽ എങ്ങനെ ആരംഭിക്കണം? പുലർച്ചെ മൂന്നരമണിക്ക് മാനത്ത് നക്ഷത്രങ്ങൾ വിടരുന്നതുനോക്കി മുറിയുടെ ജനാല തുറന്ന് കട്ടിലിൽ തലയണ ഉയർത്തി കിടന്നതോർത്തു. എട്ടുനിലയിൽ വിരിയുന്ന പൂക്കൾപോലെ, മനസുനിറയെ ശബ്ദങ്ങളും വെളിച്ചവും വർണങ്ങളും. റസ്റ്റോറന്റിൽ തിരക്കുണ്ട്. സാമാന്യത്തിലധികം വേഗത്തിൽ വെയ്റ്റർമാർ തലങ്ങും വിലങ്ങും സഞ്ചരിക്കുന്നു. അപ്പോഴാണ് യാദൃച്ഛികമായി മുൻനിരയിൽ അഭിമുഖമായി ഉണ്ണ്യേട്ടൻ ഇരിക്കുന്നത് കണ്ടത്. അത് ഉണ്ണ്യേ

ട്ടൻ തന്നെയാണെന്ന് ഉറപ്പുവരുത്താൻ കുറേപാടുപെട്ടു. കോളേജിലെ പയ്യൻമാർ ഉപയോഗിക്കുന്നതരം പുതിയ മോഡൽ കടുംനിറങ്ങളുള്ള ഷർട്ടും ഓവൽ ഫ്രെയിമുള്ള സൺഗ്ലാസും. ഷേവു ചെയ്ത് തുടുത്ത മുഖം.

കൊച്ചിയിൽനിന്നു പിരിഞ്ഞതിനുശേഷം ആദ്യമായിട്ടാണ് ഉണ്ണ്യേട്ടനെ കാണുന്നത്. അഞ്ച് വർഷത്തിനുശേഷം. ഉണ്ണ്യേട്ടന്റെ എതിർവശത്ത് തനിക്കു പുറംതിരിഞ്ഞിരിക്കുന്നത് പദ്മിനിയേച്ചിയാവില്ലേ? സിൽക്ക് സാറ്റിൻ ബേസുള്ള ബനാറസി വൽക്കലം സാരിയും കടുംചുവപ്പ് സിൽക്ക് ചോളിയുമണിഞ്ഞ് ഇടതുകൈയുടെ നീണ്ട വിരൽകൊണ്ട് ചെവിപ്പുറകിലേക്ക് മുടിയിഴ ചേർത്തുവെച്ചുകൊണ്ട്..... എന്താണുണ്ടായത്? ഓർഡർ കൊടുത്തിട്ടില്ല. എഴുന്നേറ്റു പോകാവുന്നതേയുള്ളൂ. പക്ഷേ പദ്മിനിയേച്ചിയെ അവഗണിച്ചു കടന്നുപോവുക ഏറ്റവും നിന്ദ്യമാണ്. ഇനിയുമത് പാടില്ല. ഇത്രനാളും.... അസാമാന്യമായ ആത്മസംയമനം ഉണ്ടെങ്കിലേ ഇനിയും അവരെ നേരിടാനാവൂ. എന്തു വേണം........?

ഉണ്ണ്യേട്ടൻ തന്നെയിപ്പോൾ കണ്ടിട്ടില്ല. കണ്ടാൽത്തന്നെ ഓർക്കുമോ? അങ്ങനെ അഞ്ചുവർഷത്തിനുശേഷവും ഒരാളെ ഓർത്തിരിക്കാൻ ഉണ്ണ്യേട്ടനെപ്പോലെ രോഗമുള്ള ഒരാൾക്കാവുമോ? മേശയ്ക്കുമുകളിലൂടെ കൈയെത്തിച്ച് പദ്മിനിയേച്ചി ഉണ്ണ്യേട്ടന്റെ വാക്കോണ് തുടച്ചു കൊടുക്കുന്നുണ്ട്. എല്ലായ്പ്പോഴുമെന്നപോലെ അവർ രണ്ടുപേരുമേ വന്നിട്ടുള്ളൂ എന്നുതോന്നുന്നു. എന്തുചെയ്യണമെന്നറിയില്ല.

ഗൗരിയുടെ മുഖം ഓർമവന്നു. വീടിന്റെ പടികളിറങ്ങി വസ്ത്രങ്ങളും പെയിന്റിങ് ടൂൾസും നിറച്ച ലെതർബാഗും സ്യൂട്ട്കേസുമായി തിരിഞ്ഞുനോക്കാതെ ഇറങ്ങിപ്പോകുന്നു. ഇറങ്ങിപ്പോകുമ്പോൾ വീടിനെയോ തന്നെയോ ഗൗരി തിരിഞ്ഞുനോക്കിയതേയില്ല.

മൈതാനം തിങ്ങിനിൽക്കുന്ന പുരുഷാരത്തിന്റെ ചൂര് റസ്റ്റോറന്റിലെ എ സി ഭേദിക്കുന്നുണ്ടോ? കതക് തുറന്നടയുമ്പോൾ അങ്ങനെ തോന്നുന്നു. അഞ്ചുവർഷം തീരെ നിസ്സാരമായിരുന്നില്ല. അതിനുമുമ്പുള്ള നാലു വർഷവും.

ടേബിളിലെത്തിയ വെയ്റ്റർക്കു പദ്മിനിയേച്ചി ഓർഡർ കൊടുക്കുന്നതു കണ്ടു. മുൻപേ തന്നെ ഉണ്ണ്യേട്ടനോട് വേണ്ടതെന്താണെന്ന് പദ്മിനിയേച്ചി ചോദിച്ചുവെച്ചിട്ടുണ്ടാവും. ഉണ്ണ്യേട്ടനിപ്പോൾ വെറുതെ ശിരസ്സു ചലിപ്പിച്ചുകൊണ്ടിരിക്കുകയാണ്.

വെയ്റ്ററോട് അയാൾ പറഞ്ഞു:

"ഫ്രെഷ് ജ്യൂസ്, പൈനാപ്പിൾ.... ആ ടേബിളിലേക്ക് തന്നാൽ മതി..."

അറിയാതെയെന്നപോലെ അങ്ങനെയൊരു തീരുമാനം രൂപപ്പെട്ടതിൽ അത്ഭുതം തോന്നി. ഇനിയും ഒന്നും ഒളിക്കാനാവില്ല. എഴുന്നേറ്റ് സാവധാനം അവരുടെ അടുത്തേക്ക് ചെന്നു. പദ്മിനിയേച്ചിക്കു പിറകിൽ, ഓരോ നിമിഷവും കൂടുതൽ ചെറുപ്പമായിപ്പോകുന്ന ഉണ്ണ്യേട്ടന്റെ അമ്മയ്ക്കരികിൽ, ഒരു നിമിഷം കാത്തുനിന്നിട്ട് മെല്ലെ കുനിഞ്ഞ് വിളിച്ചു:

"പദ്മനിയേച്ചീ....."

പിന്നിൽ നിന്നൊരു തീക്കാറ്റ് വന്ന് മുഖത്ത് തൊട്ട വേഗത്തിലാണ് അവർ തിരിഞ്ഞുനോക്കിയത്. ആ അമ്പരപ്പിലേക്ക് നോക്കി അയാൾ മന്ദഹസിക്കാൻ ശ്രമിച്ചു. പദ്മിനിയേച്ചി ചിരിച്ചതേയില്ല. അയാൾക്കു പിറകിലേക്ക് അവർ രണ്ടുവട്ടം കണ്ണോടിച്ചു. മുഖം വലിഞ്ഞുമുറുകി പിളർന്നുപോകുമെന്നു ഭയംതോന്നി. ഉണ്ണ്യേട്ടൻ ഒരു തമാശ കാണുകയാണ്. അയാളും ചുറ്റിനും നോക്കി. ഇവിടെവച്ച് അവരോട് സംസാരിക്കണമെങ്കിൽ ഹാൾ നിറഞ്ഞിരിക്കുന്ന ഉപരിവർഗജീവികളെ അവഗണിക്കണം. അടുത്തിരിക്കുന്നവരെ നടുക്കുന്ന ഒച്ചപ്പാടുകളും ഉണ്ടായേക്കാം.

"പിന്നെയൊരിക്കലും കാണാൻ ശ്രമിച്ചില്ല. പേടിയോ നാണമോ, എനിക്കറിയില്ല. ക്ഷമിക്കുമോ ഈ ഉണ്ണിയോട്....."

അവരുടെ ഉള്ളിൽ നിന്ന് ഒരു നിശ്വാസം അയഞ്ഞുപോകുന്നത് ഒട്ടൊരു ആശ്വാസത്തോടെ കണ്ടുനിന്നു. ചുറ്റുപാടും നോക്കിക്കൊണ്ട് ഉള്ളിലെ ക്ഷോഭവും വേദനയും അവർ കഴിയുന്നത്ര അടക്കിവെക്കാൻ ശ്രമിക്കുന്നുണ്ട്. ഉണ്ണ്യേട്ടനിപ്പോൾ പരിഭ്രമത്തോടെ തങ്ങളെ മാറിമാറി നോക്കുന്നുണ്ട്. അപ്പോൾ ഉണ്ണ്യേട്ടൻ ഇനിയും തന്നെ തിരിച്ചറിഞ്ഞിട്ടില്ല! മനസിൽ വേദനപ്പാട് വിങ്ങി.

"ഉണ്ണ്യേട്ടാ...... എന്നെ മനസിലായില്ലേ, ഞാൻ......"

"വേണ്ട, ഉണ്ണിയെ ഒന്നും ഓർമിപ്പിക്കരുതേ....."

പെട്ടെന്നാണ് അവരത് പറഞ്ഞത്. ധ്വനി അപേക്ഷയുടേതായിരുന്നെങ്കിലും പദ്മിനിയേച്ചിയുടെ സ്വരത്തിൽ പഴയ മാർദവവും സ്നേഹവുമില്ലെന്ന് വ്യക്തമായി. ശരിയാണ്, ചെയ്തത് തെറ്റാണ്. അനുമതിയോ അനുഗ്രഹമോ വാങ്ങിയിട്ടില്ല. യഥാസമയം എല്ലാം അറിയിച്ചിരുന്നുവെങ്കിൽ ആരെക്കാളും മുൻപേ പദ്മിനിയേച്ചി സമ്മതിക്കുമായിരുന്നു. അറിയാവുന്നതാണ് എല്ലാം. അറിയാവുന്നതുകൊണ്ടാണല്ലോ ധിക്കരിക്കാനും താൽപ്പര്യം.

അയാൾ അപ്പോഴും നിൽക്കുകയായിരുന്നു. പദ്മിനിയേച്ചി ടേബിൾ മാറ്റിൽ നോക്കിയിരിക്കുന്നു. അവരെ കാണാതെ പോകുന്നതായിരുന്നു നല്ലതെന്ന് തോന്നിപ്പോയി. അപ്പോഴാണ് തലയുയർത്തി പദ്മിനിയേച്ചി പറഞ്ഞത്:

"ഉണ്ണി ഇരിക്കൂ....."

അയാൾ ഉണ്ണ്യേട്ടന്റെ അരികിലായി ഇരിക്കാൻ ശ്രമിച്ചപ്പോൾ അവർ, ഇരുവർക്കും നടുവിലെ കസേര പിന്നോട്ടുനീക്കി. ആ പ്രവൃത്തിയിലൂടെ അവിടെയിരിക്കാൻ അയാളെ ക്ഷണിച്ചു. ഇരുവരുടെയും മുഖങ്ങൾ കണ്ടുകൊണ്ട് ഒരു പ്രതിക്കൂട്ടിലെന്നപോലെ അയാളിരുന്നു. ഇനി എന്താണ് പറയാനുള്ളത്? മുമ്പ് ചിരിയില്ലാതെ കണ്ടിട്ടേയില്ലാത്ത ഒരു മുഖം ലേശവും ചിരിയില്ലാതെ നേരിടേണ്ടിവരുന്നത് ദൗർഭാഗ്യമാണ്. എടുത്തുചാടി കാണിച്ച ധിക്കാരത്തിന് അർഹമായ മറുപടി കിട്ടി എന്ന് ഏറ്റുപറഞ്ഞാലോ?

"ഗൗരി എവിടെ?"

പെട്ടെന്നുണ്ടായ പദ്മിനിയേച്ചിയുടെ ചോദ്യം അയാളെ കുഴപ്പിച്ചു. അപ്പോൾ കഴിഞ്ഞ രണ്ടു കൊല്ലത്തിനിടയ്ക്ക് അവർ തമ്മിൽ കണ്ടിട്ടില്ല ന്നോ.... തന്റെയും ഗൗരിയുടെയും ജീവിതത്തെപ്പറ്റി അവർ പിന്നീടൊന്നും അന്വേഷിച്ചില്ലെന്നോ... അതോ തന്റെ വായിൽനിന്നുതന്നെ കേൾക്കാനായി ഒരുതരം ക്രൂരമായ ആഹ്ലാദത്തോടെ പദ്മിനിയേച്ചി ഈ അവസരം ഉപയോഗിക്കുകയാണോ? എന്തായാലും ഇനി ഒഴിഞ്ഞുമാറലുകൾ നടക്കില്ല. തോറ്റുകഴിഞ്ഞു.

"ഗൗരി പിണങ്ങിപ്പോയി, രണ്ടുകൊല്ലം മുൻപ്....."

പെട്ടെന്ന് അവരുടെ മുഖത്തുനിന്ന് അലക്ഷ്യഭാവം അഴിഞ്ഞുവീഴുന്നതും സംഭരിച്ചുവച്ചിരുന്ന ഗരിമ ഇളകിപ്പോകുന്നതും അയാൾ കണ്ടു. വളരെ നാടകീയമായി അവർ കണ്ണുകളൊപ്പി. ഉണ്ണ്യേട്ടൻ കിച്ചൻ സൈഡിൽ വെച്ചിരിക്കുന്ന അക്വേറിയത്തിലെ സ്വർണമത്സ്യങ്ങളെ നോക്കിയിരിക്കുകയാണ്.

ഒരേ പേര്, ഒരേ നാള്, ജനിച്ച വർഷവും ഒന്നു തന്നെ. നാലുമാസത്തെ മൂപ്പ് പദ്മിനിയേച്ചിയുടെ മകൻ ഉണ്ണിക്കുണ്ടായിരുന്നു. അങ്ങനെ അത് ഉണ്ണ്യേട്ടനായി. അയാൾ വെറും ഉണ്ണിയും. ഗൗരിക്കും തങ്ങൾ രണ്ടാളും ഉണ്ണ്യേട്ടനും ഉണ്ണിയുമായിരുന്നു. ഇറങ്ങിപ്പോകാൻ നേരം ഗൗരി പറഞ്ഞതങ്ങനെയാണ്.

"ഉണ്ണീ..... ഞാൻ പോകുന്നു. വക്കീലിനെ കണ്ട് നോട്ടീസയക്കാനുള്ള ഏർപ്പാട് ചെയ്തിട്ടുണ്ട്. എത്രയും പെട്ടെന്ന് കേസ് അവസാനിപ്പിക്കാൻ ദയവുചെയ്ത് സഹായിക്കണം. മുംബൈയിൽ ഒരു ജോലി മിക്കവാറും ശരിയാവും. പിന്നെ ഇടയ്ക്കു നാട്ടിൽ വരാനാവില്ല....."

"എന്തായിരുന്നു കാരണം?"

പദ്മിനിയേച്ചിയുടെ ഒച്ച പദ്മിനിയേച്ചിയുടെ തന്നെ ഒച്ചയായി തിരിച്ച് വേഷം മാറിയിരിക്കുന്നു. ചിലപ്പോൾ പദ്മിനിയേച്ചി നടന്നതൊന്നും അറിഞ്ഞിട്ടുണ്ടാവില്ല. ഒരു നാളല്ല, പലപ്പോഴായി, പല രീതികളാൽ കാരണമായി ഗൗരി പറഞ്ഞതിങ്ങനെയാണ്. ഒരേ ധ്വനി വരുന്ന ഒരു കാരണം.

"ഉണ്ണ്യേട്ടനേക്കാൾ കഷ്ടാ ഉണ്ണിയെന്നു തീരെ വിചാരിച്ചില്ല. എങ്കിൽ, ഇത്രയൊക്കെ ചെന്നെത്തുമായിരുന്നില്ല......."

അതു പറയുമ്പോൾ അവരുടെ മുഖം പതറുന്നത് കണ്ടില്ലെന്ന് നടിച്ചു. ഇനി പദ്മിനിയേച്ചിയോട് മറച്ചുവച്ചിട്ടെന്ത്? ഉണ്ണ്യേട്ടൻ ഒന്നും കേൾക്കാതിരിക്കാനും കേൾക്കുന്നത് തിരിച്ചറിയാതിരിക്കാനും അയാൾ മനഃപൂർവം ശ്രദ്ധിക്കുന്നുണ്ടായിരുന്നു. അവരുടെ മേശയ്ക്കു മേലെ തണുത്ത നിശ്ശബ്ദതയുടെ പുതിയ വിരി വിരിക്കപ്പെട്ടു.

"കുട്ടികൾ."

"ഇല്ല."

വെയ്റ്റർ വന്നു. ഉണ്ണ്യേട്ടനുള്ള ഐസ്ക്രീമുകളും എന്തൊക്കെയോ മധുരപലഹാരങ്ങളും. പദ്മിനിയേച്ചിക്കാവാം കരിക്കിൻവെള്ളവും,

അയാൾക്കു പൈനാപ്പിൾ ജ്യൂസുമെത്തി. വെയ്റ്റർ എല്ലാമൊരുക്കി വച്ച് പോകുന്നതുവരെ പദ്മിനിയേച്ചി ഒരു ചിരി കൊണ്ടുവന്ന് മുഖത്തുനിർത്തി. അയാളും അങ്ങനെ തന്നെ ചെയ്തു. ഉണ്ണ്യേട്ടൻ മടിയിൽ നാപ്കിൻ വിരിച്ച് സ്ട്രോബറി ആസ്വദിച്ചുതുടങ്ങിയിരുന്നു.

"സംഭവിച്ചുപോയി. ഇപ്പോൾ രക്ഷപ്പെടാൻ വേണ്ടി പറയുകയല്ല. എല്ലാത്തിനും മൗനാനുവാദം എന്റെ ഭാഗത്തുനിന്നുമുണ്ടായിരുന്നു. പക്ഷേ... പിന്നീടാണ് അവൾ തിരക്കുപിടിച്ചത് എന്തിനാണെന്ന് ഞാനറിഞ്ഞത്. പദ്മിനിയേച്ചിയെ നേരിടാനാവാതെ ഞാനൊഴിഞ്ഞുമാറി നടന്നതും അതാണ്. ഞാനും തെറ്റുകാരനാണ്. അതിന്റെ ശിക്ഷ മൂന്നു കൊല്ലം അനുഭവിച്ചു...."

പദ്മിനിയേച്ചി ഉണ്ണേണ്യട്ടനെ മാത്രം നോക്കിക്കൊണ്ടിരുന്നു. ഉണ്ണ്യേട്ടൻ മറ്റൊന്നും ശ്രദ്ധിക്കുന്നുണ്ടായിരുന്നില്ല. ഉണ്ണ്യേട്ടൻ തന്നെ തീരെ മറന്നുപോയി എന്നയാൾക്കു മനസിലായി. അതയാളെ ദുഃഖിപ്പിക്കുന്നുമുണ്ടായിരുന്നു. ഒരുപാട് നാളുകൾ പദ്മിനിയേച്ചിയുടെ രണ്ടുമക്കളായി അവരുടെ ഇടത്തും വലത്തും കൈകളിൽ പിടിച്ച് പബ്ലിക് ലൈബ്രറി ഹാളിലും ജി ഓഡിറ്റോറിയത്തിലും യാത്രാ ഓഡിറ്റോറിയത്തിലും താജിലും സംഗീതസദസുകളിൽ പോയിട്ടുണ്ട്. അവരെ ആദ്യമായി കണ്ടുമുട്ടുന്നത് 'യാത്ര' യിൽ വച്ച് ഒരു മെയ്മാസത്തിൽ ജോൺ അനുസ്മരണത്തിന് ഉംബായി ഗസൽ പാടിക്കൊണ്ടിരിക്കുമ്പോഴായിരുന്നു. അരികിലെ കസേരയിൽ കുലീനമായി വേഷം ധരിച്ച ഉണ്ണ്യേട്ടനെ അടുത്തിരുത്തി ഒരു അഞ്ചുവയസുകാരനെ എന്നവണ്ണം പരിപാലിച്ചുകൊണ്ടിരുന്ന പദ്മിനിയേച്ചി വിസ്മയമായിരുന്നു. അവരുടെ അടുത്തിരിക്കുന്ന ഇരുപത്തെട്ടുവയസുള്ള ആ കുട്ടി മറ്റൊരു വിസ്മയവും! അയാൾ ജോലിയിൽ കയറി ആ നഗരത്തിലെത്തിയിട്ടു ഒരു വർഷമാകുന്നതേയുണ്ടായിരുന്നുള്ളൂ.

സാംസ്കാരിക പരിപാടികളിലെ അവരുടെ കണ്ടുമുട്ടലുകൾ തമ്മിൽ പരിചയപ്പെടാൻ സഹായകമായി. പദ്മിനിയേച്ചിയുടെയും ഉണ്ണ്യേട്ടന്റെയും മറൈൻഡ്രൈവിലെ ഫ്ളാറ്റ് താവളമായി.

"അവൾ രക്ഷപ്പെടുകയായിരുന്നു."

മനസിൽ ആലോചിച്ചു കൂട്ടുന്നതിന്റെ തുടർച്ചപോലെ അത്രയും അവരിൽനിന്നും അടർന്നുവീണു. അയാൾ പദ്മിനിയേച്ചിയെ നോക്കി. വായിച്ചെടുക്കാനാവാത്ത ഭാവങ്ങൾ. കാതപ്പിക്കുന്ന ഒരു വെടി പൂരപ്പറമ്പിൽനിന്ന് മുഴങ്ങി. റസ്റ്റോറന്റിന്റെ നാലാം നിലയിലെ തറ നടുങ്ങിയത് അവരറിഞ്ഞു. ഉണ്ണ്യേട്ടന്റെ കൈയിൽനിന്നും ഐസ്ക്രീം തുളുമ്പി മടിയിൽ വീണു.

"ഉണ്ണിക്കൊരാളെ പരിചയപ്പെടുത്താം. കക്ഷി ഒരു പെയിന്ററാണ്...... തന്നെപ്പോലെ സാഹിത്യോം പാട്ടുമൊക്കെ വഴങ്ങും... ബറോഡയിലായിരുന്നു. ഇപ്പോ നാട്ടിൽ വന്നിട്ടുണ്ട്...."

പദ്മിനിയേച്ചിയുടെ മടിയിൽ അന്നേരം ഉണ്ണ്യേട്ടൻ കിടക്കുന്നുണ്ട്. അടുത്ത് അയാളിരിക്കുന്നു. പദ്മിനിയേച്ചിയുടെ വിരലുകൾ ഉണ്ണ്യേട്ടനെ തഴുകുകയാണ്. ഉണ്ണ്യേട്ടൻ എപ്പോഴോ ഉറങ്ങിപ്പോയിരുന്നു.

"ഞാനാ ആ കുട്ടിയെ പഠിപ്പിച്ചത്. ആരുമില്ല. ആരുംന്ന്‌വച്ചാ ഇപ്പോ ഞാനും ഉണ്ണിയുമല്ലാതെ ആരും. ഉണ്ണീടച്ഛന്റെ പെങ്ങളുടെ മകളാ... അറിയാലോ ഉണ്ണീടച്ഛന്റെ ഫാമിലിയെപ്പറ്റി. ഇല്ലാത്തോടത്ത് എന്തേലും കാര്യായി ഉണ്ടായാലുള്ള അനർഥമൊക്കെ അവിടെ സംഭവിച്ചിട്ടുണ്ട്..... ഒരു പെങ്കുട്ടിയല്ലേന്നുവച്ച് നശിച്ചുപോകാണ്ടിരിക്കാൻ ഞാൻ തന്നെയാ പഠിപ്പിക്കാനയച്ചത്. എനിക്കൊരു മകളായല്ലോ...."

"പദ്മിനിയേച്ചി ഇതേവരെ ആളെ കാണിച്ചുതന്നില്ലല്ലോ...."

"ഒക്കേത്തിനും അതാതിന്റെ സമയമില്ലേ ഉണ്ണീ...? ഇനീം ഓരോന്ന് പറയാനുണ്ട്. സമയമാകട്ടെ."

അങ്ങനെയാണ് ചിത്രപ്രദർശനത്തിനിടയിൽവച്ച് ഗൗരിയെ പരിചയപ്പെടുന്നത്. പദ്മിനിയേച്ചി തന്നെയാണ് കലാപീഠത്തിൽ പ്രദർശനത്തിനുള്ള സൗകര്യമൊരുക്കിയതും. എപ്പോഴാ ഗൗരിയോട് ഉണ്ണ്യേട്ടനില്ലാത്ത ഇഷ്ടം അധികമായി തോന്നിത്തുടങ്ങി. ഗൗരിയും പ്രോത്സാഹിപ്പിച്ചു. എപ്പോഴും സംസാരത്തിൽ എന്തൊക്കെയോ പറയാതെ നിലനിർത്തിയിരുന്നു ഗൗരി. ഒന്നും മനസിലായില്ല. ഒടുവിൽ വിവാഹത്തിന് വല്ലാതെ തിടുക്കം വച്ചപ്പോഴും പെട്ടെന്നൊരുനാൾ പദ്മിനിയേച്ചിയെയും ഉണ്ണ്യേട്ടനെയും വിട്ട് ഇറങ്ങി വന്നപ്പോഴും ഒക്കെ ഗൗരിയുടെ തിടുക്കം മനസിലായില്ല. മൂന്നുകൊല്ലത്തെ അസ്വസ്ഥതകൾക്കുശേഷവും ഗൗരി എന്തോ തിരഞ്ഞുകൊണ്ടാണ് പടികളിറങ്ങിപ്പോയത്.

പദ്മിനിയേച്ചി പിന്നെയും അടുത്തുവന്നിരുന്നു. അവർ എന്തോ പറയാൻ വെമ്പുകയാണെന്നു മനസിലായി. ജോലിക്കു മാറ്റംവാങ്ങി ഇവിടെ വന്നിട്ട് ആറുമാസമായെന്നും താമസിക്കാൻ ഒരു വീടെടുത്തെന്നും പദ്മിനിയേച്ചിയോട് പറയാൻ അയാളും ആഗ്രഹിച്ചു. പക്ഷേ, മടിച്ചു. അൽപ്പനേരം കഴിഞ്ഞ് പദ്മിനിയേച്ചി പറഞ്ഞുതുടങ്ങി.

"അവൾ ഉണ്ണീടെ കൂടെ പോന്നശേഷം ഞാൻ കൊച്ചി വിട്ടു. കുറെക്കാലം എന്റെ നാട്ടിൽ നിന്നു. ഉണ്ണിക്ക് അവിടം പിടിക്കാതായപ്പോൾ ഇവിടേക്കുവന്നു. ഇപ്പോ രണ്ടരക്കൊല്ലമാകുന്നു...."

അറിയാതെ നടുങ്ങി. ഇവിടെവച്ച് കണ്ടുമുട്ടലുകൾ ഇനിയുമുണ്ടാകും. സംഗീതസദസ്സുകളിൽ, പെയിന്റിങ് ഗാലറികളിൽ, അക്കാദമി ഹാളിൽ...

"പക്ഷേ, ഞങ്ങൾ ഇപ്പോൾ പുറത്തെങ്ങും പോകാറില്ല. സി ഡിയില് കേൾക്കും. പഴയപോലല്ല. ഉണ്ണിക്കിപ്പോൾ പേടി കൂടുതലാണ്. കാറിൽ സഞ്ചരിക്കാനൊക്കെ വല്ലാത്ത പേടി. ഇവിടെത്തന്നെ വെടിക്കെട്ട് തുടങ്ങിയാൽ ഇരുത്തുമോ എന്നറിയില്ല. അതിനു മുമ്പിറങ്ങണം...."

ഭക്ഷണത്തിൽ മുഴുകിയിരിക്കുന്ന ഉണ്ണ്യേട്ടനെ നോക്കി. വേദന തോന്നി. പുറത്ത് മൈതാനം നിറയെ സ്ത്രീകളും കുട്ടികളും. അവരുടെ പൂരം തിമിർക്കുകയാണ്.

"ഞാൻ നിങ്ങൾക്കു തമ്മിൽ ഒരുപാട് വ്യത്യാസങ്ങൾ കണ്ടിട്ടുണ്ട്. അതിൽ പ്രധാനം എന്റെ ഉണ്ണി ബുദ്ധിവളർച്ചയില്ലാത്ത ഒരു പാവമാണെന്നതാണ്. കുറച്ചൊക്കെയല്ല, മുഴുവനും തന്നെ ഉണ്ണിക്കറിയാമല്ലോ."

എന്തൊക്കെയാണ് പദ്മിനിയേച്ചി പറഞ്ഞു വരുന്നത്. പൈനാപ്പിൾ ജ്യൂസിന്റെ കൊഴുപ്പിലേക്ക് നോക്കിയിരുന്നതല്ലാതെ കഴിച്ചില്ല.

"ഗൗരിയെ പഠിപ്പിച്ചതും സംരക്ഷിച്ചതും എന്റെ സ്വാർഥതയാവാം. അത് ഞാൻ സമ്മതിക്കും. പക്ഷേ നിന്നെ സ്നേഹിച്ച് കൂടെ നിർത്തിയത് സ്വാർഥതകൊണ്ടായിരുന്നില്ല. ഗൗരിയെപ്പോലെ തന്നെ ആരുമില്ലാത്ത നിന്നെ ഞാനെന്റെ ഉണ്ണിയുടെ അനുജനെപ്പോലെയാണ് കണ്ടിരിക്കുന്നത്. നിനക്കറിയ്യോ. എന്റെ ഉണ്ണീടെ അമ്മയാ ഞാൻ. പക്ഷേ, എന്റെ ഉണ്ണിക്ക് അതു തിരിച്ചറിഞ്ഞ് പെരുമാറാനുള്ള ബുദ്ധി ഈശ്വരൻ കൊടുത്തില്ലല്ലോ....."

അയാൾ മുഖം കുനിച്ചുപിടിച്ചു. പദ്മിനിയേച്ചി നേരത്തെ മുതൽ മുഖം താഴ്ത്തിയാണ് സംസാരിച്ചുകൊണ്ടിരുന്നത്.

"അറിയാല്ലോ, ഞാനില്ലാതെ എന്റെ മോൻ ഉണ്ണുകയും ഉറങ്ങുകയും ചെയ്യില്ലെന്ന്. അവൻ നിന്നെപ്പോലെ തന്നെ വലിയൊരാളാണ്. വലിയൊരു പുരുഷൻ. മനസിലാവുമോ എന്റെ വേദനകൾ? ഉണ്ണീടെ ഓരോ ആക്രമണവും സഹിച്ചുകൊണ്ട് ജീവിക്കുന്ന ഞാൻ കഴിഞ്ഞ എത്രയോ വർഷങ്ങളായി തിന്നുന്ന വേദന പെട്ടെന്നൊരു ദിവസം പറഞ്ഞുകേട്ടാൽ ആർക്കും മനസിലാവില്ല. എന്നോ ചത്തുചീഞ്ഞ ഞാൻ പട്ടുസാരിയും ചുറ്റി ജീവിക്കുകയല്ലേ ഇപ്പോൾ! ഗൗരിയാണ് എന്റെ ഉണ്ണിയെ ഒക്കെ പഠിപ്പിച്ചു ശീലമാക്കിയത്. എന്നിട്ടവൾ കൈയൊഴിഞ്ഞുകളഞ്ഞു. ഒരമ്മയോട് ചെയ്ത ആ ചതിക്കാണ് നീ കൂട്ടുനിന്നത്."

പുറത്തുനിന്നുള്ള ശബ്ദങ്ങളൊന്നും അയാൾ കേൾക്കുന്നുണ്ടായിരുന്നില്ല. പദ്മിനിയേച്ചിയുടെ സ്വരമിടറി വല്ലാണ്ട് മാറിപ്പോയിരുന്നു. ഉണ്ണ്യേട്ടൻ കൈനീട്ടിയപ്പോൾ കുടിക്കാതെ വച്ചിരുന്ന കരിക്ക് നീക്കി വച്ചുകൊടുക്കുന്നതു കണ്ടു.

നിറഞ്ഞുവരുന്ന മിഴികൾ ആരും കാണാതെ തുടച്ചിട്ട് അവർ പിന്നെയും മുഖം കുനിച്ചിരുന്നു ഒന്നു മുരടനക്കിയിട്ട് വളരെ ദൃഢമായി അവർ പറഞ്ഞു.

"നിനക്കാവശ്യം ഒരു സ്ത്രീയെയായിരുന്നെങ്കിൽ ഞാൻ വരുമായിരുന്നല്ലോ. എത്രയായാലും എന്റെ സ്വന്തം മകനല്ലല്ലോ നീ...."

അയാൾ വിയർപ്പിൽ മുങ്ങിക്കുളിച്ചു. ചെവികൾ കൊട്ടിയടക്കപ്പെട്ടു കഴിഞ്ഞു. ഉറക്കെ പറഞ്ഞുപോയി.

"അങ്ങനെയൊന്നും പറയരുതേ..."

പദ്മിനിയേച്ചി വികാരരഹിതമായ ഇരുപ്പു തുടർന്നതേയുള്ളൂ. ഇത്രയൊക്കെ പറയാനാവണം അടുത്തിരുത്തിയത്. ഗൗരിയുടെ സ്വഭാവത്തെപ്പറ്റി പുതിയൊരു വിവരംകൂടി കിട്ടി. ഉണ്ണ്യേട്ടനും അപ്പോൾ ഒരിരയായിരുന്നു!

"ഒന്നും ഞാനറിഞ്ഞിരുന്നില്ല, പദ്മിനിയേച്ചീ....."

"വേണ്ട, അല്ലെങ്കിൽ നിന്നെ പറഞ്ഞിട്ടെന്ത്! അവൾക്ക് വേണ്ടതിലേറെ സ്വാതന്ത്ര്യം കൊടുത്തത് ഞാനാണ്. പക്ഷേ, അതെന്റെ ഉണ്ണിയെ

നശിപ്പിക്കാനായിരുന്നു എന്നറിയാൻ വൈകി. പട്ടിയെപ്പോലെ ചങ്ങലയ്ക്കിടാൻ പറ്റോ മനുഷ്യനെ. അതും എന്റെ വയറ്റിൽ പിറന്ന മകനെ... അവനെത്ര വലിയ തെറ്റുകാരനായാലും സഹിക്കുകയല്ലാതെ... എത്രയെത്ര പെൺകുട്ടികളെ ഓരോ കാലത്തും ഞാൻ ഉണ്ണിക്കായി കണ്ടെത്തി. അതൊന്നും അവന് ഇഷ്ടമായില്ല. എന്നെപ്പോലെ അവൻ കണ്ടിരുന്നത് ഗൗരിയെ മാത്രമാണ്. ഒരമ്മയുടെ ഈ വേദന..."

അവർ എല്ലാം മറന്ന് മുഖം കുനിച്ചിരുന്ന് വിങ്ങിക്കരഞ്ഞു. ഉണ്ണ്യേട്ടൻ പരിഭ്രാന്തനായി നോക്കുന്നു. എന്താണ് ചെയ്യേണ്ടത്? ഒരു നിമിഷം കൊണ്ട് പദ്മിനിയേച്ചി പഴയതുപോലെയായി. അയാളൊന്നു നിശ്വസിച്ചു. പദ്മിനിയേച്ചി ഇപ്പോൾ വികാരക്ഷോഭം കൊണ്ടുണ്ടായ കിതപ്പടക്കാൻ ശ്രമിക്കുകയാണ്. കൈവിരലുകൾ നക്കിക്കുതിർത്തുകൊണ്ട് ഉണ്ണ്യേട്ടൻ പുറത്തേക്കു നോക്കിയിരുന്നു. വീർപ്പിച്ച വർണബലൂണുകൾ വച്ച സ്റ്റാന്റ് ചുമലിലേറ്റി പൂരപ്പറമ്പിലൂടെ ഏതോ കച്ചവടക്കാരൻ നടക്കുന്നതിലാണ് ഉണ്ണ്യേട്ടന്റെ കണ്ണ്.

ഇനിയും പദ്മിനിയേച്ചിയെയും ഉണ്ണ്യേട്ടനേയും നഗരവീഥികളിൽവച്ച് കണ്ടുമുട്ടേണ്ടി വരില്ലേ? ഏതിടത്തേക്കാണ് ഇനി ഒളിക്കേണ്ടത്? എന്തു പറഞ്ഞാണ് ഇപ്പോൾ ഈ ടേബിളിൽനിന്ന് എഴുന്നേറ്റുപോകേണ്ടത്?

വെയ്റ്റർ വീണ്ടും വന്നു. ഉണ്ണ്യേട്ടനോട് എന്തെങ്കിലും വേണോയെന്ന് പദ്മിനിയേച്ചി ചോദിക്കുന്നതു കേട്ട് മനസ്സ് പറക്കുകയാണ്.

എവിടെയാണ് താമസിക്കുന്നതെന്ന് പദ്മിനിയേച്ചി ചോദിച്ചില്ല. കഥകളെഴുതാറുണ്ടോ എന്നന്വേഷിച്ചില്ല. പദ്മിനിയേച്ചി ഒന്നുമന്വേഷിച്ചില്ല. അന്വേഷണങ്ങളൊക്കെ അവസാനിപ്പിച്ച ഒരു മട്ട് അവരുടെ മുഖത്ത് കണ്ടു.

പദ്മിനിയേച്ചി ഉണ്ണ്യേട്ടനെയും കൂട്ടി കൈകഴുകാൻ പോയി. അവർ മാത്രമാണ് തിരിച്ചുവന്നത്. ജനലിനടുത്തിട്ടിട്ടുള്ള സോഫയിൽ പോയിരുന്ന് ഏതോ മാസികയിലെ പടം കാണുകയാണ് ഉണ്ണ്യേട്ടൻ. ഇപ്പോൾ അപരിചിതനായ ഒരാൾ കണ്ടാൽ, മുപ്പത്തേഴ് വയസുള്ള സുമുഖനും, സമ്പന്നനും വിവേകിയുമായ ചെറുപ്പക്കാരൻ എന്നേ ഉണ്ണ്യേട്ടനെപ്പറ്റി പറയൂ.

പദ്മിനിയേച്ചിയുടെ ബില്ല്കൂടി പേ ചെയ്യാൻ ശ്രമിച്ചെങ്കിലും കഴിഞ്ഞില്ല. അകലമിടുകയാണ് അവർ! പദ്മിനിയേച്ചി അപ്പോൾ ആദ്യമായി ആ പഴയ ചിരി പുറത്തെടുക്കുന്നതു കണ്ടു. പക്ഷേ, അതു ക്ഷണനേരത്തേക്കു മാത്രം.

വെടി മുഴങ്ങി. തുടരെത്തുടരെ. ഉണ്ണ്യേട്ടൻ ചാടിപ്പിടഞ്ഞെണീൽക്കുന്നതു കണ്ടപ്പോൾ പദ്മിനിയേച്ചിയും എഴുന്നേറ്റു. സാരി തിടുക്കത്തിൽ ശരിയാക്കി. അയാൾക്കും എഴുന്നേൽക്കാതിരിക്കാനായില്ല. എന്താ പറയേണ്ടത്? ഇപ്പോൾ താഴേക്ക് ഒപ്പം ഇറങ്ങാതിരിക്കാനാവുമോ?

"ഉണ്ണിക്ക് വെടിക്കെട്ട് പേട്യാണ്...."

പോട്ടെ എന്നുപോലും പറയാതെ കൈകൾ കോർത്ത് അവർ

ലിഫ്റ്റിനടുത്തേക്ക് നടക്കുന്നത് അയാൾ നോക്കിനിന്നു. പദ്മിനിയേച്ചിയും തന്നെ അവരുടെ വീട്ടിലേക്കു ക്ഷണിച്ചില്ല എന്നയാൾ ഓർത്തു. തിടുക്കത്തിൽ വിട്ടുപോയതാവാം. അല്ലെങ്കിൽ വേണ്ടെന്നു വച്ചതാവാം.

പുറത്തുനിന്ന് എതിർവിഭാഗത്തിന്റെ വെടികളും മുഴങ്ങിത്തുടങ്ങി. കർണം തകർക്കുന്ന ശബ്ദഘോഷം. ഭിത്തികളും തറയും കുലുങ്ങുന്നു. പകലിനെ വെല്ലുന്ന വെളിച്ചം തിരയടിക്കുന്നു. ഓരോ മുഴക്കത്തിലും സ്വയം നടുങ്ങിക്കൊണ്ട് പടികളിറങ്ങുമ്പോൾ അയാൾ ആലോചിച്ചു.

പകൽപ്പൂരം എന്നു പേരിട്ടുകൊണ്ട് ഇനി നോവൽ ആരംഭിക്കാം.

ഗോപാലനാശാന്റെ നാടും ജീവിതവും: കെട്ടുകഥകളും പുനരാഖ്യാനവും സഹിതം

ഇടവഴിയുടെ അറ്റത്തോളം വന്ന് കാത്തുനിൽക്കുക എന്നത് ഗോപാലന്റെ ആഹ്ലാദങ്ങളിലൊന്നായി മാറിയിരിക്കുന്നത് കുറച്ചുപേരുടെയെങ്കിലും ശ്രദ്ധയിൽപ്പെട്ടതു സാവധാനമാണ്.

ആരെയാണ് അദ്ദേഹം, ഈ അറുപത്തിമൂന്നാം വയസിലും കാത്തുനിൽക്കുന്നത്. ഞങ്ങളിൽ ചിലർ അത്ഭുതങ്ങളില്ലാതെ ചോദിച്ചു. കടന്നുപോയ ഏതോ മഴപോലെ ഭൂമിയിൽനിന്ന് മനുഷ്യരുടെ അത്ഭുതവികാരങ്ങൾ അസ്തമിച്ചുപോയിരുന്നു. പെട്ടെന്ന് പെട്ടെന്നാണ് വർഷങ്ങളും കടന്നുപോകുന്നത്. എല്ലാം എന്നോ സംഭവിച്ചു എന്നേ നമുക്ക് പലപ്പോഴും വിശ്വസിക്കാനാകൂ.

ഗോപാലേട്ടാ എന്ന് തന്നെ വിളിക്കാൻ ആരെയും ഒരിക്കലും അദ്ദേഹം അനുവദിച്ചിരുന്നില്ല. ഏതോ കാലത്ത് പ്രദേശവാസികളുടെ കുഞ്ഞുമക്കൾക്ക് നിലത്തെഴുത്തു പഠിക്കാൻ ഒരു കളരി തുറന്നിരുന്നതിനാൽ അദ്ദേഹം അന്നൊക്കെ ആശാനും പിന്നെ ചിലർക്ക് വാധ്യാരും മറ്റുചിലർക്ക് മാഷുമായി. ഇരുണ്ടുമൂടിയ ഒരു മേഘംപോലെ മുറ്റത്തു നിൽക്കുന്ന മധുരമാവിന്റെ ചുവട്ടിൽ അദ്ദേഹം നിൽക്കാറുള്ളത് ഏകനായാണ്. ചിലപ്പോൾ മാവിന്റെ വിചാരങ്ങളും മാവിൻമേലെ വസിക്കുന്ന ജീവികളുടെ മൗനവും അദ്ദേഹത്തിന് കൂട്ടുനിൽക്കുന്നുണ്ടാവാം. അദ്ദേഹത്തിന് മുന്നിലുള്ള വഴിയിലൂടെ തിടുക്കത്തിൽ ഞങ്ങളൊക്കെ ഓരോയിടത്തേക്ക് നടക്കുമ്പോൾ അങ്ങനെ സമാധാനിക്കാറുണ്ടായിരുന്നു.

ഒരു ഞായറാഴ്ച, ഒഴിഞ്ഞുനിൽക്കാതെ പെയ്ത മഴയുടെ ഒപ്പം ഗോപാലൻ മാഷിന്റെ ഭാര്യ കാർത്തുവേടത്തി മരിച്ചുപോയതായി വാഴയില ചൂടി ശിരസ്സുമറച്ച് മഴയിലൂടെ വന്നെത്തിയ ആരോ അറിയിച്ചു. അന്ന് വീടിന്റെ ഉമ്മറത്ത് വട്ടമിട്ടിരുന്ന ഞങ്ങൾ റമ്മി കളിക്കുകയായിരുന്നു. സതീശന്റെ വീടായിരുന്നുവല്ലോ അത്. വെളുത്ത കുമ്മായമടിച്ച വീട്.

കാറ്റിനെയും മഴയെയും അതിജീവിക്കാനാവാതെ മുഖം താഴ്ത്തിയ വൈക്കോൽ മേഞ്ഞ പഴയ പുര. സതീശന്റെ ഭാര്യ ലീല ഞങ്ങൾക്ക് കാപ്പിയിട്ടുതന്നശേഷം കുറച്ചു മാറിയിരുന്ന് ഉമിക്കരിയുണ്ടാക്കുന്നുണ്ടായിരുന്നു. ഒരു വിഷാദമായി മഴയിലേക്ക് പുക കടന്നുപോകുന്നത് ഞങ്ങൾ കാണുന്നുണ്ടായിരുന്നു.

"അയ്യോ എന്റെ കാർത്തുവേടത്തീ" എന്നൊരു നിലവിളിയോടെ ലീല പിടഞ്ഞുയരുന്നതാണ് ഞങ്ങൾ അറിഞ്ഞത്. ശരിയായിരുന്നു. രാവിലെ കാർത്തുവേടത്തി മധുരമാവിന്റെ ചുവട്ടിൽനിന്ന് ഇടവഴിയിലൂടെപോയ ആരെയോ വിളിച്ച് കുശലം പറയുന്നത് ഞങ്ങൾ കേട്ടിരുന്നു.

(ഇവിടെ പറയുന്ന ഞങ്ങൾ എന്നാൽ, ആരൊക്കെയാണ്? എല്ലാ തലമുറകളേയും പ്രതിനിധാനം ചെയ്ത് എത്തിയവർ).

എന്താണ് ഇത്രവേഗം സംഭവിച്ചത്? ദൈവം ഒരു തീരുമാനമെടുത്തിരിക്കുന്നു. ഇനി ഗോപാലൻമാഷ് തനിയെ ജീവിക്കട്ടെ.

"ഒരുപക്ഷേ, ഒക്കെക്കൊടുത്ത് ഭൂമിയിലേക്ക് വിട്ടപ്പോൾ അവർക്ക് കുട്ടികളെക്കൂടി ഉൾപ്പെടുത്താൻ ദൈവം മറന്നതായിരിക്കും." രാജൻ പറഞ്ഞു. ഞങ്ങൾ മഴയിലൂടെ നടക്കാൻ തയാറായി.

കാർത്തുവേടത്തി ഒരു മഴയത്ത് പൊടുന്നനെ മരിച്ചുപോയത് ചിലപ്പോൾ ദൈവവും അറിഞ്ഞിട്ടുണ്ടാവില്ല. ചില മരണങ്ങൾ അത്രയും അനാവശ്യമായിട്ടാണല്ലോ സംഭവിക്കുക.

പതിനൊന്ന് കെ വി ഇലക്ട്രിക് ലൈൻ കൊണ്ടുപോകുന്നതിനുവേണ്ടി വൈദ്യുതിബോർഡ് മുറിച്ചിട്ട കൂറ്റൻ മരങ്ങൾക്കിടയിൽ ഇരിക്കുകയായിരുന്നു അപ്പോൾ. തലേന്ന് അതേ സമയത്ത് കാർത്തുവേടത്തിയുടെ ചിത കത്തുകയായിരുന്നു. ധൃതിയിൽ ഓരോന്നൊക്കെ ആലോചിക്കാനും ചെയ്യാനുമുള്ള വേഗതയും സാഹചര്യവും അക്കാലത്ത് ഞങ്ങൾക്കില്ലായിരുന്നതിനാൽ കാർത്തുവേടത്തിയുടെ മരണത്തെക്കുറിച്ചോർത്ത് വീണ്ടും വീണ്ടും വിഷാദിച്ചു. കുറച്ചുമാറി രാജന്റെ അനുജത്തിയും ഭാര്യ സുധയും ലീലയും പശുക്കൾക്കുള്ള പുല്ലരിയുന്നുണ്ടായിരുന്നു. അവർക്ക് തുണ വന്നതായിരുന്നു രാജനും സതീശനും. വേറെ കുറേയാളുകൾ ഞങ്ങളോടൊപ്പം നിന്ന് നാട്ടുവർത്തമാനങ്ങൾ പറയുകയും വിറകുശേഖരിക്കുകയും ചെയ്യുന്നുണ്ടായിരുന്നു.

ചോലമരങ്ങളെ തഴുകി തോട് ഒരു വിലാപംപോലെ അവസാനത്തെ വെളിച്ചത്തിനു നേരെ ഒഴുകി. ദൂരെ കുന്നുകൾക്കിടയിൽ, ഒരു ചാലുപോലെ മരങ്ങൾ വെട്ടിയിറങ്ങിപ്പോയ വഴിത്താര വിളറിക്കിടന്നു. അവയുടെ മേലെ ആകാശത്ത് ഇനി വെളിച്ചം സഞ്ചരിക്കുന്ന വൈദ്യുത കമ്പികൾ വരും. അതിന്മേലെ ഇടിമുഴക്കങ്ങളെ പിടിച്ചുനിർത്താനുള്ള കാന്തങ്ങൾ വെച്ചിട്ടുണ്ടാവും.

"ഇടിമുഴക്കങ്ങളുടെ ഒച്ചയും ഭീതിയുമില്ലാതെ ഇടിമിന്നലിന്റെ വെളിച്ചവും ചൂടുമില്ലാതെ ഇനി നമുക്ക് ജീവിക്കാം."

ഒന്നുമാലോചിക്കാതെയാവണം ഞങ്ങളിലാരോ പറഞ്ഞു. രാപ്പക്ഷികൾ, പിന്നെ ഉടലിന് വണ്ണമുള്ള തുമ്പികൾ, ചില കറുത്ത ശലഭങ്ങൾ ഇവയൊക്കെ സ്വാതന്ത്ര്യത്തോടെ ആകാശത്ത് പറന്നുതുടങ്ങി.

"ഗോപാലനാശാൻ ഇനിയെന്തു ചെയ്യും? ആശാനാകെ തകർന്നുപോയി. ആശാട്ടിയായിരുന്നുവല്ലോ ഒരു തുണ."

"അതെ. ആരെങ്കിലും ബന്ധുത പറഞ്ഞ് വരുമെന്നൊന്നും കരുതിയിട്ടുണ്ടാവില്ല. എങ്കിലും ഇന്നലെ ദഹിപ്പിക്കുംമുമ്പുകൂടി ആശാൻ പടിക്കൽച്ചെന്ന് ദൂരേക്കുനോക്കി നിന്നായിരുന്നു. ആശാട്ടിക്കാണെങ്കിൽ കറന്റ് വരുന്നു എന്നതൊരു അതിശയമായിരുന്നു. ഇനി ഇപ്പോ.... വെട്ടം എന്തിനാ ആശാന്....."

മൗനം അരിഞ്ഞുകൂട്ടിക്കൊണ്ട് അങ്ങനെ ദുഃഖത്തിന്റെ ഓരോ അരിവാളുകളും ഒരേപോലെ നേർത്ത ഇരുട്ടിൽ ചലിച്ചുകൊണ്ടിരിക്കവെ സുധയെ തീണ്ടിക്കൊണ്ട് ഒരു നിഴൽ പുളഞ്ഞുപോയി. ഒരു നിലവിളി ഇരുട്ടിൽ കുന്തിച്ചിരിക്കുന്നത് ഞങ്ങൾ കണ്ടു.

ഇടവഴിയുടെ അറ്റത്തോളം വന്ന് ഗോപാലൻ ആരെയാണ് ഇനിയും കാത്തുനിൽക്കുന്നത്? ഭാര്യ നേരത്തെ മരിച്ചുപോയി. മക്കളാണെങ്കിൽ ഇല്ല. വളർത്തുമക്കളുമില്ല. അടുത്ത ബന്ധുക്കളെന്നു പറയാവുന്നവരൊക്കെ മലയുപേക്ഷിച്ച് നഗരങ്ങളിലേക്ക് പോയിട്ട് അനവധി വർഷങ്ങളായി.

സ്വെറ്ററും അതിനുമേലെ കമ്പിളിയും പുതച്ച് അകത്തെ അറയിൽ തുറന്നിട്ട ജനാലയിലൂടെ അകലെയായി കാണുന്ന വെളിച്ചങ്ങൾക്കു നേരെ തിമിരം കയറിയ മിഴികൾ ചിമ്മിക്കിടക്കുകയായിരുന്ന വൃദ്ധൻ ആരോടുമായിട്ടല്ലാതെ അന്വേഷിച്ചു. ഓർമ, ചിറപൊട്ടിച്ച് വെള്ളം തള്ളി വരുന്നതുപോലെ വരികയാണെന്നുമാത്രം അദ്ദേഹത്തിനറിയാം. അദ്ദേഹവും ഗോപാലനാശാനും ഒന്നിച്ച് ഒരുപാട് വഴികൾ വെട്ടിയുണ്ടാക്കിയിരുന്നു. പിന്നീട് അതിൽ ചിലതാണ് റോഡുകളായത്. മലകയറിയെത്തി മണ്ണിടിച്ചു നിരത്തി വയലുകളുണ്ടാക്കി. പാറക്കെട്ടുകളിൽനിന്ന് അടയ്ക്കാമരം പൊട്ടിച്ച് വെള്ളം കൊണ്ടുവരാനുള്ള ഓവുചാൽ നിർമ്മിച്ച് കൃഷിയിറക്കി. കൊയ്തുകൂട്ടിയിരുന്ന മനുഷ്യരിൽ ഒരുവൻ..... ഇപ്പോൾ ഓർമകൾ തീരെ കുറവാണ്. എന്നോ അറിഞ്ഞ വിശേഷമായിരുന്നു, ഗോപാലനാശാൻ അനാവശ്യമായി എവിടേക്കോ നോക്കി ഒരിടത്തു നിൽക്കുന്നു എന്നത്.

"നീയെന്തെടുക്കാ ചെല്ലേ?"

വൃദ്ധൻ അകത്തെ മുറികളിലെ അജ്ഞതകളിലേക്ക് നോക്കി ഉറക്കെ ചോദിച്ചു. അകത്തുനിന്ന് ചെല്ലയുടെ മറുപടി കാത്തിരുന്നപോലെ എത്തി.

"മാറാല നിക്കാ വല്ല്യച്ഛാ...."

"കഴിഞ്ഞിട്ട് ഇങ്ങോട്ടൊന്നു വരോ നീ?"

"ന്ത്നാ വല്ല്യച്ഛനാ. കൊറെ മുഷിഞ്ഞത് കഴുകാനും കൂടിയുണ്ടല്ലോ എനിക്ക്."

"ന്നാ അതുകഴിഞ്ഞ്ട്ട് വന്നാ മതി."

"അതു പറയുമ്പോൾ ചെല്ലച്ചേച്ചി എന്തുചെയ്യുകയായിരിക്കുമെന്ന റിയാമോ?" അശോകൻ ഓരോരുത്തരോടും ചോദിച്ചു.

"ഇല്ല." ഞങ്ങൾ ഒരേ സ്വരത്തിൽ മറുപടി പറഞ്ഞു. അശോ കന്റെ പൊട്ടിച്ചിരി കായലും കടന്ന് മറ്റെവിടേക്കോ തുള്ളിത്തെറിച്ച് കടന്നു പോയി. കായലിലെ അവസാന വെളിച്ചവും പകലിന്റെ അവസാനത്തെ ഇളം ചൂടും ആസ്വദിക്കുകയായിരുന്നു ഞങ്ങൾ.

"എന്റെ അച്ഛന്റെ കൈകൾക്കകത്താവും മുത്തച്ഛനെ പരിചരിക്കാ നെത്തിയ ചെല്ലച്ചേച്ചി അപ്പോൾ!"

അശോകന്റെ ചിരി നഗരാതിർത്തികൾ പിന്നിടുന്നു.

"നിന്റെ മുത്തച്ഛൻ ഇപ്പോൾ?" ആരോ ചോദിച്ചു.

"ആ കിടപ്പിൽ കിടന്നുകൊണ്ട് ഒരു ദിവസം മരിച്ചുപോയി. മുത്ത ച്ഛനെ നോക്കാനായി എന്നും മുറിയിൽ പോയിക്കൊണ്ടിരുന്ന ചെല്ലച്ചേച്ചി കണ്ടില്ലായിരുന്നെങ്കിൽ മരിച്ച് മണിക്കൂറുകൾ കഴിഞ്ഞാലും ഞങ്ങൾ അറി യുമായിരുന്നില്ല." ജീൻസിന്റെ പോക്കറ്റുകളിൽ കൈയിറക്കി ഞാനും മറ്റുള്ളവരും നടന്നുകൊണ്ടേയിരുന്നു.

"ഗോപാലൻ എന്ന ആളോ? ആ അതിപുരാതന ജീവി.... ഹഹ.... ഹ...."

"ആ മനുഷ്യൻ....."

അശോകൻ ബാക്കി പറയാതെ നിറുത്തി. എന്താവും അശോകൻ പറയാൻ വന്നത്? ഞങ്ങൾ കഥ മുറിഞ്ഞതിന്റെ അഭംഗിയിൽ അശോക നെയും സൂര്യനെയും നോക്കി. ദൂരെ നങ്കൂരമിട്ടു കിടക്കുന്ന കപ്പലിലെ കൊടി ഒരു കൈവീശൽപോലെ തോന്നിക്കുന്നു. ഞങ്ങൾ നടക്കുന്ന കായൽക്കരയിലെ കൽക്കെട്ടിന്റെ പൊത്തുകളിൽ വെള്ളം തള്ളിയലയ്ക്കു ന്നതിന്റെ ഒരുതരം പൊള്ളയായ ശബ്ദം വേറിട്ടു കേൾക്കാമായിരുന്നു. ഞങ്ങൾ സംസാരത്തിന്റെ രസമൊഴിവാക്കി കൽക്കെട്ടിൽ കായലിലേക്കു കാലും തൂക്കിയിട്ട് ഇരുന്നു. സംസാരം മറ്റേതോ ദിശകളിലേക്ക് ഒഴുകി പ്പോയി. ഒരു പഴയ വനപ്രദേശവും അവിടത്തെ കുറെ മനുഷ്യരും ഒരു ഗോപാലനുമൊക്കെ അപ്രത്യക്ഷമായതായി പൂർണബോധ്യം വന്നു. ഞങ്ങളുടെ സംസാരമിപ്പോൾ പോളോ കളിക്കാൻ പോകണോ, ദീപയിൽ സിനിമക്കു പോകണോ, അഭിലാഷിന്റെ ഫ്ളാറ്റിൽ പോയിരുന്ന് റമ്മി കളി ക്കണോ, അനുരൂപയുമായി ചാറ്റ് ചെയ്യണോ എന്നൊക്കെയായിരുന്നു.

കായൽജലം ചാടിച്ചാടി തൊട്ടുനിൽക്കുന്ന കൽപ്പൊത്തുകളിൽ ഒളി ച്ചിരിക്കുന്ന എലികളുടെ കണ്ണുകൾ ചുവന്ന സൂര്യനെ നോക്കുന്നത് ഞങ്ങൾ കണ്ടുപിടിച്ചു. അസ്തമയം കഴിഞ്ഞാൽ എലികളുടേതാണ് നഗ രം. സർക്കസുകാരുടെ ട്രപ്പീസുപോലെ എലികൾ കുത്തനെയുള്ള കൻമ തിലിലൂടെ വെള്ളത്തിൽ വീഴാതെ വേറെ പൊത്തുകളിലേക്ക് പാഞ്ഞു പോകുന്നതും ഞങ്ങൾ നോക്കിയിരുന്നു. ചിലപ്പോഴങ്ങനെ രാത്രിവരെ യിരിക്കാറുണ്ട്.

"നിന്റെ നീന എന്തു പറയുന്നു ഭാർഗവാ? ഇനീം ഉപേക്ഷിക്കാറാ യില്ലേ കക്ഷിയേ?" ആരോ ചോദിച്ചു. ഭാർഗവൻ കൈവെള്ളയിലിട്ട് പാൻ ഞരടി വായിലിട്ടുകൊണ്ട് അവ്യക്തമായി പറഞ്ഞു.

"ഇതോടെ കഴിഞ്ഞു. മതിയായി. ഫൈവ് തൗസന്റ് ആണ് തുല ച്ചത്"

കിടക്കവിരി കുടഞ്ഞുവിരിച്ചുകൊണ്ട് ഞങ്ങൾ ഉറങ്ങാൻ തയാറെ ടുക്കുമ്പോൾ ജലജ എതിർവശത്തെ മെത്തയിൽ വിശ്രമിക്കുന്ന നീനയെ കാണിക്കാനായി തിരിഞ്ഞിട്ട് പറഞ്ഞു.

"നാളെ ഞാൻ നാട്ടിലേക്കു പോകുമ്പം ഈ ബനിയനും കൊണ്ടു പോകും" നീന ചെറുതായി മൂളി. അവൾ പുറത്തെ ഇരുട്ടിലേക്ക് നോക്കി കിടക്കുകയായിരുന്നു. ഞങ്ങൾ മുടിയഴിച്ചിട്ട് പിന്നുകൾ വേർപെടുത്തി വച്ച് നക്ഷത്രങ്ങളില്ലാത്ത ഒരു രാത്രിയെ അണച്ചുപിടിച്ചതുപോലെ മാറി ലേക്കു കിടക്കുന്ന മുടി കുരുക്കഴിച്ചുകൊണ്ടിരുന്നു.

"സാരമില്ല മോളെ. എന്തായാലും കളഞ്ഞല്ലോ. ഇനി നന്നായി റെസ്റ്റെടുത്താൽ മതി."

നീന ഒന്നും പറഞ്ഞില്ല.

"നീ ഗുളിക കഴിച്ചോ?" നീന തലതിരിച്ച് ഞങ്ങളെ നോക്കി. വെളുത്ത പ്ലാസ്റ്റിക് ബോക്സ് തുറന്ന് ഗുളികകളുടെ എണ്ണം പരിശോ ധിച്ച് നീന അവ കഴിച്ചിട്ടുണ്ട് എന്ന് ഉറപ്പുവരുത്തി ജലജ വന്നു കിടന്നു. ഇരുണ്ട ചോരക്കട്ട പൊട്ടിയൊലിച്ച മൗനമായി നീന മുറിനിറഞ്ഞുകിട ക്കുകയാണെന്ന് ഓർത്തപ്പോൾ ഞങ്ങൾക്ക് ഉള്ള് വിങ്ങി. ജലജ മാത്രം എഴുന്നേറ്റ് നീനയ്ക്കരികിലിരുന്നു. പിന്നെ അവൾ ആരും ആവശ്യപ്പെ ടാതെ തന്നെ ഒരു പാട്ടുപാടി. വളരെ പഴയ ഒരു പാട്ട്. അതിന്റെ അവ സാന വരികൾ സാന്ദ്രമായി വീണ്ടും വീണ്ടും ആലപിച്ചുകൊണ്ട് അവൾ നീനയെ വിട്ട് സ്വന്തം കിടക്കയിലേക്ക് തന്നെ പോന്നു.

"നീയെന്നാ പോയിട്ട് വരിക?" കുറച്ചു സമാധാനം വന്നതുപോലെ നീന ചോദിച്ചു.

"പതിനാല് വർഷങ്ങൾക്ക് മുമ്പ് ഈ ദിവസമാണ് നാട്ടിൽ ഒരു കാർത്തുവേടത്തി മരിച്ചത്. മറ്റന്നാളാവട്ടെ എന്റെ അമ്മ വിഷം തൊട്ട് മരിച്ചതിന്റെ ഓർമദിവസവുമാണ്. ഒരു സന്ധ്യയ്ക്ക് പുല്ലരിയുമ്പോഴായി രുന്നു അമ്മയുടെ മരണം. സാവധാനമേ ഞാൻ വരൂ."

നഖങ്ങൾ വളരെ നീലിച്ച അമ്മയെയും കൊണ്ട് അച്ഛനും കുറെ യാൾക്കാരും മുറ്റത്തേക്ക് കയറിവരുന്നത് കണ്ടതിന്റെ മങ്ങിയ ഓർമയിൽ ജലജ കണ്ണുകളടച്ചു.

"കാർത്തുവേടത്തിയോ, അതാരാ?" നീന ചോദിച്ചു. ചോദ്യങ്ങൾ ചോദിക്കുന്നതിലൂടെ സ്വയം മറക്കാനാവുമെന്ന് അവൾക്ക് മനസിലായി രിക്കണം.

"ഞാൻ പറഞ്ഞിട്ടില്ലേ, ഗോപാലനാശാൻ, ഞങ്ങളുടെ നാട്ടിലെ മിക്ക വരുടേയും നാവിലെഴുതിയിട്ടുള്ള ഗുരു. ആശാന്റെ ഭാര്യയായിരുന്നു

കാർത്തുവേടത്തി. എന്റെ അച്ഛൻ പറഞ്ഞ് അവരെപ്പറ്റി എനിക്കറിയാം. പക്ഷേ കണ്ടതായ ഓർമയില്ല. ആശാൻ ഇപ്പോഴുമുണ്ട്, വല്ലാത്ത അതിശയം തന്നെ. അല്ലേ?"

ജലജ മുറിയിലെ വെളിച്ചം കെടുത്തി. നീനയും പിന്നെ ഞങ്ങളും കുറച്ചുനേരം നിശ്ശബ്ദരായി.

"ഒരിക്കൽപ്പോലും മരണത്തെക്കുറിച്ച് ഓർക്കാതെയാവുമോ ആശാൻ ഇത്രേംകാലം ജീവിച്ചിട്ടുണ്ടാവുക?"

"മിണ്ടാതെ ഒറങ്ങാൻ നോക്ക് നീനേ. ഞാൻ വരുന്നതുവരെ നീയിവിടുന്ന് അനങ്ങിപ്പോകരുത്. മരുന്നും ഭക്ഷണവും കഴിച്ച് വിശ്രമിക്ക്" ജലജ ശാസിച്ചു. പിന്നെ താഴ്ന്ന ഒരു ശബ്ദത്തിൽ പറഞ്ഞു.

"ബനിയൻ ഞാൻ കൊടുക്കുമ്പം ആശാന് സന്തോഷമാവുമായിരിക്കും."

"ഉഗ്രൻ സാധനമാ !" ആരോ അഭിപ്രായപ്പെട്ടു.

കത്തിപ്പൊലിഞ്ഞ തീക്കൊള്ളിനോക്കി ഞങ്ങൾ അത് തീർച്ചയാക്കി.

"കാടും മലയുമൊക്കെ തെളിഞ്ഞുപോയി സാറേ. പഴേ ആളുകളും പോയി. എന്നാലും നിങ്ങള് പറഞ്ഞ പ്രകാരം നോക്കുമ്പം ആശാൻ എമ്പിടിയാ. പക്ഷേല് ആശാൻ മിണ്ടുമോന്നാ സംശയം."

കൈവെള്ളയിൽനിന്ന് തൂങ്ങിക്കിടക്കുന്ന കുപ്പിയും അതിനകത്ത് ഒരു മൃതദേഹംപോലെ തോന്നിക്കുന്ന കരിഞ്ഞ തീപ്പെട്ടിക്കോലും നോക്കി ഞങ്ങൾ പൊട്ടിച്ചിരിച്ചു.

"പറഞ്ഞുപറഞ്ഞ് ഈ ഗോപാലൻ എന്ന മനുഷ്യൻ ഒരു ചിരഞ്ജീവിയാവുന്ന ലക്ഷണമുണ്ടല്ലോ?"

"സാറൻമാര് കേട്ടാട്ടെ. എന്തുവായിരുന്നു ആശാന്റെ ജ്ഞാനം! മായാസീതേടേം കല്യാണസൗഗന്ധികംതേടി പോകുന്ന ഭീമന്റെയും കഥ ആശാൻ പറഞ്ഞ് കേക്കണം. ഹരികഥക്കാര് മാറിനിക്കും. അത്ര... അത്ര..."

"തന്മയത്വം" ഞങ്ങളിൽ ആരോ സഹായിച്ചുകൊടുത്തു. കുട്ടപ്പൻ കുഴിയിൽനിന്ന് വാറ്റുചാരായം നിറച്ച സ്ഫടികക്കുപ്പികൾ പൊക്കിയെടുത്ത് ജീപ്പിൽ കൊണ്ടുവന്നുവെച്ചു.

"എന്നാ പോം. ജീപ്പു കയറിച്ചെല്ലുന്നിടം കഴിഞ്ഞും കുറേ നടക്കാനുണ്ട്. പേടിക്കാനില്ല. വഴി എനിക്കു നല്ല പരിചയമാ. അങ്ങനെ ചെല്ലുമ്പം ഒരെടവഴി കാണാം. ഭാഗ്യമുണ്ടെങ്കിൽ ഗോപാലനാശാൻ അവിടെ വടീം കുത്തിപ്പിടിച്ച് നിൽപ്പുണ്ടാവും. ആ പോസിൽ തന്നെ ഫോട്ടോയുമെടുക്കണം."

മലയുടെ മുകളിൽ തനിയെ താമസിക്കുന്ന മൗനവ്രതം ശീലമാക്കിയ ഗോപാലനാശാനെ ഞങ്ങൾക്കുവേണം. ഒരാൾക്ക് ഞായറാഴ്ചയുടെ വായനക്ക് കഥപോലെ ഒരു ഫീച്ചർ. മറ്റൊരാൾക്ക് ചാനലിന് ഒരു ഡോക്യുമെന്ററി സ്ക്രിപ്റ്റ്.

“ഇനി ഇറങ്ങി നടക്കാം സാറെ. ജീപ്പ് ഇവിടെ ഇട്ടാ മതി.” ഞങ്ങൾ കുത്തനെയുള്ള ഇറക്കമിറങ്ങി തണുത്ത മണ്ണിലൂടെ നടക്കാൻ തുടങ്ങി.

“ഇവിടത്തെ പിള്ളേരൊക്കെ പഠിത്തം കഴിഞ്ഞാൽ നാടുവിടും. അവറ്റ പിന്നെ ഒക്കെ മറന്നമട്ടാ. അങ്ങനെ പോണോര് രക്ഷപ്പെട്ടു. പോകാനിടമില്ലാതെ ശവക്കുഴി പോലത്തെ ഈ ഭൂമീല് കെടക്കുന്ന ഞങ്ങടെയൊക്കെ കാര്യമാ....”

തുടർന്ന് കുട്ടപ്പനിൽനിന്നുണ്ടായ മൗനം അതിഭീകരമായ ദീനമായി തോന്നി.

“ഇതാണ് സാറെ ചെല്ല. ഇപ്പളും ആശാന്റെ വീട്ടിൽച്ചെന്ന് കഞ്ഞീം കറീമുണ്ടാക്കി കൊടുക്കുന്നത് ഇവരാണ്.”

ഫോട്ടോഗ്രാഫർ തയാറായി. ഞങ്ങൾ ചെല്ലയെ ആദരവോടെ നോക്കി. കറുത്തുണങ്ങിയ ചുള്ളിക്കമ്പുപോലെയൊരു സ്ത്രീ. പ്രായം തിട്ടപ്പെടുത്താനാവുന്നില്ല. ഉയരം നാലരയടിയെന്നു തോന്നുന്നു. അവർ പകച്ചുനോക്കുകയാണ്. ആശാനെക്കുറിച്ചുള്ള ചോദ്യങ്ങൾക്കൊന്നും മറുപടിയുണ്ടായില്ല. പെട്ടെന്ന് വഴിപ്പൊന്തകൾ വകഞ്ഞ് അവർ പുച്ഛത്തോടെ ഇരുളിമയിലേക്ക് അപ്രത്യക്ഷമാകുന്നത് ഞങ്ങൾ അമ്പരപ്പോടെ കണ്ടുനിന്നു.

എന്താ, കുട്ടപ്പൻ ചേട്ടാ, ഇതൊക്കെ എന്നു ചോദിക്കാൻ തിരിഞ്ഞുനോക്കുമ്പോൾ പിന്നിൽ കുട്ടപ്പൻ ചേട്ടനും ഉണ്ടായിരുന്നില്ല. ഞങ്ങൾ ഞങ്ങൾ മാത്രമായി ഭൂമിയുടെ നിഗൂഢതകളിൽ ഒളിഞ്ഞിരിക്കുന്ന ഒച്ചകൾക്ക് കാതോർത്തുനിന്നു.

ഞങ്ങൾ മുന്നോട്ട് നടക്കാൻ തന്നെ തീരുമാനിച്ചു. ഇരുവശങ്ങളിലും വീടുകളുണ്ടായിരുന്നില്ല. വഴിയോരത്തുള്ള മരങ്ങളിൽ വിടർന്നുമലർന്ന കൂണുകൾ കണ്ണാടിച്ചില്ലിൽ നിന്നുള്ള വെട്ടംപോലെ പറ്റിനിന്ന് ഞങ്ങളെ കുഴക്കി. എന്നാൽ അങ്ങനെയായിരുന്നില്ല കുട്ടപ്പൻ ആദ്യം പറഞ്ഞിരുന്നത്. ഇരുവശത്തും വീടുകൾ നിറയെയുണ്ടെന്നും ആരോടുചോദിച്ചാലും ആശാന്റെ നൂറ്റാണ്ടു പിന്നിട്ട ആയുസ്സിനെപ്പറ്റി എന്തുവിവരം വേണമെങ്കിലും കിട്ടുമെന്നും അയാൾ പറഞ്ഞിരുന്നു. ഞങ്ങൾ നടന്നു. മൊബൈൽ ഫോണുള്ളതിന്റെ അസാമാന്യമായ ധൈര്യത്തോടെ.

വഴികളുടെ പല കൂടിച്ചേരലുകൾ കണ്ട് ഒരിടത്തെത്തി ഞങ്ങൾ നിന്നു. ഒരുഭാഗത്ത് കൃഷിയിറക്കാതെ നശിച്ചുകിടക്കുന്ന വയലുകളുടെ കാഴ്ച ഞങ്ങളെ അമ്പരപ്പിച്ചു. കുറെക്കാലം വനപ്രദേശങ്ങളിൽ അപൂർവ സസ്യങ്ങളെക്കുറിച്ചുള്ള ഗവേഷണവുമായി കഴിഞ്ഞിട്ടുള്ള ഞങ്ങളിൽ ഒരാൾ പരിസരം ശ്രദ്ധിച്ചശേഷം മനുഷ്യവാസമുള്ളതിന്റെ ലക്ഷണമൊന്നും ഇവിടെയില്ല എന്നു തറപ്പിച്ചുപറഞ്ഞു. വളർത്തുമൃഗങ്ങളുടെ കാലടികളില്ല, കാഷ്ഠമില്ല. കാറ്റുവരുന്ന ദിശയിലെങ്ങും പുകയില മണവുമില്ല. ഇത്തരം ആപസന്ധികളിൽ കൂട്ടുവരാറുള്ള പ്രായോഗികബുദ്ധിയുപയോഗിച്ച് ഞങ്ങൾ തൊള്ളതുറന്ന് ആശാനേ, ആശാനേ, ആശാനേ എന്നു നിലവിളിച്ചു തുടങ്ങി. അതിന്റെ മാറ്റൊലികൾപോലുമുണ്ടാവാ

ത്തത് ഞങ്ങളെ അതിശയിപ്പിച്ചു. പിന്നെ ഞങ്ങൾ ചെറിയ പേടിയോടെ തിരിഞ്ഞുനടക്കാൻ തുടങ്ങി. ഫോട്ടോഗ്രാഫർ ചുറ്റിനും നോക്കി ഭ്രാന്തു പിടിച്ച ഒരാളെപ്പോലെ ചിത്രങ്ങളെടുക്കുന്നുണ്ടായിരുന്നു.

ഒരുപക്ഷേ, ഗോപാലൻ മാഷ് മരിച്ചുപോയിക്കാണും. അക്കാര്യം തുറന്നുപറഞ്ഞാൽ കച്ചവടം മുട്ടുമെന്ന് അറിയാവുന്ന കുട്ടപ്പൻ എന്ന റാസ്കൽ നമ്മളെ വിഡ്ഢിവേഷം കെട്ടിച്ചതാവാം. ഞങ്ങൾ സമാധാനിച്ചു. അല്ലെങ്കിൽത്തന്നെ ഇത്രയേറെ വർഷങ്ങൾ ആരോടും മിണ്ടാതെ ജീവിച്ചിരിക്കാൻ ഈ ഭൂമിയിൽ ആർക്കെങ്കിലും കഴിയുമോ? ദൈവത്തിനുപോലും അതൊന്നും കഴിഞ്ഞേക്കില്ല. ചിലപ്പോൾ ഈ മാഷ് ആളൊരു കള്ളത്തിരുമാലിയാവും. പകലൊക്കെ മിണ്ടാതിരുന്നിട്ട് രാത്രി അയാളോട് സംസാരിക്കാനായിട്ട് മാത്രം ആരെങ്കിലും വരുന്നുമുണ്ടാവാം.

ഇലക്ട്രിസിറ്റിബോർഡ് ധിക്കാരത്തോടെ ആകാശത്തിട്ട അഞ്ച് വരകൾ നോക്കിയായിരുന്നു ഞങ്ങൾ വഴി തിരിച്ചറിഞ്ഞുകൊണ്ടിരുന്നത്. നഗരവുമായി ബന്ധപ്പെടാൻ ശ്രമിച്ചപ്പോൾ പരിധിക്കു പുറത്താണെന്ന സൂചന ഫോണിൽ കിട്ടി. ഞങ്ങൾ പരിഭ്രമിച്ചുതുടങ്ങിയിരുന്നു. ഒരു യന്ത്രം ഒരു അധികമായിരിക്കുന്നു.

"ആ ചെല്ല ഒരു ഡെവിളാണെന്നാണ് തോന്നുന്നത്" ആരോ പതുക്കെ പറഞ്ഞു.

"ആശാനേ... ആശാനേ......"

ഇടവഴിയുടെ അറ്റത്ത് ആരെയോ കാത്തെന്നപോലെ ഭാര്യ മരിച്ചു കഴിഞ്ഞിട്ടും മക്കളില്ലാതിരുന്നിട്ടും ബന്ധുക്കളെത്താതിരുന്നിട്ടും അയൽപക്കക്കാർ പുതിയ ജീവിതക്രമങ്ങളിലേക്ക് പോയിട്ടും നാടു മാറിയിട്ടും മധുരമാവ് നിലംപൊത്തിയിട്ടും ആരെയോ കാത്തെന്നവിധം ഇടവഴിയുടെ അരികിൽ വന്നുനിൽക്കാറുണ്ടായിരുന്ന ഗോപാലനാശാൻ ഈ നിലവിളി കേൾക്കുമെന്നും ഞങ്ങളെ രക്ഷിക്കുമെന്നുമുള്ള പ്രത്യാശ അപ്പോഴും ഞങ്ങൾക്കുണ്ടായിരുന്നു.

"എന്നിട്ട് നീയന്ന് നാട്ടിലേക്ക് പോയില്ലേ? ആശാനുള്ള ബനിയനുമായിട്ട്?"

ഞാൻ ചോദിച്ചു. ജലജ മുടികോതിക്കെട്ടി പല്ലുകൾക്കിടയിൽ ചിത്രപ്പണികളുള്ള ഒരു സ്ലൈഡ് കടിച്ചുപിടിച്ചുകൊണ്ട് നിലക്കണ്ണാടിക്കു മുന്നിലിരിക്കുകയായിരുന്നു.

"അതെങ്ങനെ! അന്നു രാത്രിതന്നെ ഞങ്ങളുടെ കണ്ണുവെട്ടിച്ച് കുളിമുറീൽ കയറി നീന തൂങ്ങിമരിച്ചില്ലേ? പിന്നെ അതിന്റെ അങ്കലാപ്പും കേസും കോടതീം ഒന്നും പറയണ്ട. ആ ജോലീം കളഞ്ഞ് ആ നഗരോം വിട്ടശേഷമാണ് എനിക്ക് സമാധാനമായത്. അതൊക്കെ കഴിഞ്ഞിട്ടിപ്പോ എത്രയോ വർഷമായി. ആ നാട്ടീന്ന് എന്റെ ബന്ധുക്കളൊക്കെ പോവേം ചെയ്തു. എനിക്കിപ്പോ ഒന്നുമറിയില്ല."

ഞാൻ ആലോചിച്ചു. ഒന്നിനും ഒരു ബന്ധവുമില്ലല്ലോ. ജലജ എഴുന്നേറ്റ് ഡ്രസ്സുമാറിത്തുടങ്ങിയിരുന്നു.

"മൂപ്പര് ശരിക്കും ആരാ ജലജേ?"

"ആര്?"

"ആ ഗോപാലനാശാൻ. ഭീഷ്മപിതാമഹൻ!"

ജലജ പൊട്ടിച്ചിരിച്ചുകൊണ്ട് എന്റെ കൈപിടിടിച്ചെഴുന്നേൽപ്പിച്ചു. എന്നിട്ട് പറഞ്ഞു:

"ചുമ്മാകേറി വിശ്വസിക്കുന്നതാണ് ഈ കഥാകൃത്തിന്റെ പ്രധാന കുഴപ്പം. തൽക്കാലം ഈ കേട്ടതൊക്കെ എഴുതിക്കൊടുത്ത് കിട്ടുന്ന കാശ് വാങ്ങിക്കാൻ നോക്ക്."

റിസപ്ഷനിലേക്ക് വിളിച്ചു പറഞ്ഞശേഷം പൂട്ടും താക്കോലുമെടുത്തുകൊണ്ട് ജലജ മുറിയിൽ നിന്നിറങ്ങി. മുറിയിലേക്ക് ഒന്നുതിരിഞ്ഞു നോക്കിയശേഷം പിന്നാലെ ആലോചന വിടാതെ ഞാനും.

ഞാൻ മീര

ഞാൻ മീര. മനുഷ്യവർഗത്തിൽ തന്നെയാണെന്ന് ഏറെക്കാലം വിശ്വസിക്കുകയും കോളേജ് ഓഡിറ്റോറിയത്തിലും സുഹൃദ്സദസുകളിലും അക്കാര്യം ഉറച്ചുപ്രസ്താവിക്കുകയും സമുദായത്തിലെ ഒരംഗമല്ലാതായി മാറാൻ കഴിയുകയില്ലെന്ന് പിന്നീട് തിരിച്ചറിയുകയും ചെയ്ത ഒരു സ്ത്രീ.

എന്തൊക്കെയാണ് ഞാനീ നേരത്ത് ഭ്രാന്ത് പറയുന്നത്? ബന്ദ് തലയ്ക്കുപിടിച്ച ഒരു നഗരത്തിന്റെ മൂലയിൽ ആകാശത്തിന്റെ നരച്ച വെളുപ്പിലേക്ക് ജനൽ തുറന്നിട്ട് നിൽക്കുന്ന ഒരുവൾ മാത്രമല്ലേ ഞാൻ?

ഈ സംസ്ഥാനം മുമ്പു ഭരിച്ചിരുന്ന മന്ത്രിയെയാണ് കഴിഞ്ഞയാഴ്ച കൊടുങ്കാട്ടിലേക്ക് ചിലർ തട്ടിക്കൊണ്ടുപോയിരിക്കുന്നത്. വിടുതൽ ധനമോ രാഷ്ട്രീയലാഭമോ ആകാം അക്രമികളുടെ ലക്ഷ്യം. ഈ പതിമൂന്നാം ദിവസവും പല അഭ്യൂഹങ്ങളും കേൾക്കുന്നുണ്ട്. മിനിയാന്നും ഇവിടെ ബന്ദായിരുന്നു. അന്നും ഞാനിങ്ങനെ നോക്കി നിൽക്കുമ്പോൾ ബസുകളും തീവണ്ടികളും കെട്ടിടങ്ങളും കത്തുന്നത് കാണുകയുണ്ടായി. അമ്മാത്തുചെന്ന ഒരൊഴിവുകാലത്ത് ശവം ദഹിപ്പിക്കുന്ന തിന്റെ മണം ഇതിനുമുമ്പ് ഞാൻ അറിഞ്ഞിട്ടുണ്ടായിരുന്നു. അത് ആരുടേതായിരുന്നുവെന്ന് ഇപ്പോഴോർമയില്ല. ഞാനന്ന് വളരെ ചെറിയ കുട്ടിയായിരുന്നു. അതിനുശേഷം മനുഷ്യശരീരത്തിലെ നെയ്യും അസ്ഥികളും കലഹിക്കുന്ന മണം തുടരെത്തുടരെ അറിയാൻ കഴിഞ്ഞത് ഇവിടെ വന്നശേഷമാണ്. മന്ത്രിയുടെ തിരോധാനത്തിനു ശേഷം സ്ഥിതി ഒന്നുകൂടി മോശമായിരുന്നു.

ഈ നഗരത്തിലെ ഭാഷയും ഭക്ഷണരീതികളും ഞാൻ പഠിച്ചുകഴിഞ്ഞു. എല്ലാ വാക്കുകളും മനസിലാവുകയില്ലെങ്കിലും വിശദമായി പത്രം വായിക്കാം. എളുപ്പം ഭാഷ പഠിക്കുവാനായി അനിയേട്ടൻ പരിശീലിപ്പിച്ച തന്ത്രം.

ജീവിതത്തിലെ ഓരോ ദിവസത്തിന്റെയും പൂർണമായ അർഥം നമുക്കാർക്കും മനസിലാവുകയില്ലല്ലോ. കഴിഞ്ഞ കാലങ്ങളിലെ കുറെയേറെ വർഷങ്ങളുടെ സാംഗത്യം എനിക്കുമറിയില്ല. ഇപ്പോൾ ഞാൻ കൺമുന്നിലെ കാഴ്ചകളെ മാത്രം ഇഷ്ടപ്പെടുന്നു. ബന്ദിനെപ്പോലെ സർവം നിശ്ശബ്ദമാക്കപ്പെട്ട ജീവിതത്തിൽ ഇനി മറ്റെന്തു ചെയ്യാൻ! മിനിയാന്നുണ്ടായ കൂട്ട മരണങ്ങൾ നഗരത്തെ നടുക്കിയിരിക്കുന്നു. നടുക്കമുണ്ടാക്കുക. എന്താണതിന്റെ ധ്വനി? 'വാക്യത്തിൽ പ്രയോഗിക്കുക' എന്ന ചോദ്യത്തിന് സാമർഥ്യത്തോടെ ഉത്തരമെഴുതാൻ പണ്ട് രാജാസ് സ്കൂളിൽ പഠിക്കുമ്പോൾ ഞാൻ മിടുക്കിയായിരുന്നു. ഇല്ല. എന്റെ പഴയദിവസങ്ങൾ ഇപ്പോഴെനിക്ക് നടുക്കമുണ്ടാക്കുന്നില്ല. രാജാസ് സ്കൂളിൽ ഞാൻ പഠിച്ചിട്ടില്ല. കാലങ്ങളോളമായി ഞാനിവിടെ ഇവിടത്തെ ഭാഷ പറഞ്ഞ് ജീവിച്ചുവരികയാണ്.

എന്നെ എത്രയോ സ്നേഹിക്കുന്ന ആളാണ് എന്റെ ഭർത്താവ്. സ്വസമുദായത്തിന്റെ ആ രക്തഗന്ധം ശ്വസിക്കാതെ എനിക്കിപ്പോൾ ഉറക്കം വരാറില്ലല്ലോ. നന്നേ ബാല്യം മുതൽ തനിയെ കിടന്നുശീലിച്ച എനിക്ക് അടുത്തൊരാൾ കിടപ്പുണ്ടെങ്കിൽ ഉറങ്ങാൻ കഴിയുമായിരുന്നില്ല. എന്നാലിപ്പോൾ അനിയേട്ടൻ ദേഹബോധ്യമുണ്ടെങ്കിലേ ഉറങ്ങാൻ പറ്റൂ. ഇതാണ് ജീവിതം. അന്തസ്സ് എന്ന വാക്കിന്റെ തൂക്കം ഇവിടെ നിൽക്കുമ്പോൾ ഞാനനുഭവിക്കുന്നു.

താഴെ നഗരത്തിന്റെ പുരാതന പാതകൾ വിയർത്ത് കുമിളയ്ക്കുന്നുണ്ട്. മനുഷ്യരെ പുറത്തുകാണാത്തത് ഇന്നാണ്. അല്ലെങ്കിൽ നട്ടെല്ലിന്റെ മുഴപ്പ് ഒരു വരപോലെയോ മർദനത്തിന്റെ തടിച്ച പാടുപോലെയോ മുതുകിൽ പേറിയ മനുഷ്യരെ മുക്കാലും നഗ്നരായി ഞാൻ കാണാറുണ്ട്. ഞങ്ങളിവിടെ കഴിവതും റോഡിലൂടെ പൊടിയും പുകയും ശ്വസിച്ച് നടക്കാറില്ല. എന്റെ അച്ഛൻ, അനിയേട്ടന് ലാൻസർ വാങ്ങിക്കൊടുത്തിട്ടുണ്ട്. അനിയേട്ടന് നേരത്തെതന്നെ സാൻട്രോ ഉണ്ടായിരുന്നു. അനിയേട്ടന് ഇഷ്ടമില്ല മനുഷ്യരുടെ വിയർപ്പുമണം ശ്വസിച്ച് തിരക്കിലൂടെ നൂർന്ന് നടന്നുപോകാൻ. ഒട്ടും വിയർക്കാത്ത അനിയേട്ടന്റെ ശരീരമാണ് എനിക്കുമിഷ്ടം.

എന്റെ അച്ഛനാവട്ടെ നന്നായി അധ്വാനിക്കുന്ന ആളാണ്. രുദ്രാക്ഷമായലും പൂണുലും മാത്രമേ ആവശ്യമുള്ള സ്വത്തായി അച്ഛൻ ദേഹത്തിലിട്ടിട്ടുള്ളൂ.

ഒരിക്കൽ, നന്നേ ചെറുപ്പത്തിൽത്തന്നെ അച്ഛന്റെ സ്വന്തം തറവാട്ടുവക സാമ്രാജ്യത്തിലൂടെ ഞാൻ നടന്നുനോക്കി. നട്ടുച്ചനേരത്ത്. കണ്ണെത്താത്ത ദൂരത്തോളം വയലുകൾ. തഴച്ച നെൽച്ചെടികളുടെ ചുവടുപറ്റി ചെറുതവളകൾ, ഞവിണികൾ, മത്സ്യങ്ങൾ, കൊറ്റികൾ പിന്നെ മുടിയിൽ പുരട്ടാൻ കാച്ചിയെടുക്കുന്ന കയ്യുണ്യമെന്ന മരുന്ന്, കീഴാർനെല്ലി.... വരമ്പുകളുടെ നീളത്തിലൂടെ നടന്നുനടന്ന് എങ്ങുമെത്താതെ വലഞ്ഞപ്പോൾ ഞാൻ നാണംകെട്ട് ആശ്രയത്തിനായി വിളിച്ചുകൂകി. അച്ഛന്റെ വാല്യ

ക്കാർ വന്ന് എന്നെ കുടചൂടിച്ച് തെങ്ങിൻപട്ടയും മരവും ചേർത്തുകെട്ടിയ മഞ്ചലിൽ എടുത്ത് പരിഹസിക്കാതെ ഇല്ലത്താക്കി. ഞാനെത്ര ചെറുതാണെന്ന്, ചെറുതാക്കപ്പെട്ടുവെന്ന് എനിക്കാദ്യമായി ബോധ്യപ്പെട്ട സന്ദർഭം. സ്വയം പാട്ടുപാടി അഭിനയിച്ച് മരങ്ങൾക്കിടയിൽ ശലഭമായി പറക്കാൻ ആഗ്രഹിച്ച പെൺകുട്ടിയായിരുന്നു അക്കാലത്തെ ഞാൻ!

കുഞ്ഞൻ ഒരു നാണക്കേടാണ് എന്ന് എന്റെ അച്ഛനും അനിയേട്ടന്റെ ബന്ധുക്കളും പറഞ്ഞത് ശരിയാണെന്ന് ആദ്യം അംഗീകരിക്കാൻ കഴിഞ്ഞില്ല. എന്നാൽ ഇന്നു തോന്നുന്നു., അച്ഛൻമാർ പറയുന്നതൊക്കെ ശരികളാണ്. മുക്കാലല്ല മുഴുവനും.

ഞാനെന്താണ് ഇപ്പോൾ ഓർത്തത്? കുഞ്ഞൻ ആരാണ്? ഇപ്പോഴിതാണ് പ്രധാന കുഴപ്പം. ഇന്റർനെറ്റ് കണക്ഷനുണ്ട്, സി ഡി പ്ലെയറും ഒട്ടും മോശമല്ലാത്ത ഒരു സംഗീതശേഖരവുമുണ്ട്. എന്റെയിഷ്ടം പോലെ ഇവിടെ സമയത്തെ ഭാഗിച്ച് രസിക്കാം. എന്നിട്ടും ഞാൻ ചിലപ്പോൾ അനുസരണയില്ലാത്ത പഴയ പെണ്ണായിപോകുന്നു. അതൊരു തകരാറാണ്. ഞാൻ മാറണം. നവോത്ഥാനപ്രസ്ഥാനത്തിന്റെ കാലമെല്ലാം കഴിഞ്ഞിരിക്കുന്നുവെന്ന് ഞാൻ മറക്കുന്നതെന്താണ്?

നഗരച്ചൂടിലെ ബന്ദിന്റെ കലഹങ്ങൾക്കിടയിൽ തണുപ്പുതരിക ബിയർ മാത്രമാണ്. ഓരോ കവിൾ നിറച്ചെടുത്ത് ഒരു നിമിഷം ചവർപ്പും തണുപ്പും ആസ്വദിച്ച് കുടിച്ചിറക്കി ശബ്ദം കുറച്ച് ടി വി വെച്ചു. തട്ടിക്കൊണ്ടുപോയ മന്ത്രിയുടെ ഭാര്യ കരഞ്ഞുകൊണ്ട് ഭർത്താവിനെ മോചിപ്പിക്കാൻ സർക്കാരിനോട് ആവശ്യപ്പെടുന്നു.

ബലമായി കൊണ്ടുപോവുക. സ്വമേധയാ പോവുക. എന്തെല്ലാം രീതികളാണ് ഓരോ ജീവിതത്തിലുമുള്ളത്. ശൈലികളും ഭാഷാപ്രയോഗങ്ങളുമായി ബന്ധപ്പെടുത്തി ജീവിതത്തെ നിരീക്ഷിക്കാൻ പോയാൽ അതിലേറെ വേദനയനുഭവിക്കാൻ മറ്റുമാർഗങ്ങൾ തേടേണ്ടതില്ല. ടി വിയിൽ കുറെ മനുഷ്യരുടെ മുഖങ്ങൾ തെളിഞ്ഞു. മന്ത്രിയെ തട്ടിയെടുത്തവരായി സർക്കാർ സംശയിക്കുന്നവരുടെ ചിത്രങ്ങൾ. പെട്ടെന്ന്, അതിലൊരാൾ, അത് കുഞ്ഞനല്ലേ എന്നെനിക്ക് തോന്നിപ്പോയി. ഞാനെന്തൊരു വിഡ്ഢിയാണ്. മറ്റൊരു സംസ്ഥാനത്തെ ക്രിമിനലുകളുടെ ചിത്രങ്ങൾക്കിടയിൽ കുഞ്ഞന്റെ പടം വരുന്നതെങ്ങനെയാണ്? കുഞ്ഞനൊരാളെയും തട്ടിയെടുക്കില്ല. അതെനിക്കു നല്ല തീർച്ചയാണ്. പിന്നെയും പിശകിയല്ലോ! ആരാ ഈ കുഞ്ഞൻ? ചില ഒറ്റപ്പെട്ട നേരങ്ങളിൽ ടി വി കണ്ടാലും ചില പാട്ടുകൾ കേട്ടാലും ഇങ്ങനെയാണ്. ചിത്തഭ്രമത്തിന്റെ ഒരിളക്കം. വാഷ്ബേസിനിലേക്ക് ബിയർ ഒഴിച്ചുകളഞ്ഞു.

ജോലിയില്ലാത്ത മറ്റ് അവധി ദിവസങ്ങളിൽ പോലും ഇങ്ങനെ വിരസതയും ഏകാന്തതയും തോന്നാറില്ല. ബന്ദ് ദിവസങ്ങളെമാത്രം മറ്റെന്തോ ബാധകൂടി ആവേശിക്കാറുണ്ട്. ഇപ്പോൾ ഹോസ്പിറ്റലിലാണെങ്കിൽ..... ഞാനോർത്തു. ഫോൺകോളുകൾക്കും സന്ദർശകർക്കുമിടയിൽ സമയം പോകുന്നതറിയില്ല. അനിയേട്ടൻ വാങ്ങിത്തന്ന പി ആർ ഒ യുടെ ജോലി

ഞാനൊരുപാട് ഇഷ്ടപ്പെട്ടിരിക്കുകയാണ്. ജോലിക്കിടയിൽ ഒഴിവുകിട്ടുന്ന ഞൊടിനേരം അനിയേട്ടനെ മൊബൈലിൽ വിളിക്കാം. അല്ലെങ്കിൽ ചിറ്റ ശ്ശിയെ വിളിക്കും. ആദ്യമെല്ലാം അത് മലയാളം കേൾക്കാൻ കൊതിച്ചിട്ടു കൂടിയായിരുന്നു. ആർ ടി നഗറിൽ തന്നെയാണ് അവരും താമസിക്കു ന്നത്.

ബെഡ്റൂമിൽ കിടന്നുറങ്ങുന്ന അനിയേട്ടനെ ഞാൻ ശ്രദ്ധിച്ചു. പക ലിങ്ങനെ ഉറങ്ങരുതെന്നും തടി ഇനീം കൂടുമെന്നും അനിയേട്ടനോട് ഞാൻ പലപ്പോഴും പറയാറുള്ളതാണ്.

ജനലിനടുത്തുതന്നെ ചെന്നുനിന്നു. രണ്ട് പൊലീസ് വാഹനങ്ങളുടെ പിന്നാലെ ഏതോ കാർ വേഗത്തിൽ പോകുന്നതുകണ്ടു. കുറച്ച് കഴിഞ്ഞ് ഒരു ആംബുലൻസും. കഴിഞ്ഞ ദിവസങ്ങളിലെല്ലാം ആവർത്തിച്ച ദൃശ്യ ങ്ങൾ. റോഡിനുമേലെ പൊടിപടലങ്ങളുടെ മേഘം ഒരു പാമ്പിൻപത്തി പോലെ പൊങ്ങി. അത് അമർന്നപ്പോൾ കാക്കി ട്രൗസറിട്ട ഒരു മനുഷ്യനെ താഴെ കണ്ടു. മനുഷ്യൻ എന്നു പറഞ്ഞാൽ മുതിർന്ന ഒരാളെന്ന ഭാവം വരും. പദത്തിന്റെ കനം. ഷർട്ട് അഴിച്ച് കൈയിൽ ചുരുട്ടിപ്പിടിച്ച് തലയു യർത്തിപ്പിടിച്ച് വെയിലിൽ നേരെ നടന്നുപോകുന്ന അയാൾ കുഞ്ഞനെ പ്പോലെ മുപ്പതോളം വയസുവരുന്ന ഒരു യുവാവാണ്. കല്ലേറിലോ ലാത്തി ച്ചാർജിലോ പെട്ട് മരിച്ചുപോവാൻ മാത്രം അലസമായാണ് അവന്റെ നട പ്പ്. “ഹേയ്....”

മെയിൻ റോഡിൽനിന്ന് അയാൾ മാറിപ്പോകാനായി ഞാൻ ജനലിൽ നിന്ന് വിളിച്ചുകൂവി. എന്റെ ഒച്ച താഴേക്ക് ചെന്നില്ല. എന്റെ രൂപത്തെ പരിശോധിക്കാൻ എന്റെ ശബ്ദം എന്നെ പ്രേരിപ്പിച്ചു. ആയിരത്തി എഴു പത്തിയഞ്ചിലേറെ ദിവസങ്ങൾകൊണ്ട് ഒരുപിടി മാറ്റം വന്നിരിക്കുന്നു. നാട്ടിൽ നിന്നിരുന്നപ്പോഴുള്ള വെളുപ്പില്ല. കുറെയധികം തടിച്ചിട്ടുണ്ട്. കവി ളിന്റെ താഴെ താടിയെല്ലുകൾ മറഞ്ഞിട്ടുണ്ട്. മനസിന്റെ സന്തോഷവും ദൃഢതയുമാണ് ശരീരം നന്നാവുന്നതിന് കാരണം.

സ്കൂളിലായിരിക്കുമ്പോൾ പഠിക്കാനായി ചെന്നിരിക്കാറ് ഇല്ലത്തെ കാവിലാണ്. ഉഴിഞ്ഞയും നെൽപ്പനയും തിരുതാളിയും നനച്ച ഇരുട്ടു കൊണ്ട് മറച്ച എന്റെ സ്വകാര്യസങ്കേതം. അവിടെയുണ്ടായിരുന്ന ഇല ഞ്ഞിയെ ഞാൻ തേതി എന്നാണ് വിളിച്ചിരുന്നത്. എന്റെ ഒരേയൊരു കൂട്ടു കാരി. അച്ഛന്റെ താൽപ്പര്യമായിരുന്നു കാവ്. കറുകചൂടുമ്പോൾ ചൊല്ലുന്ന മന്ത്രം ഞാനവിടെയിരുന്ന് പതുക്കെ ഉരുവിടാറുണ്ടായിരുന്നു.

കറുകേ കറുകേ ചെറുകറുകേ....

..... എനിക്കൊരഴകിനു ഞാനിതാ ചൂടുന്നു.

അവിടെയിരിക്കുന്ന വൈകുന്നേരങ്ങളിൽ ജോലി കഴിഞ്ഞെത്തുന്ന അമ്മ അടുത്ത പിഷാരത്തെ മുറ്റത്ത് ഫിയറ്റ് ഒതുക്കിയിട്ട് ‘സായൂജ്യ’ ത്തിലേക്ക് വരുന്നതുകാണാം. പിന്നെയും കുറേനേരം കഴിഞ്ഞേ ഞാൻ ചെല്ലൂ. പുറത്തുപോയി വന്നാൽ കിണറ്റിൽനിന്ന് വെള്ളം കോരിയാണ് അച്ഛന് കാൽ കഴുകാറ്. അമ്മ, പൂമുഖത്തിന്റെ താഴെ പിടിപ്പിച്ച ടാപ്പ്

തുറക്കും. ഞാനാവട്ടെ ഇതുരണ്ടും ചെയ്യുകയുമില്ല. അന്നത്തെ പഴയ വീട്ടിലേക്ക് ഞാനുണ്ടായപ്പോൾ 'സായുജ്യ'മെന്ന് ഇല്ലപ്പേര് മാറ്റിയത് അച്ഛനായിരുന്നു കാറ് കൊണ്ടുവരാൻ സൗകര്യമുണ്ടായിരുന്നില്ല. മതിൽ നിരത്താൻ അച്ഛന് താൽപ്പര്യമുണ്ടായിരുന്നില്ല എന്നതാണ് കാരണം. കാർ വാങ്ങാതിരിക്കാൻ അമ്മയ്ക്കും. രണ്ടുപേരും ഇഷ്ടാനിഷ്ടങ്ങൾ എക്കാലത്തും വിരുദ്ധധ്രുവങ്ങളിൽ തൊടുത്തുനിർത്തി. ബന്ധുതയിൽനിന്ന് അനിയേട്ടനെ കണ്ടെത്തിയതിൽ മാത്രമാണ് രണ്ടാളും യോജിച്ചുനിന്നു ഞാൻ കണ്ടിട്ടുള്ളത്.

സായൂജ്യം നിന്നിരുന്ന പഴയ സ്ഥലം വിറ്റ് പുതിയത് വാങ്ങി വീട് പണിതപ്പോൾ ഞങ്ങൾക്ക് കാവ് നഷ്ടമായി. പക്ഷേ, ഫിയറ്റ് കയറ്റിയിടാൻ അമ്മയ്ക്ക് നല്ല ചന്തമുള്ള കാർപ്പോർച്ച് കിട്ടി. കാവിലെ പ്രതിഷ്ഠകൾ മാറ്റാൻ നടത്തിയ പൂജയിൽ ഞാൻ പങ്കെടുത്തിരുന്നില്ല. ഫൈനൽ ഇയർ പരീക്ഷ നടക്കുകയായിരുന്നു അപ്പോൾ.

ഞങ്ങളുടെ ഇല്ലപ്പറമ്പിൽ വരാനും എന്റെ തേതിയെ കാണാനുമൊക്കെ കുഞ്ഞന് ഇഷ്ടമായിരുന്നു. ഒരിക്കലെങ്കിലും കൊണ്ടുപോകണമെന്ന് എന്നോടവൻ പലകുറി ആവശ്യപ്പെട്ടിട്ടുമുണ്ട്. ഒടുവിൽ, അനിയേട്ടനുമായുള്ള നിശ്ചയത്തിനു മുമ്പ് സുപ്രുവേട്ടനാണെന്ന് തോന്നുന്നു, വീട്ടിൽവന്ന് സ്വകാര്യമായി പറഞ്ഞു.

"കുഞ്ഞൻ ഒരു പലചരക്കുകടയിൽ നിൽക്കാത്രേ. എടുത്ത് കൊടുക്കാനൊക്കെ എന്താ നിശ്ചയം. ഒക്കെ പഠിച്ചേക്കണു അയാൾ!"

ഈ മീര ഇഷ്ടപ്പെടാൻ കണ്ട ഒരാൾ! അക്കാലത്ത് എനിക്ക് മതിഭ്രമം ഇത്തിരി കൂടുതലല്ലായിരുന്നോ എന്ന് സംശയം. ഒരിക്കൽ ഞാൻ പറഞ്ഞു നോക്കിയതാണ്.

കുഞ്ഞാ, പഠിത്തമുപേക്ഷിച്ചു നടക്കല്ലേ. ഒരു പീജിയെങ്കിലുമുണ്ടെങ്കിൽ അത്രയുമായെന്നുപറയാം. പക്ഷേ അതൊന്നും കേൾക്കാൻ നിൽക്കാതെ കുഞ്ഞൻ അവന്റെ അച്ഛന്റെ കൂടെ വേലികെട്ടാൻ നടന്നു.

ഇവിടെ വന്നശേഷം കേരളത്തിലേക്ക് പോകാത്തതിന് പ്രത്യേകിച്ചു കാരണമുണ്ടോ? നാട്ടിൽ ചെന്നാലും അമ്മാത്തേക്ക് പോകരുതെന്നേയുള്ളൂ. കുഞ്ഞനെ ഞാനിനിയെന്നെങ്കിലും കാണുമോ? സുപ്രുവേട്ടൻ അറിയിച്ചത്, അവനിപ്പോൾ കൈവണ്ടി വലിച്ച് വിയർത്തൊലിച്ച് അരിയങ്ങാടിയിലൂടെ പോകുന്നത് കാണാമെന്നാണ്. ആ കുഞ്ഞനെയാണല്ലോ ഒരു നിയന്ത്രണവുമില്ലാതെ ഉമ്മവെക്കാനെല്ലാം ഞാനനുവദിച്ചത്! ചെറിയ കുട്ടികളായിരിക്കുമ്പോൾ നമ്മെ നിയന്ത്രിക്കാൻ ആളില്ലെങ്കിൽ വളരെ അനർഥങ്ങളുണ്ടാകും. തേതിയും കുറ്റക്കാരിയാണ്. ആരുമില്ലെന്നു വിശ്വസിച്ച എനിക്ക് ആത്മവിശ്വാസവും കൂട്ടും തന്നത് അവളാണ്. അമ്മാത്തിനടുത്ത് കൂടുവെച്ചുകിടക്കുന്ന കുഞ്ഞനെപ്പറ്റി ഒരു ആവണിഅവിട്ടത്തിൻനാൾ വേണ്ടാത്തതെല്ലാം ഓർമിപ്പിച്ചതും ചെന്നുകാണണമെന്നു നിർബന്ധിച്ചതും അവൾ തന്നെ. തേതിപ്പൂക്കളുടെ മണമെന്നെ വല്ലാതെ മദിപ്പിച്ചിരുന്നു. അക്കാലത്ത്, ഞാൻ പറയുന്നത് കേൾക്കാനും മനസിലാ

ക്കാനും അനുസരണകാട്ടാതെ തൊട്ടുതീണ്ടി മുന്നിൽ നടക്കുന്ന കുഞ്ഞൻ മാത്രമേയുണ്ടായിരുന്നുള്ളൂ. അന്നത്തെ എന്റെ ജീവിതം സത്യമാണ്. വായിച്ചറിഞ്ഞതെല്ലാം പ്രാവർത്തികമാക്കാനുള്ള സ്നേഹം.

തേതിയെ ചാരിയിരുന്നാണ് ഞാൻ *അഗ്നിസാക്ഷിയും സുവർണലതയും കണ്ണീരും കിനാവു*മൊക്കെ വായിച്ചത്. അനിയേട്ടന്റെ സുഹൃത്തും എന്റെ ഇച്ചമ്മയുടെ മകനുമായ അപ്പോട്ടന് പബ്ലിക് ലൈബ്രറിയിൽ മെമ്പർഷിപ്പുണ്ടായിരുന്നു. അന്നൊക്കെ എന്റെയുള്ളിൽ കുഞ്ഞൻ കറുത്തു ജ്വലിച്ചുനിന്നിട്ടുണ്ടാവണം. അപ്പോട്ടനുമായുള്ള ചർച്ചകളിൽ വിപ്ലവം ബാധിച്ച് ഞാനേറെ വാശിപിടിച്ചിരുന്നു. ഇന്ന് വിഡ്ഢിത്തമായി തോന്നുന്നു അന്നത്തെ എന്റെ സംഭാഷണങ്ങൾ. നല്ല പുസ്തകങ്ങൾ ചതിയന്മാരുമാണ്. കുട്ടികളെ അത് ഒന്നുകൂടി നിഷ്കളങ്കരാക്കിമാറ്റും. അരിയങ്ങാടിയിൽ ചോദിക്കാനും പറയാനും ആരുമില്ലാത്തവളായി മുറത്തിലോ മറ്റോ കല്ലരി ചേറ്റിക്കൊഴിച്ചിരിക്കേണ്ടിവന്നാൽ തീരുമായിരുന്നില്ല സായൂജ്യത്തിന്റെ കഥ?

ഞാൻ പ്രായോഗികമതിയായ സ്ത്രീ തന്നെയാണ്. ബന്ദിയാക്കപ്പെട്ട ദിവസത്തിന്റെ ഇരയല്ല. ആര്യ പള്ളമോ, പാർവതി നെന്മേനിമംഗലമോ അല്ല; ഞാൻ മീരയാണ്. അച്ഛൻ പറഞ്ഞതും ശരിയാണ്. തന്നെത്തന്നെ പുലർത്താൻ കഴിയാത്തവന് മറ്റൊരാളുടെ ഭാരംകൂടി താങ്ങാൻ കഴിയില്ല. ചാണൂല്യവും കൃഷ്ണാജിനവുമായി സഹവസിച്ചു വളർന്ന അനിയേട്ടന് തന്നെയാണ് മൂല്യം. ഞാനൊഴുക്കിയ 'പോണ്ടി' അന്നേതു ദിക്കിലേക്കാണ് നീങ്ങിയത്? വേളിവരുന്നത് അവിടെ നിന്നാവുമെന്ന് ഒരു വിശ്വാസവുമുണ്ടല്ലോ?

അനിയേട്ടൻ ഉറങ്ങുന്നതുനോക്കി ഞാൻ നിന്നു. അപ്പോൾ എനിക്കൊരുപാട് സന്തോഷം തോന്നി. ചില രാത്രികളിൽ വല്ലാതെ ഉറക്കമിളച്ചിരുന്ന് അനിയേട്ടൻ കംപ്യൂട്ടറിൽ ജോലി ചെയ്യാറുണ്ട്. നേരത്തെ കിടന്നുകൊള്ളാൻ എന്നോട് വാത്സല്യത്തോടെ പറഞ്ഞിട്ടുണ്ടെങ്കിലും ഞാൻ ചെന്ന് അടുത്തുനിൽക്കും. അങ്ങനെ അന്തമില്ലാതെ നോക്കിക്കൊതിച്ച് അനിയേട്ടന്റെ ദേഹത്തിന് കണ്ണുതട്ടാതിരിക്കാനായി ഞാൻ പിന്തിരിഞ്ഞു.

ബന്ദ്, ഇന്നെന്നെ വല്ലാതെ കഷ്ടപ്പെടുത്തുന്നുണ്ട്. ആഢ്യബ്രാഹ്മണ കുടുംബാംഗമായ ഞാൻ കുഞ്ഞന്റെ കൂടെ പോകണമെന്നു പറഞ്ഞ് കൈഞരമ്പ് മുറിച്ച് കിടന്നതൊന്നും ഇവിടെ ഓർക്കാൻ പാടില്ല. ഞാൻ പലപ്പോഴും ആ പഴയ മോശം സ്കൂൾ പെണ്ണാണ്. തീരെ അച്ചടക്കമില്ലാത്ത കുട്ടി. ഞാൻ എന്താവേണ്ടത് എന്ന്? വേദനിക്കുവാൻ ഒന്നുമില്ല. ഞാൻ മീരയാണ്. ഇത് അനിയേട്ടന്റെ നഗരമാണ്. എന്റെ മുഖത്തേക്ക് വീശിയടിക്കുന്ന ചുടുകാറ്റ് അതെല്ലാം ഉറപ്പുതരുന്നുണ്ട്.

ഇല്ല, ചതിചെയ്തിട്ടില്ല. എന്തിനും സൗകര്യപ്പെട്ട ഒരവസരം കുഞ്ഞനൊരുക്കി കൊടുത്തതാണ്. അവനത് വിനിയോഗിക്കാൻ ആവതില്ലാതെ പോയി. പരാജയപ്പെട്ട വസന്തസഖനെപ്പറ്റി ഇനി എന്തിനോർക്കണം? ഞാൻ മുറിവിട്ടുപോന്നു.

വാതിലുകൾ കടന്നാൽ വീണ്ടും ചുമരുകൾ. പിന്നെയുള്ളത് സിറ്റിങ് ഹാളിൽ വെച്ചിരിക്കുന്ന അനിയേട്ടൻ എനിക്കു സമ്മാനിച്ച ബോൺസായി മരമാണ്. എന്റെ കന്യാവിഭ്രാന്തികളിലെ തേതിയെപ്പറ്റി കേട്ടിട്ട് കഴിഞ്ഞ വിവാഹവാർഷികത്തിന് സമ്മാനിച്ചത്. എന്നെപ്പോലെ ഈ മരത്തിനും ഓർമയുണ്ടാവില്ല അതിന്റെ വളർച്ചയ്ക്കിടയിലെ കുറെയേറെ വർഷങ്ങൾ. കമ്പിയിട്ടുവരിഞ്ഞും അമർത്തിവെച്ചും മുറിച്ചും ഉത്സാഹിയായ ഏതോ മനുഷ്യൻ അതിനെ വളർത്തിക്കൊണ്ടുവന്നു; ഇങ്ങനെ ചെറുതായിരിക്കുവാൻ വേണ്ടി! ഓർമയടച്ച വർഷങ്ങൾ ഈ മീരയ്ക്കുമുണ്ട്. വില പിടിച്ച, ആദരിക്കേണ്ട, ഉത്തരവാദിത്വങ്ങളുള്ള ഒരു സ്ത്രീയായിത്തീരാൻ വേണ്ടിയുള്ള പരിശീലനങ്ങൾ.

താഴെനിന്ന് കന്നടയിൽ അനൗൺസ്മെന്റുകൾ മുഴങ്ങി. അതിൽ നിന്ന് ബന്ദിയാക്കപ്പെട്ട വ്യക്തിയുടെ ദിവസങ്ങൾ ഇനിയും തുടരുമെന്ന് നിസ്സഹായതയോടെ ഞാൻ മനസിലാക്കി.

ഡിസംബർ 6

നനഞ്ഞ ചിറകുകളുള്ള പക്ഷിയെപ്പോലെ അയാൾ ഇറങ്ങി നടന്നു. ചുമലിൽ കിടക്കുന്ന ഭാരം വിശപ്പിന്റെ സമരംമൂലം ചുമക്കാനാവുമായിരുന്നില്ല. വൈകീട്ട് ലഭിച്ച 'സദ്യ' ഒരു പുസ്തകപ്രകാശനമാണ്. അവിടെവച്ചുകിട്ടിയ രണ്ടുചായ അന്നത്തെ കനമുള്ള ആഹാരമായി അയാൾ സ്വയം ഗണിച്ചു. അതായിരുന്നു അന്നത്തെ അന്നം.

താമസിച്ചിരുന്ന മുറിയിലെ സുഹൃത്തുക്കൾ വെച്ച ചോറായിരുന്നു തലേന്നുവരെ കഴിച്ചിരുന്നത്. പക്ഷേ, അന്ന് പുലർച്ചെ ഗോവയിൽനിന്ന് അവതരിച്ച കെ യുടെ പുച്ഛത്തിനും അവഗണനയ്ക്കും മുന്നിൽ, അയാൾ ഭക്ഷണം പുറത്തുനിന്നു കഴിച്ചോളാമെന്നു പറഞ്ഞ് ബീച്ചിൽ ചെന്നിരിക്കുകയായിരുന്നു.

എന്താണിത്? മുതുകിൽ തൂങ്ങുന്ന സഞ്ചിയിലെ സ്വപ്നങ്ങളോട് അയാൾ ചോദിച്ചു.

ജീവിതത്തിന്റെ കടലിൽ തോണിയാത്രയ്ക്കു വിധിക്കപ്പെട്ട യാത്രക്കാരാ, ചുറ്റിലും കൂറ്റൻ യന്ത്രക്കപ്പലുകളും അന്തർവാഹിനികളുമാണ്. സഞ്ചിയിലെ സ്വപ്നങ്ങൾ മന്ത്രിച്ചു. തുഴഞ്ഞുപോകുന്ന ഈ സീനിൽ നീ അഭിനയിക്കുന്നത് മറ്റാരുടെയോ വേഷമാണ്, മറ്റെല്ലാവരെയും പോലെ.

രാത്രി ഭീകരമായിരുന്നു. കാലുകൾ വേച്ചുപോകുന്നതും തല നേരെ നിൽക്കാത്തതും മദ്യപിച്ചിട്ടല്ല. ചുമലിലെ ബാഗിൽ സ്ഫോടകവസ്തുക്കളോ മാരകമായ ആയുധങ്ങളോ അല്ല, വെറും ജീവിത സ്വപ്നങ്ങൾ മാത്രമാണ്.

അതൊന്നും കൃത്യമായ മറുപടിയല്ല. അയാളോട് അയാൾ പറഞ്ഞു: ഇന്നത്തെ രാത്രി ഓർമയില്ലേ, ഡിസംബർ അഞ്ച് തീരാൻ പോവുകയും ആറ് തുടങ്ങാൻ പോകുകയുമാണ്.

എം ജി റോഡ് വിശാലമായി കിടക്കുന്നു. ഇത്ര വിജനത ഇതിനു മുമ്പൊരിക്കലും കണ്ടിട്ടില്ല.

ഒരാഴ്ച അഭയം തന്ന സുഹൃത്തുക്കൾക്ക് ഈ രാത്രികൂടി അവിടത്തെ താമസം അനുവദിക്കാമായിരുന്നു. അയാൾക്ക് ചിരിവന്നു. തന്നെപ്പറ്റിയോർത്ത് കെ വന്നതാണ് കുഴപ്പമായത്. അല്ല. അയാൾ തിരുത്തി.

ഞാൻ ഞാനൊക്കെ ജീവിച്ചിരിക്കുന്നതാണ് കുഴപ്പമായത്. ഞാൻ മാത്രമല്ല, ഞങ്ങൾ! കുറെ ആൾക്കൂട്ടങ്ങൾ!

സ്വയം അയാളൊരു സംശയം ഉന്നയിച്ചു.

പക്ഷേ, കെ യുടെ മുന്നിൽ എന്റെ സ്നേഹിതർ എന്നെ തള്ളിക്കളയുന്നതെന്തിന്? അവർക്കെല്ലാമിടയിൽ കെ അത്ര വലിയൊരാളാണോ? ഞാൻ – ഞാനൊക്കെ അത്രയേറെ ചെറുതായി പോകുകയാണോ? കടുകുമണിയോളം.

സൗഹൃദത്തിന്റെ മൂല്യം ഹൃദയത്തിന്റെ ആഴമല്ല. തീർച്ചയായും അല്ല, ഇക്കാലത്ത്.

അയാൾക്ക് ഭയം തോന്നി. രാത്രി ഒന്നര കഴിഞ്ഞിരിക്കുന്നു. സൗത്ത് റെയിൽവേസ്റ്റേഷൻവരെ അയാൾ, ഇല്ലാത്ത കയ്യാമമുള്ള ഒരാളെപ്പോലെ ഏന്തിവലിഞ്ഞ് നടന്നെത്തുകയായിരുന്നു.

എവിടേക്കുപോകും? ഏതെങ്കിലും വണ്ടിയിൽ, ഏതെങ്കിലും നാട്ടിലേക്ക്. എന്തിന്? സ്വപ്നങ്ങൾ സഞ്ചിയിൽ കിടന്ന് കിലുങ്ങിക്കൊണ്ട് തിരിച്ചുചോദിച്ചു. അയാൾ അവയോട് പറഞ്ഞു.

നിങ്ങളെ നദിയിലൊഴുക്കാൻ.

കണ്ടെയ്നർപോലുള്ള പൊലീസ് വാഹനം വളവുതിരിഞ്ഞ് കടന്നുപോയി. നെറുകയിൽ ചുവന്ന ലൈറ്റുള്ള മറ്റൊന്നുകൂടി. അയാൾക്കു വാസ്തവമായും ഭയം തോന്നി.

ഈ രാത്രികൂടി സുരക്ഷിതമായി ഒരിടത്ത് താമസിക്കാൻ കഴിഞ്ഞിരുന്നെങ്കിൽ. നാളെ ഡിസംബർ ആറാണ്. ഓണമോ ക്രിസ്മസോപോലെ ഇപ്പോൾ ഓർത്തിരിക്കേണ്ട ഒരു ദിനം. ഗതികേടിന്റേയോ കീഴടങ്ങലിന്റേയോ!

കാലുകൾ കഴിയുന്നത്ര നീട്ടിവെച്ച്, നീട്ടിവെച്ച് അയാൾ നടന്നു. തന്നോടുതന്നെ അയാൾക്ക് കഠിനമായ ദുഃഖം തോന്നി. റെയിൽവെസ്റ്റേഷനു പുറത്ത് ഒരാളും ഉണ്ടായിരുന്നില്ല. സദാ തുറന്നിരിക്കാറുള്ള കടകളിൽ പൊലീസുകാർ മാത്രം. ഇരുട്ടിൽനിന്ന് പച്ചനിറമുള്ള മറ്റൊരു ട്രക്ക് കടന്നുവന്നു. പിന്നാലെ ഒരു ജീപ്പും.

നിരത്തിലെല്ലാം വല്ലാത്ത നിശ്ശബ്ദത.

തന്റെ ജീവിതത്തിലെ നിശ്ശബ്ദതയ്ക്ക് ആരാണുത്തരവാദി? എന്തുകൊണ്ടാണ് ഇക്കാലത്ത് നാട്ടിൽ ജീവിക്കാൻ ഒരു ചെറുപ്പക്കാരനും കഴിയാത്തത്? എന്തുകൊണ്ടാണ് സ്വപ്നങ്ങളെ വിൽക്കേണ്ടിയോ പണയപ്പെടുത്തേണ്ടിയോ ഉപേക്ഷിക്കേണ്ടിയോ വരുന്നത്? അയാൾക്ക് തൊണ്ടയിൽ ജലം നഷ്ടപ്പെട്ടു.

റെയിൽവെ സ്റ്റേഷനു പുറത്ത് ടാക്സി വാഹനങ്ങൾ നന്നേ കുറവായിരുന്നു. ആരും വന്ന് ഒന്നും ചോദിക്കരുതേ. അയാൾ തിടുക്കത്തിൽ

റെയിൽവെ സ്റ്റേഷനിലേക്ക് നടന്നു. പിടലിയിൽ വീണേക്കാവുന്ന ഒരു പിടിത്തം അയാൾ പ്രതീക്ഷിക്കുന്നുണ്ടായിരുന്നു. പക്ഷേ അങ്ങനെയൊന്നുമുണ്ടായിരുന്നില്ല.

പ്ലാറ്റ്ഫോമിൽ പൊലീസുകാരല്ലാതെ മറ്റാരുമുണ്ടായിരുന്നില്ല. അയാൾ ചെന്ന് ഒരു ബെഞ്ചിലിരുന്നു. അപ്പോൾ, അവിടെ, ആകാശത്തിനു താഴെയും താൻ മാത്രമേയുള്ളൂ എന്ന് അയാൾ തിരിച്ചറിഞ്ഞു.

അയാൾ ഭീതിയോടെ എഴുന്നേറ്റു. തന്റെ മുന്നിലേക്ക് ഒരു നിഴൽ നീങ്ങിവരുന്നത് അയാൾ കണ്ടു. അത് കെ യുടേതായിരുന്നു.

വിഷം ഉള്ളിൽച്ചെന്ന് യുവതി മരിച്ച നിലയിൽ

വെള്ളത്തൂവൽ: പുല്ലുപറമ്പിൽ അവറാച്ചന്റെയും കുഞ്ഞുമേരിയുടെയും ഏക മകൾ സീലിയ (24) വിഷം ഉള്ളിൽച്ചെന്ന് മരിച്ചനിലയിൽ വീടിന്റെ തെക്കുഭാഗത്ത് കാണപ്പെട്ടു.

രാവിലെ സ്റ്റുഡിയോയിൽവെച്ച് പത്രത്തിന്റെ പത്താമത്തെ പേജിൽ ഇടതുമൂലയിലായി വന്ന ഈ വാർത്ത വായിക്കുംമുമ്പുതന്നെ ഞാൻ വിവരമറിഞ്ഞിരുന്നു. കാലത്ത് സ്റ്റുഡിയോ തുറക്കാനായി വരുമ്പോൾ, പാൽ സൊസൈറ്റിയിൽ പോയി മടങ്ങുന്ന ഒരാളായിരുന്നു എന്നോട് അക്കാര്യം പറഞ്ഞത്. തലേന്ന് സന്ധ്യകഴിഞ്ഞാണ് ജഡം കണ്ടെത്തിയതെന്നും പൊലീസ് ഇന്നു രാവിലെയേ എത്തൂ എന്നും അയാൾ വ്യസനപൂർവം അറിയിച്ചിരുന്നു.

സ്റ്റുഡിയോ തുറക്കുംമുമ്പുതന്നെ വരാന്തയിൽ കിടന്ന പത്രമെടുത്ത് ഞാൻ അന്വേഷണം തുടങ്ങി. ഒടുവിൽ വാർത്ത കണ്ടെത്തുകയും വായിക്കുകയും ചെയ്തു. വാർത്തയോടൊപ്പം കൊടുത്തിരുന്ന സീലിയയുടെ പാസ്പോർട്ട് സൈസ് ഫോട്ടോ മുമ്പൊരിക്കൽ ഈ സ്റ്റുഡിയോയിൽവെച്ച് ഞാനെടുത്തതായിരുന്നു.

പുല്ലുപറമ്പിൽ അവറാച്ചന്റെയും കുഞ്ഞുമേരിയുടെയും

പവർഹൗസിന്റെ പണി നടക്കുന്ന കാലത്ത് വെള്ളത്തൂവലിൽ വന്നെത്തുകയും കാലക്രമേണ ബോർഡിൽ ജോലിക്കു പ്രവേശിക്കുകയും ചെയ്ത്, ഇടുക്കിയിലും മൂലമറ്റത്തുമായി ജോലി ചെയ്തശേഷം ഏതാണ്ട് ഇരുപതു വർഷങ്ങൾക്കപ്പുറം വീണ്ടും ഇവിടെയെത്തി താമസമാക്കിയ ആളാണ് അവറാച്ചൻ. വരുന്ന വർഷം പെൻഷൻ പറ്റാനിരിക്കുന്നു. ഇപ്പോൾ കൂടെയുള്ള കുഞ്ഞുമേരി അദ്ദേഹത്തിന്റെ രണ്ടാമത്തെ ഭാര്യ

യാണ്. കുഞ്ഞുമേരിയിൽ അവറാച്ചനു മക്കളുണ്ടായിട്ടുമില്ല എന്നുമെനിക്കറിയാം.

പത്രവാർത്തയിൽ ഒരു പിശക് ഈ വിധം സംഭവിച്ചിരുന്നു. രാവിലെ പതിനൊന്നുമണി കഴിഞ്ഞാൽ അവറാച്ചൻ എന്നും മദ്യത്തിനു മുകളിലെ മേഘമായിരിക്കും. സെക്ഷൻ ഓഫീസിൽ പോയി ഒപ്പിട്ടിട്ട് അന്നത്തെ പത്രവും ചുരുട്ടിപ്പിടിച്ച് അവറാച്ചൻ ടൗണിലേക്കിറങ്ങും. മിക്കപ്പോഴും സ്റ്റുഡിയോയിൽ കയറിവരും. സീലിയ പതിവായി അയക്കാറുള്ള പല തരം ആപ്ലിക്കേഷനുകളിൽ ഒട്ടിക്കാനുള്ള ഫോട്ടോയ്ക്കു വേണ്ടിയായിരിക്കും അത്.

വെള്ളത്തിനു മുകളിലും അല്ലാത്തപ്പോഴും അവറാച്ചൻ പറയാറുള്ള ഒരു മോഹമാണ്, സീലിയയ്ക്കും കുഞ്ഞുമേരിക്കുമൊപ്പം നിന്ന് ബ്ലാക്ക് ആന്റ് വൈറ്റ് ഫോട്ടൊയെടുത്തു ഫ്രെയിം ചെയ്യണമെന്നത്. അന്നേരമൊക്കെ കൗണ്ടറിൽ വച്ചിരിക്കുന്ന ലാമിനേറ്റ് ചെയ്ത ഏതെങ്കിലുമൊരു കളർചിത്രമെടുത്തു കാണിച്ച് കാലത്തിന്റെ മാറ്റത്തെപ്പറ്റി ഞാൻ അവറാച്ചനോടു പറയും. ഞാൻ പറയുന്നതൊക്കെ അവറാച്ചൻ സമ്മതിക്കും. അങ്ങനെ ആയ്ക്കോട്ടെ എന്നൊക്കെ തലകുലുക്കും. എന്നാലും ഫ്രെയിം ചെയ്ത് ചുമരിൽ തൂക്കാൻ ഒരു ബ്ലാക്ക് ആൻഡ് വൈറ്റ് ഫോട്ടോയും വേണമെന്നും അതുടനെ എടുക്കണമെന്നും കൂട്ടിച്ചേർക്കുകയും ചെയ്യും.

പക്ഷേ, അതിന്നുവരേയും നടന്നിട്ടില്ല. വേദനയോടെ ഞാനോർത്തു. ബോർഡ് ജീവനക്കാരുടെ കോളനികളിൽ പലതിലും ഫോട്ടോകളെടുക്കാൻ ഞാൻ ചെല്ലാറുണ്ടെങ്കിലും, ആൾവാസമില്ലാത്ത ലൈനിൽ ഒറ്റപ്പെട്ട് താമസിക്കുന്ന അവറാച്ചന്റെ ക്വാർട്ടേഴ്സിൽ മാത്രം ഇന്നുവരെ ഞാൻ പോയിട്ടില്ല! സ്വകാര്യജീവിതത്തിന്റേതായ അത്തരം കാര്യങ്ങൾ സംസാരിക്കാൻ അവറാച്ചൻ ഇഷ്ടപ്പെട്ടിരുന്നില്ല. അല്ലെങ്കിൽ, ഇത്രയും വർഷത്തെ പരിചയത്തിനിടയിൽ കുഞ്ഞുമേരിയെപ്പറ്റി ഒരേയൊരിക്കൽ മാത്രം അതും മദ്യലഹരിയിലല്ലാതെ പറഞ്ഞ് നിർത്തുമായിരുന്നില്ലല്ലോ.

സീലിയക്ക് മൂന്നു വയസുള്ളപ്പോഴാണ് ആദ്യഭാര്യയായ ത്രേസ്യ മരിച്ചതെന്നും അതിനുശേഷം ജോലി ചെയ്തിരുന്ന മൂലമറ്റത്തുവെച്ച് കണ്ട് ഇഷ്ടപ്പെട്ടു വിവാഹം കഴിച്ച കുഞ്ഞുമേരി ഒരു കുഞ്ഞുപെണ്ണായിരുന്നുവെന്നും ഇന്നും അതിസുന്ദരിയാണെന്നുമായിരുന്നു ആ പ്രസ്താവം. കുഞ്ഞുമേരി പ്രസവിച്ചിട്ടില്ല എന്നറിയാവുന്നതിനാൽ അത് ശരിയാവാമെന്ന് എനിക്കും തോന്നിയിരുന്നു.

ഏകമകൾ സീലിയ (24)

ആർക്കും വേണ്ടാത്ത മലയാളത്തിൽ എം എ എടുത്തിട്ട് അടിമാലിയിലൊരു കമ്പ്യൂട്ടർ സ്ഥാപനത്തിൽ തൽക്കാലം ഡി ടി പി പഠിക്കുകയായിരുന്നു സീലിയ. ഭാരതീയ വിദ്യാഭവനിലൊരു ജേണലിസം വിദ്യാർഥിയാവുക എന്നതാണ് തുടർന്നുള്ള ലക്ഷ്യം.

രണ്ടുവർഷങ്ങൾ സീലിയയ്ക്കു നഷ്ടപ്പെട്ടുപോയി. എം എ കഴിഞ്ഞ്

ക്വാർട്ടേഴ്സിൽ വന്ന് വാകപൂക്കുന്നതും, വില്ലേജ് ഓഫീസിനു പിറകിലെ, പണ്ട് എൻ സി സി കേഡറ്റുകൾ തോക്കുപയോഗിക്കാൻ പരിശീലിച്ചിരുന്ന മൈതാനത്തിൽ വളർന്നുമൂടിയ ചേമ്പിൻകാടുകളിൽ വിടരുന്ന മഞ്ഞപ്പൂങ്കുലകളും വെള്ളയും പച്ചയും യൂണിഫോമിട്ട് സ്കൂൾ കുട്ടികൾ കൊങ്ങിണിക്കാടുകൾക്കിടയിലെ സ്റ്റെപ്പുകളിറങ്ങിവരുന്നതും കണ്ട് വെറുതെ കളഞ്ഞ എഴുന്നൂറിലേറെ ദിവസങ്ങൾ.

അക്കാലങ്ങളിൽ സീലിയയ്ക്കു എന്താണ് പറ്റിയത്? രണ്ടു മുറി ക്വാർട്ടേഴ്സും കുളിമുറിയും വാടാമുല്ലയും പിച്ചിയും മുരിങ്ങമരങ്ങൾ എമ്പാടും നിറഞ്ഞ കോളനിപ്പറമ്പും പിന്നെ ഞായറാഴ്ച കുർബാനയും പള്ളിയും. ഇന്ന് രാവിലെ മുതൽ അതിനെപ്പറ്റിയും ടൗണിൽ ഊഹാപോഹങ്ങളുണ്ടായിരിക്കുന്നു!

വിഷം ഉള്ളിൽച്ചെന്ന് മരിച്ച നിലയിൽ

“നന്ദു... നന്ദു...”

മുകളിലത്തെ ലൈനിൽ ഏഴാം നമ്പറിൽ താമസിക്കുന്ന നന്ദു ക്രിക്കറ്റ് ബാറ്റുമെടുത്ത് സ്കൂൾ ഗ്രൗണ്ടിലേക്ക് പോകാനൊരുങ്ങുമ്പോഴാണ് താഴെ നിന്ന് കുഞ്ഞുമേരിയുടെ പരിഭ്രാന്തമായ വിളികേട്ടത്. നന്ദു മടിയോടെ താഴേക്ക് സ്റ്റെപ്പുകളിറങ്ങിച്ചെന്നു.

“എന്താ... മേരിമ്മേ....”

“നന്ദൂ... മോളെ കാണാനില്ല. ഉച്ചയ്ക്ക് ഇപ്പോ വരാമെന്ന് പറഞ്ഞ് പോയതാ.”

“നിനിതേച്ചീടെ കൂടൊണ്ടോ..?”

“അവിടെയില്ല. ഞാൻ വിളിച്ചുനോക്കി.”

“പിന്നെവിടെ പോയി?”

“അറിയില്ല മോനെ...”

“ഞാൻ പോയി നോക്കട്ടെ...”

നന്ദു അങ്ങനെ ആശ്വസിപ്പിച്ചെങ്കിലും അതെല്ലാം മറന്നിട്ട് കൂട്ടുകാരേം കൂട്ടി ആവേശത്തോടെ തൊട്ടപ്പുറത്തുള്ള സ്കൂൾ ഗ്രൗണ്ടിലേക്ക് ബാറ്റും കറക്കി പോവുകയാണുണ്ടായത്. കാടും പടലുമൊടിച്ച് അവരങ്ങനെ ഗ്രൗണ്ടിലേക്ക് ആഘോഷമായി പോകുമ്പോൾ, മുമ്പൊക്കെ സ്കൂളിലെ ഹെഡ്മാസ്റ്റർമാർക്കു മാത്രം താമസിക്കാൻ ബോർഡ് അനുമതി കൊടുത്തിരുന്ന ഒറ്റപ്പെട്ട ക്വാർട്ടേഴ്സിനുമുന്നിൽ മുരിങ്ങമരത്തിൽ ചാരിയിരിക്കുന്ന സീലിയയെ അവർ കണ്ടു. അപ്പോഴാണ് കുഞ്ഞുമേരി നേരത്തെ പറഞ്ഞ കാര്യം നന്ദുവിനോർമ്മ വന്നത്. വേഗത്തിൽ നടന്നു ചെന്ന് അവൻ ബാറ്റുകൊണ്ട് അവളെ പിന്നിൽനിന്നു ദേഷ്യത്തോടെ കുത്തി.

ഏതോ കുപ്പിക്കു മേലേക്കാണ് അവൾ മറിഞ്ഞുവീണതെന്നു കുപ്പി മണലിലുരഞ്ഞുണ്ടായ ഒച്ചയിലൂടെയാണ് കുട്ടികൾ തിരിച്ചറിഞ്ഞത്. കുട്ടികൾ ഭയന്നുപോയതും ആ നേരത്താണ്.

(സംഭവത്തെപ്പറ്റി ഒരു സ്വകാര്യസംഭാഷണം)

പണ്ട് പവർഹൗസിന്റെ പണികൾ പുരോഗമിക്കുന്നതിനനുസരിച്ച് ഉയർന്നുവന്ന ടൗണായിരുന്നു വെള്ളത്തൂവൽ.

പഴയ മാതൃകയിൽ പണിത കെട്ടിടങ്ങൾ. പലതിന്റെയും രണ്ടാം നിലയിലേക്കുള്ള ചുറ്റുഗോവണി നിർമിച്ചിരിക്കുന്നത് ഒരു തൂണിൽനിന്ന് വിരിയുന്ന ഇതളുകളുടെ ആകൃതിയിലായിരുന്നു. ഇതളുകളാക്കിയിരിക്കുന്ന ഇരുമ്പുപലകകൾ വല്ലാതെ തുരുമ്പിച്ചതിനാൽ ആരെങ്കിലും ചവിട്ടി കയറി വരുമ്പോൾ വല്ലാത്ത ഒച്ച ഉയരും. ബൂട്ടിട്ട ആളാവുമ്പോൾ പ്രത്യേകിച്ചും. കോൺസ്റ്റബിൾ മാത്തച്ചൻ സ്റ്റുഡിയോയിലേക്ക് തിടുക്കത്തിൽ കയറിവന്നപ്പോൾ സംഭവിച്ചത് അതാണ്. താഴെ റോഡരികിൽ ചുവന്ന മൂന്നാം കണ്ണുള്ള നീലവാഹനം റെയ്സുചെയ്ത് അക്ഷമ പ്രകടിപ്പിക്കുന്നുണ്ടായിരുന്നു.

“തന്നെ വിളിക്കാൻ വന്നതാ, ആ പെങ്കൊച്ചിന്റെ പടമെടുക്കണം.”

“മാത്തൻ സാറേ, ഞാൻ....”

“അല്ലാതെ പിന്നാരാ....?”

ആറു സ്നാപ്പുകൾ. മദ്യത്തിന്റെ അപാരമായ നാറ്റം പരത്തിക്കൊണ്ട് കണ്ണുചുവപ്പിച്ച് അവറാച്ചൻ ആടിയാടി അടുത്തുനിൽപ്പുണ്ടായിരുന്നു. ഇടക്കിടെ ആരോടോ എന്നവണ്ണം ഉച്ചത്തിൽ മൂളുന്നുമുണ്ടായിരുന്നു. അതുകൊണ്ടുതന്നെ ഫോട്ടോകളെടുക്കാൻ എനിക്കു വല്ലാത്ത ബുദ്ധിമുട്ടും തോന്നിയിരുന്നു. ഇൻസ്പെക്ടർ പുതിയ ആളുമാണ്. എന്നെയോ അവറാച്ചനെയോ പരിചയമില്ല. ബോഡി പോസ്റ്റുമോർട്ടത്തിനായി എടുത്തപ്പോഴേക്കും അവറാച്ചന്റെ സാന്നിധ്യംകൊണ്ടാണോ ആൾക്കൂട്ടത്തിന്റെ കട്ടകെട്ടിയ മൗനംകൊണ്ടാണോ എന്തോ ഞാനാകെ മാനസികമായി തളർന്നിരുന്നു.

തിരിച്ചെത്തി വരാന്തയിൽ തനിയെ നിൽക്കുമ്പോൾ സ്റ്റുഡിയോയ്ക്കു മുന്നിലെ ബസ്സ്റ്റോപ്പ് അതിരില്ലാത്ത ഏകാന്തത അനുഭവിക്കുകയാണെന്നു തോന്നി. അടിമാലിക്കു പോകാനായി സീലിയ വന്നു നിൽക്കാറുള്ള ഇടമാണത്. ഞാൻ അകത്തേക്ക് നടന്നു. അവൾ മരിച്ചപ്പോൾ ഇട്ടിരുന്ന ചുരിദാറിന്റെ സ്കാർലെറ്റ് റെഡ് മനസിലേക്കിരമ്പി വരികയാണ്. നോക്കുന്നിടത്തെല്ലാം ആ നിറം മാത്രമുള്ളതുപോലെ. ടച്ചിങ് സ്റ്റാൻഡിൽ പെൻസിൽ വച്ച് ഞാൻ മുഖം കുമ്പിട്ടിരുന്നു. മരണത്തിന്റെ സാന്നിധ്യം എന്നെ കൂടുതൽ ഏകാന്തനും ഭയം നിറഞ്ഞവനുമാക്കി. ചുവന്ന നിറമിട്ട് ഷെയ്ഡ് കുറക്കേണ്ട നെഗറ്റീവുകൾ ഞാൻ സഹായിയെ ഏൽപ്പിച്ചു.

സന്ധ്യയായപ്പോൾ കോൺസ്റ്റബിൾ മാത്തച്ചൻ കയറിവന്നു. ഞങ്ങൾ രണ്ടാളും ഏതാണ്ട് സമപ്രായമാണ്. ചെന്നിയിലിരുവശത്തും ഒരുതരം ‘അലങ്കാരനര’ ഞങ്ങൾക്കിരുവർക്കുമുണ്ട്. മാത്തച്ചൻ എളിയിൽ കരുതിയിരുന്ന പൈന്റ് ഡാർക്ക്റൂമിൽ കയറി രണ്ടാക്കി കഴിച്ചിട്ട് ഞങ്ങൾ വരാന്തയിൽ വന്നു മൗനമായി നിന്നു. പവർഹൗസിലെ ലൈറ്റുകളെല്ലാം

നിരനിരയായി തെളിഞ്ഞിട്ടുണ്ട്. മുന്നിലെ ഹയറിങ് സർവ്വീസ് സെന്ററിൽനിന്ന് കസേരകളും പടുതകളുമെടുക്കാൻ കോളനിയിലെ കുറെ കുട്ടികൾ തിരക്കുകൂട്ടുന്നുണ്ട്.

ഞാനും മാത്തച്ചനും അവറാച്ചന്റെ കുടുംബത്തെപ്പറ്റി കേട്ടുകേൾവി പറഞ്ഞുതുടങ്ങി.

രണ്ടുകൊല്ലത്തിനുള്ളിൽ തന്റെ മകൾ ഏതെങ്കിലും പത്രത്തിൽ പ്രവേശിക്കുമെന്നും പിന്നെ നമ്മളിവിടെയിരുന്ന് ഞായറാഴ്ച വായിക്കുന്ന സപ്ലിമെന്റുകളിൽ അവൾ തയാറാക്കിയ ഫീച്ചറുകൾ കാണാമെന്നും അവറാച്ചൻ കൂടെക്കൂടെ പറയുമായിരുന്നെന്ന് ഞാൻ മാത്തച്ചനോട് പറഞ്ഞു. പിന്നെ ചോദിച്ചു:

“എന്താ മാത്തൻസാറെ, ആ പെണ്ണിങ്ങനെ പെട്ടെന്ന് തൊലയാൻ കാരണം? ഇതിലെന്തോ ഇച്ചിരി, ഒരു... ഒരു...”

“അതെ...! എസ് ഐ സാറിനുമെന്തോ കാര്യമായ സംശയമുണ്ട്. വിഷക്കുപ്പി കണ്ടതുകൊണ്ടുമാത്രം ആത്മഹത്യയാവണമെന്നില്ലല്ലോ. നമുക്കൊക്കെ എന്നാ പറയാൻ പറ്റും? ചാഞ്ഞും ചരിഞ്ഞും നോക്കിയാ കാണാം ഓരോരോര്ത്തര്ടേം ശര്യായ നെറം...!”

മാത്തച്ചനെന്താണ് ഉന്നമിടുന്നതെന്ന് എനിക്കു മനസിലായില്ല. ഏതിനും പോസ്റ്റ്മോർട്ടം റിപ്പോർട്ട് വരട്ടെ. ഞാൻ മനസിലോർത്തു. സീലിയ മരിച്ചുകിടക്കുന്ന പടവും എനിക്കുതന്നെ എടുക്കേണ്ടിവന്നല്ലോ എന്നതായിരുന്നു അപ്പോഴും എന്റെ വിഷമം. കഴിഞ്ഞ ആഴ്ചയും സീലിയയ്ക്ക് നെഗറ്റീവിൽനിന്നും ഞാൻ കോപ്പികളെടുത്തുകൊടുത്തതാണ്.

മാത്തച്ചൻ പോയ ഉടനെ തന്നെ സ്റ്റുഡിയോ അടച്ചു ഞാനും വീട്ടിലേക്ക് നടന്നു. രാത്രിയുടെ അനക്കങ്ങളിൽ തണുത്ത കാറ്റുണ്ടായിട്ടും ഞാൻ വിയർത്തുതുടങ്ങി. കോളനിപ്പറമ്പിൽ അനാഥമായി നിൽക്കുകയാണ് മുരിങ്ങമരങ്ങൾ.

വീടിന്റെ തെക്കുഭാഗത്ത് കാണപ്പെട്ടു.

സീലിയ: മരത്തിൽ ചാരി ഇരിക്കുമ്പോൾ അമ്മയെ ചാരി ഇരിക്കും പോലെ പലപ്പോഴും എനിക്കു തോന്നിയിട്ടുണ്ട്. മരിക്കണമെന്നു വിചാരിക്കുമ്പോൾ, മരണത്തെ നാളെ റിപ്പോർട്ട് ചെയ്യേണ്ടവളാണ് ഞാനെന്ന വിചാരവും എന്നിലുണ്ടാകാറുണ്ട്. മരിക്കാൻ ഇന്നുതന്നെ തോന്നിയത് എന്തുകൊണ്ടാണ്? ഇനി വൈകിക്കേണ്ട എന്ന് ആരോ എന്നോട് പറയുന്നതായി മുമ്പും തോന്നിയിട്ടുണ്ടല്ലോ. ഉച്ചയ്ക്ക് അടുക്കളയിൽ ഹീറ്ററിന്റെ ചുട്ടുപഴുത്ത കമ്പികൾ കണ്ടപ്പോഴുണ്ടായ പ്രലോഭനം അവഗണിക്കാനായില്ല! അതുപോലെ ജ്വലിച്ചുകിടക്കണമെന്നുതോന്നി. പപ്പ പറയാറുണ്ടല്ലോ, അസുഖംമൂലം രക്തമൊഴുകിയൊഴുകി ഒരു നദിപോലെയായ തറയിൽ ശരീരം കൊണ്ടുള്ള ഒരു പാലംപോലെ വളഞ്ഞുകുത്തി അമ്മ നിലവിളിച്ചിരുന്നെന്ന്. പക്ഷേ, എനിക്ക് സംശയമുണ്ട്. ഒരു അപസർപ്പക

പത്രപ്രവർത്തകയായാൽ അതേക്കുറിച്ച് കൂടുതൽ കാര്യങ്ങൾ മനസിലാക്കാനായേക്കും. എന്നാലും, വേണ്ട.

മരണം റിപ്പോർട്ടുചെയ്യുമ്പോൾ, ഞാനാണെങ്കിൽ, കേവലവസ്തുതകളെ മാത്രമല്ല, മരണമണിഞ്ഞിരിക്കുന്ന നിറത്തേയും ശ്രദ്ധിക്കും. വായിക്കുന്ന വാർത്ത വായനക്കാരൻ അറിയുന്നത് നിറങ്ങളിൽ കൂടിയാണ്.

മരണമേ, 'മരണാഭിമുഖ്യം എന്നിൽ' എന്നൊരു വിഷയത്തിൽ വേണമെങ്കിൽ ഗവേഷണം നടത്താമായിരുന്നു. നിന്നോടു പറയാനിരുന്നതും അതിനെപ്പറ്റിയാണ്. മരിക്കുമ്പോൾ എന്റെ കടവായിലും രക്തമുണ്ടായിരിക്കണം. സിനിമകളിൽ കാണുന്നപോലെ രക്തത്തിന്റെ ഒരൊറ്റച്ചാല്! ആത്മഹത്യയിലൂടെ അതു സാധ്യമാവുന്നില്ലെങ്കിൽ ഒരു കൊലപാതകത്തിനിരയാവാനും ഞാനൊരുക്കമാണ്. പക്ഷേ...

മരണം ഇതാ ദ്രവരൂപത്തിൽ എന്റെ നാവിലേക്ക്. കുടലുകളുടെ വൻമടക്കുകളിലൂടെ ആമാശയഭിത്തികളിലേക്ക്. ശ്വസനനാളികളിൽ കുമിളകെട്ടുന്ന വായുവിന്റെ പരിണതിയിലേക്ക്. ഞരമ്പുകളിൽ രക്തം വീർപ്പുമുട്ടി രോമകൂപങ്ങളിലൂടെ സ്രവിക്കുന്ന നിമിയിലേക്ക്... ഞാൻ സീലിയ, മെല്ലെ... മെല്ലെ...

ഒരിക്കലും മറന്നുപോകില്ലാത്ത ഒരു വാർത്തയുടെ സ്വാഭാവികപരിണാമത്തിലേക്ക് നയിക്കാനെടുക്കുന്ന രണ്ടുനാളുകളുടെ അലസമല്ലാത്ത വേഗതയിൽ, വീടിന്റെ തെക്കുഭാഗമായ ഇവിടം സജീവമായിരിക്കട്ടെ! ഓരോ ഓർമയേയും പോലെ.

(വീണ്ടും ഫോട്ടോകൾ)

പിറ്റേന്നു രാവിലെതന്നെ കോളനിനിവാസികളിലൊരാൾ വീട്ടിലെത്തി. സീലിയയുടെ ശവമടക്കു രാവിലെതന്നെ നടത്തും. അച്ചൻ പുറപ്പെട്ടുകഴിഞ്ഞു. എത്രയും വേഗം അവിടെയെത്തി ഗ്രൂപ്പ് ഫോട്ടോകളെടുത്തു തീർക്കണം. വന്നയാൾ ഒറ്റശ്വാസത്തിൽ കാര്യമറിയിച്ചു.

ഇതെല്ലാം പ്രതീക്ഷിച്ചിരുന്നതാണെങ്കിലും വല്ലാത്ത വിഷമസന്ധിയിലേക്കു ഞാൻ വീണ്ടും വീണുപോയി. സീലിയയുടെ മരണാനന്തരചടങ്ങുകളും പകർത്തേണ്ടത് ഞാനാണെന്നോ! ഇന്നലെ കണ്ട മൃതദേഹത്തിന്റെ കടവായിലെ ഒരു തുള്ളിചോര ഇനിയും മറന്നിട്ടില്ല. കൈത്തണ്ടകളിൽ പനിച്ചുനിന്ന അസംഖ്യം രക്തബിന്ദുക്കളുടെ സൂക്ഷ്മദൃശ്യം ക്ലോസ് അപ് ഷോട്ടുകളിലൂടെ കയറിവന്നത് കണ്ണിൽനിന്ന് ഇനിയും ഇറങ്ങിപ്പോയിട്ടില്ല. ഇതിനുമുമ്പു തോന്നാത്ത വിരക്തി തൊഴിലിനോടുവരെ ഇപ്പോൾ തോന്നുകയാണ്. പക്ഷേ, വിളിക്കാൻ വന്ന ആൾ ധൃതികൂട്ടുന്നു.

പന്തലിൽ, നീല പ്ലാസ്റ്റിക് പടുതയുടെ നീലിമയിൽ, ശുഭ്രവസ്ത്രങ്ങളിൽ സീലിയ വിശ്രമിക്കുകയാണ്. സീലിയയുടെ ദൂരെയുള്ള സഹപാഠികളും സുഹൃത്തുക്കളും എത്തിയിട്ടുണ്ട്. കീഴുദ്യോഗസ്ഥന്റെ മക

ളായതിനാൽ എ ഇ ഇ യും മറ്റും വന്നിട്ടുണ്ട്. ഇലക്ട്രിസിറ്റി ബോർഡിന്റെ തന്നെ അഞ്ചുവണ്ടികൾ താഴെ റോഡിലുണ്ടായിരുന്നു. നിറയെ പൊലീസുകാരും ഔദ്യോഗികവേഷത്തിലല്ലാതെ എസ് ഐ യുമുണ്ട്. അദ്ദേഹത്തിന്റെ കണ്ണുകൾ ചുറ്റുപാടുമായി തറഞ്ഞുകിടക്കുന്നു. കോളനിയിലെ യുവാക്കളുടെ വിഷാദം കല്ലിച്ച മുഖങ്ങളിലേക്ക് അദ്ദേഹം ചിലപ്പോഴൊക്കെ തുറിച്ചുനോക്കുന്നുണ്ടായിരുന്നു.

ചരമഫോട്ടോകളിലേക്ക് പുഞ്ചിരിയോടെയാണ് സീലിയ പ്രവേശിക്കുന്നതെന്നു ഇടയ്ക്കിടെ എനിക്കു തോന്നിയത് എന്നെത്തന്നെ ഭയപ്പെടുത്തി. അങ്ങനെ പുഞ്ചിരിക്കുന്ന സീലിയയ്ക്ക് അരികിൽ അവറാച്ചന്റെ ഭാര്യയെ ഞാൻ കണ്ടതുമില്ല. ഈ അവസരത്തിലെങ്കിലും അവരെ പുറത്തുകാണാൻ കഴിയുമെന്ന് ഞാൻ വിചാരിച്ചിരുന്നു. കേടുപിടിച്ച ഒരു മുരിങ്ങമരത്തിൽ ചാരിനിന്ന് അവറാച്ചൻ ശബ്ദമില്ലാതെ കരയുകയായിരുന്നു അപ്പോൾ.

അവിടെ കൂടിയ എല്ലാവരുടെയും മുഖങ്ങൾ വിവർണമായിരുന്നു. ഇടവിട്ടിടവിട്ട് മുഴങ്ങിയ പള്ളിമണികൾ മുതിരപ്പുഴയിലെ കാറ്റിൽ ഉലഞ്ഞു ദുർബലമായി.

എങ്ങനെയൊക്കെയോ ചടങ്ങുകൾ കഴിഞ്ഞു. അപ്പോഴേക്കും ഉച്ച കഴിഞ്ഞിരുന്നു. ശേഷമുള്ള നശിച്ച പകലിനെ കൊല്ലുന്നതിനുവേണ്ടിയാണ് ഞാൻ സ്റ്റുഡിയോ അടച്ച് അടിമാലിയിലെ ബാറിലെത്തിയത്. അൽപ്പം കഴിഞ്ഞപ്പോൾ ഉറക്കെ സംസാരിച്ചുകൊണ്ട് ഒരുകൂട്ടം ചെറുപ്പക്കാരും ബാറിൽ വന്നുകയറി.

"ഇത്രേം സൗന്ദര്യമുള്ളോരു മരിച്ചുപോകുമ്പഴാ സങ്കടം."

"ഒന്നു തൊട്ടിട്ടെങ്കിലുമുള്ളവൻ ഭാഗ്യവാൻ."

"അതുപോട്ടെ, അരിസ്റ്റോക്രാറ്റോ സെലിബ്രേഷനോ?"

"സെലിബ്രേഷൻ!"

സീലിയയുടെ ശവമടക്കുകൂടാൻ എവിടെയോനിന്ന് വന്നവരായിരുന്നു അവർ. മടക്കയാത്രയുടെ ധൃതി അവരിൽ കണ്ടു. മരണത്തിന് കാത്തു നിൽക്കുന്നവരാണ് അവറാച്ചനും മാത്തച്ചനും ഞാനും ഈ ഭൂമിയുമെന്ന് അവസരോചിതമായി ഞാൻ ഓർത്തെടുത്തു.

(രാവിലെ സ്റ്റുഡിയോ തുറക്കാനെത്തുമ്പോൾ വരാന്തയിൽ പതിവുപോലെ പത്രം).

വെള്ളത്തൂവൽ: പുല്ലുപറമ്പിൽ അവറാച്ചന്റെയും പരേതനായ ത്രേസ്യയുടെയും ഏകമകളും അടിമാലിയിലെ ഒരു സ്വകാര്യ സ്ഥാപനത്തിൽ കമ്പ്യൂട്ടർ വിദ്യാർഥിയുമായിരുന്ന സീലിയ (24) മരണമടഞ്ഞു. ബന്ധുമിത്രാദികളുടെയും നാട്ടുകാരുടെയും സാന്നിധ്യത്തിൽ ബുധനാഴ്ച മദ്ധ്യാഹ്നത്തിൽ വെള്ളത്തൂവൽ സെന്റ് ആന്റണീസ് കത്തീഡ്രൽ സെമിത്തേരിയിൽ അടക്കം നടത്തി.

www.ingramcontent.com/pod-product-compliance
Lightning Source LLC
LaVergne TN
LVHW041108150826
845673LV00007B/1968

* 9 7 8 9 3 8 2 8 0 8 1 3 8 *